KISWAHILI

msingi wa kusema
kusoma
na kuandika

SWAHILI

a foundation for
speaking
reading
and writing

**2nd
dition**

Thomas J. Hinnebusch

Sarah M. Mirza

Adelheid U. Stein

Copyright © 1998 by
University Press of America,® Inc.
4501 Forbes Boulevard
Suite 200
Lanham, Maryland 20706

P.O. Box 317
Oxford
OX2 9RU, UK

British Library Cataloging in Publication Information Available

Library of Congress Cataloging-in-Publication Data

Hinnebusch, Thomas J.
Kiswahili, msingi wa kusema kusoma na kuandika = Swahili, a
foundation for speaking, reading, and writing / Thomas J.
Hinnebusch, Sarah M. Mirza ; (illustrated by) Adelheid U. Stein.—
2nd ed.
p.   cm.
In English and Swahili.
Includes bibliographical references and index.
1. Swahili language—Textbooks for foreign speakers—English. I.
Mirza, Sarah M. II. Title.
PL8702.H5   1997   496'.39282421—DC21   97-32469 CIP

ISBN 978-0-7618-0972-2   (pbk: alk. ppr)

Dibaji

When the first edition of this book was published in 1979, who could have predicted the phenomenal growth in the number of students studying Swahili and in the number of programs where Swahili is part of the everyday curriculum. I began work on that edition, motivated by the wish to provide my students here at UCLA with a learning tool that I was comfortable with. No one could have been more pleased than I when the first edition was received with such wide acceptance. Initially sales of the book numbered only a few hundred copies; now there are over twelve hundred or more students using the book each year. This new edition is a response to that interest. Over the years I have been frequently asked if I planned a new manual. While this is not "new" in the sense often intended, the changes are nonetheless real and it is hoped that learners and teachers alike will find this edition at least a modest improvement over its predecessor.

This book in its newest incarnation preserves the main features of the first edition. While some urged me to redesign the book to more readily fit recent advances in language teaching methodology, this would have entailed the creation of an entirely different book. That must await another time or another teacher who has the will and energy to exploit the new technology in the light of communicatively oriented methodologies. So while I have not done this, and thus will have perforce disappointed some, the second edition will continue to fill a niche. Its format and organization are flexible enough to fit within many different methodological approaches. Its goal remains to provide students with a tool that will aid them in acquiring communicative competence in all skill areas. Because its main features—the model conversations, drills, reading selections, and, of course, the grammar notes—can be fundamentally viewed as a *syllabus*, teachers have the freedom to adapt it to their own style of teaching and methodological assumptions. Indeed while my own ideas about how one should practice the art of teaching a language have changed over the years, I still find this manual useful and, indeed, indispensable for my own teaching. I suppose that this, plus its popularity, pushed me to reformat it, to add small improvements and revise where I thought it necessary. Beyond new formatting, the changes are often subtle and unnoticeable. A casual perusal by someone who is familiar with the first edition will not immediately reveal the changes. The revisions will only become fully apparent as one teaches or uses the book. While some lessons have only been superficially altered, others have additional model dialogues, and extra drills—or mini conversational segments, as I would rather call them. The grammar notes in many lessons have been rewritten often with additional illustrative examples. In all around 180 changes were made in the body of the manual. Also the glossary has been extensively revised. In both its English-Swahili and Swahili-English sections, it encompasses all the vocabulary used in the lessons and adds considerably more vocabulary, especially in the English-Swahili section, than found in the first edition. Here an attempt was made to insure that the most frequently used vocabulary at a beginner's level was included to minimize the necessity for students to have to go to another source.

As the Swahili say *Kushukuru hakudhuru* "To be thankful brings no harm." or *Shukuru kwa uliyo nayo* "Be thankful for what you have." Indeed, many people are to be thanked. Certainly I don't want to forget those who worked on the first addition, especially my co-author, Sarah Mirza, and Adelheid Stein. Sarah Mirza also helped with this edition, and Adelheid Stein's marvelous illustrations have been kept—indeed some have told me this is one of the most endearing, alluring, and attractive features of the manual. I should also not forget, as I did in the preface of the first edition, the staff and teachers of the Maryknoll Language School in Musoma, Tanzania who were instrumental in laying the foundations for the present work. I also want to thank Mwalimu Lioba Moshi who helped in the revision of the glossary by allowing me access to the glossaries from her video materials (see p. xiii, fn. 4). Nor must I forget to mention my own students here and those from other colleges and universities, as well as all my *walimu wenzangu*, especially Deo Ngonyani and Angaluki Muaka, who have used the manual and have helped with advice and encouragement. I am most thankful for their comments, support, and suggestions over the years. My wife Claudia and my children deserve more thanks and expressions of gratitude than I can possibly ever give. To them I am deeply and ever grateful for all their support and sustaining love.

In the first edition I dedicated the manual to the late Bill Welmers, Professor of African Languages and Linguistics at UCLA, who quite early in my career as a language teacher served as my mentor, and to whom I will be forever thankful. In this edition I want to add to that dedication the many students who in thirty years of teaching have made it all worthwhile.

TJH, UCLA
September 1997

Yaliyomo

Yaliyomo

Utangulizi

1. About the Manual

Kiswahili: Msingi wa Kusema, Kusoma, na Kuandika is intended to provide students with a foundation in speaking, reading, and writing the basic grammatical structures of Swahili, and to introduce them to aspects of East African life and culture through readings and pictures. Each lesson is constructed around a dialogue or set of dialogues as the main vehicle for introducing essential grammatical structures and core vocabulary.

The first thirteen lessons deal with basic conversational subject matter, such as greetings, asking and telling names, where someone is from and where they study, and similar topics. Topics of conversation in the early lessons focus on personal information about the student. In later lessons topics are more varied with some conversations about the subject matter of previous reading exercises. The conversations also introduce the essentials of sentence structure, for example in earlier lessons, subject and verb agreement with personal subjects, some positive and negative tenses, object pronouns and object agreement. After lesson thirteen considerable attention is given to the system of noun classification and concord. The last eight lessons introduce relative clauses and various uses of the subjunctive.

The manual is not intended to be a descriptive grammar of Swahili, but rather a guide to presenting the language in a conversational framework. It relies on the students' ability to learn the material in a logically ordered and structured way.[1] Each lesson builds and expands on structures taught in earlier lessons.

The manual's twenty eight lessons provide sufficient material for a one-year two-semester or three-quarter elementary course of approximately thirty weeks duration. The material in each lesson is based on a four to five hour instructional week, assuming that at least 80 percent, or more, of the classroom time is spent on conversational and oral practice and proficiency oriented activities. Where less classroom time is available, the manual can be effectively used if students are required to work extra time in the language laboratory, and if they have access to native speakers in a formal setting.[2] Allowance for review periods has been made, i.e. a total of two weeks for the entire course which should be made use of as needed.

Each lesson has six sections:

1. *Mazungumzo* (Dialogue/Conversation)   4. *Habari za Sarufi* (Grammar Notes)
2. *Mazoezi* (Drills)   5. *Zoezi la Nyumbani* (Homework)
3. *Zoezi la Kusoma* (Reading Exercise)   6. *Msamiati* (Vocabulary)

1.1. Mazungumzo. The *Mazungumzo* section consists of one or more dialogues which usually take place between the instructor and one or more of the students. Since the aim of the course is attainment of conversational competence, this material is organized in such a way that from the very beginning students should use Swahili, that is, the dialogues cover a narrow range of topics which can be realistically used in the classroom (e.g. asking and telling people's names, where they live, what they are studying). They are designed to elicit responses without imposing on the students the task of role playing. Teachers are free

---

[1] The following Swahili grammars are widely available: Ashton, E.0. 1944. *Swahili Grammar.* London: Longmans, Green and Co. Ltd.; Perrot, D.V. 1951. *Teach Yourself Swahili.* London: The University Press, Ltd.; Loogman, A. 1965. *Swahili Grammar and Syntax.* Pittsburgh, Pa.: Duquesne University Press.; Polomé, Edgar C. 1967. *Swahili Language Handbook.* Washington: Center for Applied Linguistics.

[2] Tapes of the manual are available from Thomas J. Hinnebusch, Department of Linguistics, UCLA, Los Angeles, California 90095-1543.

to use these sample conversations as models for other conversational vignettes, deemed more suitable to local situations and conditions, but teachers should be careful to control for the amount of new vocabulary and new grammatical structures that go beyond the goal for a particular lesson. Also, dialogues of particular lessons build on the grammatical structures of previous lessons. This should be kept in mind by teachers who use supplementary materials; these should be structured accordingly.

The elements of the dialogues are best introduced by drilling the subparts of each dialogue in the *Mazoezi* which can be viewed as mini-conversations in their own right. By doing so first, the students are usually prepared for carrying on a short conversation with their instructor or fellow students along the lines of the dialogue. As material is added in step-by-step progression, the students will be able to manipulate and use basic grammatical structures in natural ways. To facilitate a smoother flow of classroom conversation, the students are expected to learn both the question and answer parts of the dialogues. Most students find memorization helpful and should be encourage to use this technique.

1.2. Mazoezi. The *Mazoezi* or exercises section contains at most seven or eight drills per lesson. These drills are samples for instructors to guide their own teaching. Each drill concentrates on new grammatical structures introduced in the dialogues. Most of these drills are question-answer or substitution drills; any of them can be used as repetition drills to develop rhythm and pronunciation skills. Drill sessions are most successful when they function as starting points for mini-conversations in the classroom, or are viewed as natural conversational opportunities rather than as exercises to be learned by rote. They are intended as models, and teachers are encouraged to use them as models in teaching the material of each lesson. They are not an end in themselves, but a means of advancing speaking and comprehension skills. Drilling is most successful when it is tied to a realistic scenario or classroom situation, rather than done mechanically. In the hands of a skillful teacher drills can be models for mini-conversations, or real conversational exchanges. When props and *realia* are used, drills become more realistic and learning is enhanced. To the extent drills can be incorporated into real informational exchanges, learning is enhanced. Teachers are encouraged to be imaginative in teaching the basic structures and vocabulary introduced in each lesson by creating their own exercises to develop oral proficiency skills in Swahili.

1.3. Zoezi la Kusoma. The *Zoezi la Kusoma,* the reading exercise, offers the students further opportunity to see new grammatical structures in a written context. They also constitute a vehicle for introducing information about life and culture in East Africa as well as additional vocabulary.

The readings are usually independent of other material in the lessons, although they are generally graded structurally to include only grammatical elements already introduced. Occasionally, especially in the earlier readings, structures are used which have not been overtly taught in the dialogues and drills. These are usually explained in footnotes or listed in the vocabularies. Students are not expected to handle such structures conversationally until they have been introduced formally. Often it is enough if students recognize such structures and have passive knowledge of them. When they are introduced formally, students are then in a good position to learn them actively. For example, the forms *ya, za, cha, vya, la,* etc., all usually translated by English 'of', are used in the lessons from the beginning. It is enough that students understand the function of these forms and their meaning until they and the elements of the Noun Class system are formally introduced in Lessons 14 and 16 (also see §2.1 below). Students can such structures without a formal understanding of the Noun Class system.

The comprehension questions provided with each reading (beginning with Lesson 3) are only a model for any number of questions which can be asked about the reading, as long as they are within the expected oral competence of the students. Such questions are helpful in promoting classroom conversation.

1.4. Habari za Sarufi. The *Habari za Sarufi* section explains the grammatical material taught in a particular lesson. Students are encouraged to preview these notes (along with the dialogues) before dealing with the material orally and before the lesson is actually begun in class. This advice is based on the assumption that language learning results are achieved in greater proportion and in less time when language study involves a maximum of conscious reasoning. Teachers, however, should limit the amount of time spent on imparting information about the language, that is, in overtly teaching grammar. For the most part enough grammatical information is given in this section to minimize the amount of time the instructor needs to spend in class on a discussion of grammar in English. In any event, instructors should resist the temptation to discuss grammar at length in the classroom.

1.5. Zoezi la Nyumbani. The *Zoezi la Nyumbani* provides homework exercises which give students written practice on new grammatical elements of a lesson and helps focus their attention on the structures being emphasized. They are usually English to Swahili translation exercises. Most of these exercises could also serve as in-class written or oral translation exercises.

1.6. Msamiati. New words are found in the *Msamiati*. They are arranged in two, sometimes three, sections, one with vocabulary from the dialogues and drills, the other with the new vocabulary from the reading selection. Students should be encouraged to learn at least the vocabulary from the first section actively and use such vocabulary in their own conversations and writing. Vocabulary in the second section, although not less important, can be learned as part of the student's passive command of the language—vocabulary that one recognizes but which is not yet part of active competence. As the students' experience grows, they will gradually add these to their store of actively used vocabulary.

Occasionally there is a third section of vocabulary, *Maneno Maalum* or Special Vocabulary. This is a supplementary glossary of words that are useful in conducting the class, but which are not included in the body of the lesson. In addition to these individual lists, there is a master Swahili-English and English-Swahili list for quick reference at the end of the manual. This master list is not intended to take the place of a dictionary, but it does include some basic vocabulary which has not been actively introduced but which might be useful for students in writing essays and doing other written homewok.[3]

1.7. Illustrations. The drawings found in many of the lessons as well as in the appendix of this manual are included not only to illustrate aspects of the dialogues or reading exercises, but to also serve as teaching aids.[4] They can be used in several ways, e.g., to provide opportunities for classroom drills, or for assigned essays which explain a picture. Most importantly, they can be used to stimulate classroom conversation, such as students asking about or explaining to each other the content of a picture.

1.8. Appendices. The first appendix contains illustrated reading material dealing with aspects of East African life. Each drawing is accompanied by a short paragraph which gives the students some basic understanding of the subject matter in the picture. The short descriptions are structurally graded to parallel the main material, starting with Lesson 6. The purpose of this section is mainly to provide further reading practice, homework, trans-

---

[3] Several dictionaries are available, but some are not readily obtainable. Students with internet access can download English/Swahili and Swahili/English dictionaries from the Web site of the African Studies Program at Yale University (The Internet Living Swahili Dictionary at http://www.yale.edu/swahili).

[4] Some drawings in the text do not illustrate dialogues or readings, but are included for their appropriateness in illustrating something about East Africa, its culture, or people. Other visual aids, such as Lioba Moshi's video series, *Kiswahili: Lugha na Utamaduni* (Office of Instructional Development and Instructional Resources Center, University of Georgia, 1996), can be similarly used by the skillful and motivated teacher.

lation assignments, and conversational topics. Any new vocabulary introduced here can be found in the master vocabulary list.

Further appendices include a list of aphorisms and riddles, grammatical charts summarizing tense/aspect markers and the forms of pronominal concords, and translations of the dialogues.

2. About Swahili

Swahili, or *Kiswahili,* as it is referred to by speakers of the language, is spoken throughout Eastern Africa. As a first language, however, it is spoken only on the offshore islands of Zanzibar, Pemba, Mafia, and Lamu, and, for the most part, only along the East

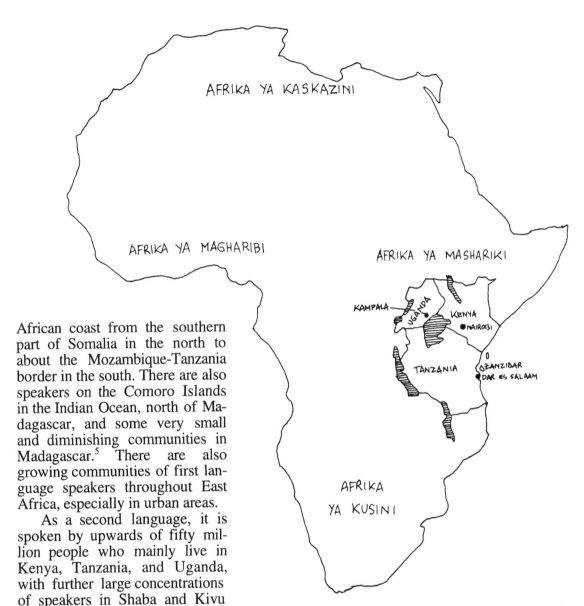

African coast from the southern part of Somalia in the north to about the Mozambique-Tanzania border in the south. There are also speakers on the Comoro Islands in the Indian Ocean, north of Madagascar, and some very small and diminishing communities in Madagascar.[5] There are also growing communities of first language speakers throughout East Africa, especially in urban areas.

As a second language, it is spoken by upwards of fifty million people who mainly live in Kenya, Tanzania, and Uganda, with further large concentrations of speakers in Shaba and Kivu Provinces of eastern Zaire. There are also smaller numbers of speakers in many of the countries bordering on Tanzania, Kenya, and Uganda, e.g. Burundi, Ruanda, Zambia, Malawi, and Mozambique. Most of these people speak Bantu, Nilotic, or Cushitic languages as their first languages and their knowledge of Swahili varies greatly.

---

[5] The presence of Swahili speakers in the Comoro Islands and Madagascar has frequently been mentioned in the sources. However, in the Comoros, Swahili has never been widely spoken although in times past it did serve as an important link with East African coastal Swahili communities and was a language of the ruling classes for part of the islands' history. Most speakers of Swahili on the islands today are refugees from Zanzibar who fled there after the revolution in Zanzibar in January 1964. The people of the Comoros speak a Bantu language which is very closely related to Swahili but differences are great enough that Swahili speakers do not understand the Comorian language and vice versa. In Madagascar there are very small numbers of speakers confined to some coastal villages in the northeast; these are descendants of 19th century and earlier traders who settled in Madagascar. There are also a substantial number of Comorians in the same area of Madagascar who are often mistaken for Swahili speakers. The overwhelming percentage of the people of Madagascar speak Malagasy, a Malayo-Polynesian language which is unrelated to African languages.

Utangulizi

Swahili is a Bantu language. This is a large group of languages spoken from Cameroon in northwestern Africa through Central Africa into Eastern and Southern Africa. Other examples of Bantu languages are Zulu in South Africa, Kikuyu in Kenya, Kongo in Zaire, and Duala in Cameroon. Although they are not mutually intelligible, they all derive from one common ancestral language, sharing much basic vocabulary, word building processes, and sentence structure. The word for 'person', for example, is very similar from one Bantu language to another: *mtu* (Swahili), *umuntu* (Zulu), *mŭndŭ* (Kikuyu), *muntu* (Kongo), and *moto* (Duala). Presumably the ancestor language had *muntu, from which the present day languages derive their particular form of the word. The plural of this word (*abantu* in Zulu, for example) provides the model for the word "Bantu", the name linguists chose to call this large family of languages.

Because Swahili is spoken over such a wide, ethnically, and linguistically diverse area, one can observe many local variations. For example, the Swahili spoken by first language speakers of non-Bantu languages is often markedly different from the variety of Swahili spoken by speakers of Bantu languages. Even along the East African coast, where Swahili is spoken as a first language, different dialects can be distinguished. For instance *Kiamu*, the Swahili dialect of Lamu, an island on the northern coast of Kenya, is different from *Kimvita*, which is spoken in Mombasa, or *Kiunguja*, the dialect of a large part of Zanzibar Island, including Zanzibar Town. There are also various forms of *pidgin* Swahili spoken mainly, but not exclusively, by European and Asian settlers. Swahili pidgins are grammatically reduced and simplified variants which are often poorly regarded by native speakers and speakers of Standard Swahili alike.

The Swahili taught in this manual is referred to as "Standard Swahili," or *Kiswahili Sanifu*. Although somewhat elusive of definition, this is usually understood as the Swahili that is taught in East African schools and used in the mass media. It is based on *Kiunguja*, the Zanzibari dialect of Swahili.

2.1. The Swahili Noun. Swahili, like other Bantu languages. has certain features which distinguish it from the European languages that most students will be familiar with. The first of these is the noun class system. Nouns are arranged in sets which usually have distinct singular and plural forms expressed by different prefixes attached to common stems; some examples:

m-tu 'person'	**wa**-tu 'people'
m-ti 'tree'	**mi**-ti 'trees'
ki-ko 'pipe'	**vi**-ko 'pipes'

Swahili has five sets of nouns which follow this pattern of singular/plural pairs and six sets which either have no distinct plural form or whose plural forms are from other classes. In the examples here, singular nouns have either *m-* or *ki-* prefixes, and plurals have *wa-*, *mi-*, or *vi-*. In addition to these formal differences, each class is generally associated with certain semantic characteristics. The M-/WA- class (with *m-* singular and *wa-* plural prefix) contains most names of humans, the M-/MI- class includes most names of plants; and the KI-/VI- class has the names of artifacts and other articles useful to human beings. There are, however, many exceptions to these generalizations. Two terms, for instance, that are found in the M-/WA- class which do not name humans, are the term for 'insect' (*m-dudu/wa-dudu*) and the word for 'animal' (*m-nyama/wa-nyama*). Nor are all nouns naming humans to be found in this class, thus, *ki-ongozi/vi-ongozi* 'leader/s'.

Noun classes in Bantu languages could be compared to genders in Indo European languages, except in Bantu languages there are many more genders than the familiar feminine, masculine, and neuter genders of, for example, German. Like Indo-European languages, words in Swahili which modify nouns have to agree, for example:

wa-tu **wa**-zuri ha-**wa** 'these good people'
ki-su **ki**-zuri hi-**ki** 'this good knife'

Agreement here is accomplished by "copying" the prefix, or a variant thereof, from the noun onto the modifier.[6] The same process occurs in the case of noun subjects and their verbs:

wa-toto **wa**-nasoma. 'The children are studying.'
Ki-su **ki**-meanguka. 'The knife has fallen.'

Other characteristics of the noun class system and agreement will be studied in detail throughout the lessons.

2.2. The Swahili Verb. Another interesting feature of Bantu languages is the role the verb plays in the sentence. Many grammatical functions are signaled on the verb by affixes. In Swahili this includes subject, object, and relative pronouns, and tense/aspect categories:

Hawa ni walimu **wa-na-o-wa**-fundisha wanafunzi.
these are teachers **they-TENSE-who-them**-teach students
'These are the teachers who are teaching the students.'

The first *wa-* on the verb is the subject prefix agreeing with walimu; *-na-* indicates that the verbal process takes place in present time; *-o-* is a relative pronoun referring to the subject *walimu* and translated by English 'that, who'. The final *-wa-* in the sequence is an object prefix referring to *wanafunzi*. All of these are prefixed to the verb stem *-fundisha* which in turn consists of a root plus several suffixes:

-fund-**ish**-**a**

The root *-fund-* conveys the notion 'learn'; *-ish-*, often called the Causative extension, means 'cause to', and the final *-a* marks indicative mood. The root plus its suffixes in this example means 'cause to learn', thus 'teach'. Not all verbs are this complex but such suffixes play important roles in verb construction and in sentences. For instance, indirect objects are marked by a special suffix on the verb; compare the following and note the difference made by the suffix in bold in the second sentence:

Ni-na-m-**let-a** mtoto. 'I am **bringing** the child
I-TNS-him-**bring** child.' (TNS = Tense or Aspect marker)

Ni-na-m-**let-e-a** mtoto chungwa. 'I am **bringing** an orange **to** the child.'
I-TNS-him-**bring-to** child orange

The difference between passive and active voice is another distinction marked by an affix on the verb; passive voice in Swahili is marked by a suffix:

Ni-na-**pika** chakula. 'I am **cooking** food.'
I-TNS-cook food.

Chakula ki-na-**pik-w**-a na mimi. 'The food is **being cooked** by me.'
food it-TNS-cook-be by me.

These and other features of the verb will be studied in detail in the following lessons.

2.3. Swahili and Borrowing. It is a common misconception that Swahili is some sort of mixed language, a combination of some African "dialect" and Arabic. This incorrect view has arisen because Swahili has borrowed a great deal of vocabulary from Arabic, and from other languages as well. It has been estimated that the borrowing from Arabic, Persian, Hindi, and other Indian Ocean languages, is 20 per cent in spoken Swahili, 30 per cent in written Swahili, and 50 per cent in classical poetry.[7] Because of the unique location

---

[6] This observation is an oversimplification of the process, but it does help to illustrate the principle.

[7] Swahili has a literature of poetry dating back several centuries. For example, see Knappert, Jan. 1972. *An Anthology of Swahili Love Poetry,* University of California Press, Berkeley and Los Angeles, California;

of the Swahili community on the East African coast it became a focal point of contact with traders from Arabia and India. In the course of centuries Swahili has borrowed freely from such contact languages.[8] From Arabic the Swahili people assimilated words dealing with religion, trade, commerce, sailing, and urban living; a few examples follow:

mtakatifu	'holy person'	rasilmali	'capital, assets'
nabii	'prophet'	tarehe	'date'
kitabu	'book'	hesabu	'accounts, mathematics'
kalamu	'pen, pencil'	forodha	'custom house'
fariji	'comfort'	mshahara	'salary'
dau	'type of sailing vessel'	dirisha	'window'

European languages also added to the lexical stock. The Portuguese, who dominated coastal trade and garrisoned major Swahili towns between 1500 and 1700, added most of the vocabulary used in card playing, and other vocabulary representative of their culture. An interesting contribution from Portuguese is the word *gereza* used for 'jail' (which co-occurs with *jela,* a recent borrowing from English). Etymologically, *gereza* is cognate with Portuguese *igreja* 'church'; the shift in meaning from 'church' to 'jail' came about because the Portuguese had both chapels and jails in their garrisons, e.g. Fort Jesus in Mombasa. The semantic confusion is understandable! Other words reflect the types of artifacts the Portuguese introduced into East Africa:

foronya	'pillowcase'	bomba	'pump'
bendera	'flag'	mpira	'ball'
mvinyo	'wine'	tabakelo	'snuffbox'

From the middle of the nineteenth century, when the British explored and eventually colonized East Africa, Swahili has taken a lot of words from English. Many of them are for notions, clothing, institutions, technology, and artifacts which characterize Western culture since the Industrial Revolution:

motokaa	'car'	roketi	'rocket'
baisikeli	'bicycle'	eropleni	'airplane'
mashini	'machine'	jela	'jail'
petroli	'gasoline'	gavana	'governor'
soksi	'socks'	kampuni	'company'
tai	'tie'	dereva	'driver'
demokrasia	'democracy'	faini	'fine'
benki	'bank'	penesileni	'penicillin'
bosi	'boss'	meya	'mayor'
daktari	'doctor'	fulana	'undershirt' (from flannel)

Despite such extensive borrowing—a situation which is parallel to the massive borrowing English has done from Scandinavian languages, French, and Latin, and even from Swahili: what English speaker doesn't know *safari* and possibly even *bwana* and *simba* —Swahili remains a Bantu language in its basic structure and core vocabulary.

Such borrowing attests to the cultural flexibility of Swahili in adapting to new situations and circumstances. It is a factor which has contributed to Swahili being not only the national and official language in several East African countries, but also a language with an

---

Knappert, Jan. 1979. *Four Centuries of Swahili Verse.* London: Heinemann; and Harries, Lyndon. 1962. *Swahili Poetry.* Oxford: At the Clarendon Press.

[8] See Whiteley, W. 1969. *Swahili. The Rise of a* National Language. London: Methuen & Co.; and Hinnebusch, T. 1979. 'Swahili' in Tim Shopen (ed.) *Languages and Their Status.* Cambridge, Mass.: Winthrop Publishers.

international reputation taught in the major universities of the world. It is a modern language functioning at all levels of society and culture in East Africa from bargaining in markets to debates in national assemblies, from popular songs to the composition of poetry.

3. Pronunciation

The following nontechnical guide is intended to alert the student to the general characteristics of the pronunciation of Swahili. Because of a diverse dialect situation, and because there are many second language speakers of Swahili whose first language influences their pronunciation, variations in pronunciation will be heard from area to area and community to community. An acceptable pronunciation can be attained through careful attention to the speech of native speakers. Pronunciation can also be mastered by listening and practicing the exercises on the tapes that accompany these lessons (see Footnote 2 for further information).

3.1. Vowels. There are five vowel phonemes (distinctive sounds) in Swahili represented by the graphs *a, e, i, o,* and *u* in contrast to the twelve or so in English. These have approximately Spanish or Italian values. There are important differences between English and Swahili vowels. For one, vowels in Swahili are "short" and are not drawled, nor diphthongized, as are the comparable English ones. For instance, Swahili *e* is similar to the vowel in English *say* without the lengthening or gliding which characterizes English vowels; it is also similar to the vowel in *set*, but not quite as low. With these differences between English and Swahili vowels in mind, note the following comparisons:

Swahili	English	Examples	
a	ah!	baba	'father'
e	say	wewe	'you'
i	be	kiti	'chair'
o	ho!	moto	'fire'
u	too	tu	'only, just'

A special caution should be mentioned. Americans pronounce unaccented vowels differently than the comparable accented ones; also, unaccented vowels in English tend to sound similar and lose their distinctiveness. In Swahili each vowel should be given its full value whether accented or not. This is also true of vowels in juxtaposition; the vowels in *au* 'or' and *bei* 'price' are all pronounced.

3.2. Consonants. Consonants in Swahili more or less have English values, but as in the case of vowels, there are considerable differences and some consonants present special challenges; note the following:

1. p, t, and k. These are similar to English voiceless stops, but they can be aspirated, as in English, or unaspirated.[9] Generally, initial *p, t,* and *k* of Class 9/10 nominals (see Lesson 14) are aspirated in contrast to initial *p, t,* and *k* of Class 5 nominals. For illustrative purposes only, the aspirated sounds are represent here with raised h's; the standard spelling system does not mark the distinction:

p^{h}aa 9/10	'gazelle'	paa 5/6	'roof'
k^{h}aa 9/10	'crab'	kaa 5/6	'piece of charcoal'
t^{h}ai 9/10	'tie'	taifa 5/6	'nation'

---

[9] Aspirated sounds are produced with a slight puff of air following the articulation of the voiceless stop whereas unaspirated sounds are not. English speakers can observe the difference by comparing their pronunciation of *p, t,* and *k* in the words *pot* versus *spot, tart* versus *start, key* versus *ski*. The first consonant of the first word in each set is aspirated, the consonant following *s* is not.

2. b, d, and g. As English voiced stops, but they are *imploded*, that is, in their pronunciation, the air is sucked into the mouth as they are released. The *g* is always "hard" as in English *goat*, not ever "soft" as the *g* in *gin*. Examples:

| baba | 'father | gumu | 'hard' |
| dada | 'sister' | | |

3. f, v, s, and z. As in English. The sound *s* is never pronounced as *z*:

Fatuma	'a girl's name'	vizuri	'well'
fupi	'short'	sasa	'now'
kavu	'dry'		

4. m and n. As in English. In some cases where these sounds occur before other consonants, *m* and *n* are pronounced as full syllables, but without inserting a vowel sound either before or after the pronunciation of *m* or *n*. The examples in the first column are *syllabic*, but not the ones in the second—the distinction is not marked:

mtu	'person'	mboga	'vegetable'
nta	'wax'	ndege	'bird, airplane'
nchi	'country'	ngoma	'dance'

5. ny. As the *n* in the Spanish noun *manana* 'tomorrow', or as the segment *ni* in the English word *onion*:

| nyanya | 'grandmother, tomato' | ninyi | 'you (plural)' |

6. ng'. As the final *ng* sound in the English word *sing* (but not as in *finger*), e.g.,

| ng'ombe | 'cow, cattle' | nyang'anya | 'take by force, rob' |
| ng'oa | 'pull out' | | |

This sound is difficult for English speakers because of its limited distribution. In English words it only occurs at the end of words, as in *song*. The same sound in Swahili, but spelled with *n*, is also heard before *g*, e.g. *ngoma* 'drum, dance'. Linguists represent this sound with the symbol [ŋ], a velar nasal; thus *ng'ombe* has [ŋ] and *ngoma* has [ŋg].

7. ch. As the first sound in English *cheek*, not as in *chemist*:

| chakula | 'food' | chache | 'few' |

8. j. As in English *job*, but without the audible friction associated with the English consonant. Some speakers of English hear this sound when pronounced by a native speaker, especially from the Kenya coast, as *y*, however, a fairly accurate pronunciation can be achieved by pronouncing it as the sequence *dy*:

| hujambo (hu*dy*ambo) | 'hello' | jana (*dy*ana) | 'yesterday' |

9. w, y, h. As in English. Some Swahili writers, however, spell Standard Swahili *h* with *kh*, mostly in words borrowed from Arabic, e.g. *muhtasari ~ mukhtasari* 'summary', *heri ~ kheri* 'happiness, blessedness, good fortune, etc.', *habari ~ khabari* 'news'. This symbolizes a sound similar to the *ch* in Scottish *loch*.

| watu | 'people' | huyu | 'this one (person)' |
| yeye | 'she or he' | hawa | 'these ones (people)' |

10. r. Swahili *r* is quite different from the English one; it is similar to the Spanish *tapped r* as in *pero* 'but':

| habari | 'new' | heri 'happiness, blessedness, good fortune, etc.' |
| roho | 'sprit, soul' | |

11. l. As in English when in initial position, e.g. as in 'leak'; second language speakers of Swahili often do not distinguish *l* and *r* in pronunciation.

lala   'sleep'   leo   'today'

12. th. As the initial sound in English '*th*in' and '*th*ink', and the final sound in 'bo*th*'. (Some East Africans pronounce this as *s*.) Examples:

thelathini   'thirty'
theluji   'snow'
themanini   'eighty'

13. dh. As the initial sound in English '*th*y', '*th*ough', and '*th*en'. (Some speakers of Swahili pronounce this as *z*.) Examples:

dhambi   'sin'
dhani   'think'

14. gh. This sound is produced by pronouncing *g* as a fricative. It is similar to the Scottish *ch* in *loch*, but voiced. (Some speakers, pronounce this as a "hard" *g*.):

ghala   'storehouse'
ghali   'expensive

15. sh. As the final sound in English 'pu*sh*'. This sound as well as *kh, th, dh,* and *gh* are found in words that have been borrowed for the most part into Swahili from Arabic. Examples of *sh* are:

ishirini   'twenty'
mshahara   'salary'

16. mw. This is a combination of *m* followed immediately by *w*. It is produced by rounding the lips before pronouncing *m* and then gliding into *w*:

mwalimu   'teacher'
mwanafunzi 'student'

17. bw. A combination of *b* and *w*. It is similar to *mw*; the lips are rounded before articulating *b* and then glided into *w*:

bwana   'sir, Mr.'
mbwa   'dog'

18. Stress. In Swahili, stress generally falls on the penultimate syllable. There are some exceptions to this rule, but only in words of foreign origin that have not been assimilated completely into the language. Some examples:

ha*bá*ri   'news'
*gá*ni   'what kind?'
m*sí*ngi   'foundation'

but

*lá*zima or la*zí*ma   'necessary'

1
Somo la Kwanza

MAZUNGUMZO

1. Mazungumzo ya kwanza — Maamkio baina ya Watu Wawili: Habari gani?

Mwalimu:	Hujambo, bwana (*au* Hujambo, ndugu).
Mwanafunzi:	Sijambo, mwalimu.
Mwalimu:	Habari gani?
Mwanafunzi:	Nzuri.

2. Mazungumzo ya pili — Habari za asubuhi?

Mwalimu:	Hujambo, bibi (*au* Hujambo, ndugu).
Mwanafunzi:	Sijambo, mwalimu.
Mwalimu:	Habari za asubuhi?
Mwanafunzi:	Nzuri sana.

3. Mazungumzo ya tatu — Habari za mchana?

Mwanafunzi wa kwanza:	Hujambo, bwana/bibi/ndugu.
Mwanafunzi wa pili:	Sijambo, bwana/bibi/ndugu.
Mwanafunzi wa kwanza:	Habari za mchana?
Mwanafunzi wa pili:	Nzuri sana, na wewe je?
Mwanafunzi wa kwanza:	Salama tu.

MAZOEZI

1. Zoezi la kwanza

Mwalimu:	Wanafunzi:
Sema, *hujambo.*	Hujambo.
Sema, *hujambo, bwana.*	Hujambo, bwana.
Sema, *sijambo.*	Sijambo.
Sema, *sijambo, bibi.*	Sijambo, bibi.
Sema, *hujambo, ndugu.*	Hujambo, ndugu.
Sema, *salama tu.*	Salama tu.

2. Zoezi la pili

Mwalimu: Wewe sema, *hujambo*, na wewe itika, *sijambo.*

Mwanafunzi wa kwanza:	Hujambo.
Mwanafunzi wa pili:	Sijambo.

3. Zoezi la tatu

Mwalimu: Wewe sema, *habari gani*, na wewe itika, *nzuri.*

Mwanafunzi wa kwanza: Habari gani?
Mwanafunzi wa pili: Nzuri.

4. Zoezi la nne

Mwalimu: Juma, mwamkie, Adija.
Juma: Hujambo, Adija.
Adija: Sijambo, Juma.
Juma: Habari gani?
Adija: Habari nzuri.

WANAAMKIANA

ZOEZI LA KUSOMA

Kufundisha Maamkio: Maamkio baina ya watu wawili

Mwalimu anafundisha maamkio. Yeye anasema, "Bwana, sema *hujambo*." Mwanafunzi anaitika, "Hujambo." Sasa mwalimu anasema, "Wewe, bibi, sema *sijambo*." Na yeye anaitika, "Sijambo." Mwalimu anasema, "Basi, sasa, wewe sema *hujambo* na wewe itika *sijambo*." Wanafunzi wanasema, "Hujambo" na "sijambo." Mmoja anasema "hujambo" na mwingine anasema "sijambo." Mwalimu anasema, "Haya, basi, vizuri sana."

HABARI ZA SARUFI

1. Jambo Greetings

• Normally a form of *jambo* is the opening greeting when two Swahili speakers greet one another; there is, however, variation from speaker to speaker and from one area to another in how this greeting is used. In some areas of East Africa, often in those places frequented by tourists, it is common to be greeted with just *jambo* itself. But the full form *hujambo* and its response *sijambo* are preferred by most native and standard speakers of Swahili.

• *Jambo* (plural *mambo*) is a noun meaning 'affair, matter, thing, etc.' *Hujambo* is a complex grammatical form meaning 'you have nothing the matter with you, do you?' and *sijambo* means 'I have nothing the matter with me', thus 'I'm fine.'

2. Habari Greetings

• *Habari* literally means 'news', thus *habari gani* means 'what sort of news?', i.e., 'how are things?' This can be modified to ask more directly about different things, e.g., *habari za asubuhi* (lit. 'news of [the] morning'), thus 'how are things this morning?' *Habari za mchana* is literally 'news of the afternoon', thus 'how are things this afternoon?' Another use of *habari za* meaning 'about' is seen in the heading of this section: *habari za sarufi* 'news of grammar' or 'about grammar'.

• Responses to *habari* greetings vary, but *nzuri* is appropriate. Other forms of this greeting and responses can be found in following lessons.

3. Maamkio

• Greetings are very important social interchanges for people living on the East African coast, and by people in the rural areas throughout East Africa. After the initial greetings (as in the sample conversations beginning this lesson) a person often continues on and asks about the family, farm, business, and other personal matters. Generally, younger people are expected to greet older people first. In cities and larger towns, where the pace of life is much quicker, and impersonal, greetings tend to be perfunctory and less formal, as they are in most Western societies.

4. Titles

• Titles are generally used in greeting others. Men are addressed with the title *bwana* 'mr., sir' and women with *bibi* (or by *bi*) 'mrs., ms., miss'. Unlike English, proper names do not have to be used with *bwana, bibi*, and other titles., but may be, if the speaker desires. It is also not unusual to hear a title used with a person's "first" name, thus *Bibi Katarina*. Other titles such as *mwalimu* 'teacher', *mzee* 'older person', *mama* 'mother', *baba* 'father' are also common, with or without proper names, as respectful ways of addressing the appropriate people. *Baba*, for example, can be used as a respectful way of addressing a married male, and *mama*, a married woman. In Tanzania, *ndugu*, literally 'sibling, relative', is used by many speakers instead of *bwana* to show political solidarity.

5. Articles

• Swahili does not have forms comparable to the definite and indefinite articles in English. Thus, *mwalimu* can be interpreted as either 'teacher, the teacher, a teacher'. In future lessons we will see there are ways of specifying nouns as definite.

6. Infinitives

- An infinitive in Swahili is formed by prefixing *ku-* to a verb stem:

ku-fundisha	'to teach/teaching'	ku-itika	'to respond/responding'
ku-soma	'to read/reading'	ku-sema	'to say/saying'

- The translation equivalent of the Swahili infinitive is the bare verb with 'to' or, as follows, by a gerund (verbal noun) with '-ing' :

zoezi la kusoma	'a reading exercise' (literally 'an exercise of/for reading')
kufundisha maamkio	'teaching greetings'

- Except for this lesson, verbs will be listed in the vocabularies in their stem form:

-soma	'read/study'	-fundisha	'teach'	-itika	'respond'

7. Complex Verb Forms

- In the next several lessons complex verb forms are introduced in the reading selections, thus in this lesson we find:

anafundisha	's/he is teaching' (s/he = she or he)
anasema	's/he is saying/speaking'
wanasema	'they are saying'

- The stems in these forms are *-fundisha* and *-sema* respectively. The prefixes *-a* and *-wa* are pronouns which indicate the subject of the verb. The prefix *-na-* is a marker which indicates 'present time'. These forms will be studied in greater detail in Lesson 6 (*Somo la Sita*).

8. Imperatives /commands

- Imperatives are used to give commands and directions. Simple commands, or imperatives, addressed to one person, are formed by using just the verb stem:

Juma, **sema**, *sijambo*!	'Juma, **say**, *sijambo*!'
Sema tena, tafadhali.	'**Repeat**, please' or '**Say** (it) again, please!'

- There are other more complex ways of giving commands in Swahili. An example used in this lesson is *mwamkie* 'greet her/him'. This form is derived from the verb stem *-amkia* 'greet' (cf. *maamkio* 'greetings'). This type of complex command will be studied in greater detail in Lesson 25 (Somo la Ishirini na Tano). For now it is enough to recognize such commands and respond to them when used by your teacher.

ZOEZI LA NYUMBANI

Tafsiri kwa Kiswahili

1a. Hello, John; how are things this morning?   1b. Good morning, teacher.
2a. How are things this morning, Susan?   2b. Very well/very fine.
3a. How are things?   3b. Just fine.

Jaza mistari au Jibu kwa Kiswahili

1. Hujambo, bwana. _____ jambo, mwalimu.
2. Habari za asubuhi? _____
3. _____ jambo, bibi. Habari za asubuhi? _____
4. Habari _____, mwanafunzi? Nzuri _____, mwalimu.
5. Hujambo, mwalimu. Si _____, mwanafunzi.

MSAMIATI

1. Maneno ya Mazungumzo na Mazoezi

Adija	woman's name
asubuhi	morning
au	or
baba	father
bibi	ms., mrs., miss
bwana	mr., sir
gani?	what kind? what sort?
habari	news (*habari gani?* 'what's the news/how are things')
hujambo	how are you? (see grammar note 1)
Juma	man's name
-itika	respond, affirm
je	used in asking a question; can be glossed as "what about?"
mama	mother
mchana	daytime, afternoon
mwalimu	teacher
walimu	plural
mwanafunzi	student
wanafunzi	plural
mzee	elder, old person (male or female)
wazee	plural
ndugu	sibling (sister or brother), relative
nzuri	good (adjective; used in response to *habari* greetings)
salama	safety, security, peace (used in greetings)
-sema	speak, say
sijambo	I'm fine (see grammar note 1)
tu	only, just, merely
wewe	you

2. Maneno ya Zoezi la Kusoma

basi	well, then, well then, etc.
-fundisha	teach
kufundisha	infinitive: to teach, (act of) teaching
anafundisha	s/he is teaching
haya	alright, o.k.
-itika	respond, affirm
kuitika	infinitive: to respond, (act of) responding
anaitika	s/he is responding
mmoja	one person (cf. -moja 'one' in Lesson 2)
mwingine	another person, other person
na	and (also 'by, with, etc.')
sana	very, very much, a lot
sasa	now
-sema	speak, say
kusema	infinitive: to speak, say
anasema	s/he is saying, speaking
wanasema	they are speaking, saying

Somo la Kwanza

-soma	read, study
kusoma	infinitive: to study, read
vizuri	very well, fine (adverb)
yeye	she, he

3. Maneno Maalum

Kiswahili	the Swahili language
msingi wa kusema,	a foundation for speaking,
kusoma, na kuandika	reading, and writing
somo la kwanza	first lesson
somo la pili	second lesson
somo la tatu	third lesson (see grammar note 4 in Lesson 2)
maamkio	greetings
baina ya watu wawili	between two people
mazungumzo	conversation, dialogue
mazungumzo ya kwanza	first conversation
mazungumzo ya pili	second conversation
mazungumzo ya tatu	third conversation
mazoezi	drills, exercises
zoezi	drill, exercise
zoezi la kwanza	first exercise
zoezi la pili	second exercise
zoezi la tatu	third exercise
zoezi la nne	fourth exercise
zoezi la tano	fifth exercise
zoezi la kusoma	reading exercise
habari za sarufi	grammar notes (lit. news about grammar)
zoezi la nyumbani	homework exercise
tafsiri kwa Kiswahili	translate into Swahili
jaza mistari	fill the blanks/lines
jibu maswali	answer the questions
kwa Kiswahili	by, in, into Swahili
msamiati	vocabulary
maneno ya mazungumzo	words in the conversation
na mazoezi	and the exercises
maneno ya zoezi	words in the
la kusoma	reading exercise
maneno maalum	special vocabulary

NB: The vocabulary in sections entitled *Maneno Maalum* provides glosses for the titles and headings used in the manual and other vocabulary that your teacher may use in conducting the class.

2
Somo la Pili

MAZUNGUMZO

Mazungumzo — Maamkio baina ya watu wengi

Mwalimu:	Hamjambo, wanafunzi
Wanafunzi:	Hatujambo, mwalimu.
Mwalimu:	Habari zenu?
Wanafunzi:	Habari nzuri sana.
Mwalimu:	Habari za masomo?
Wanafunzi:	Nzuri tu.
Mwalimu:	Asanteni.

MAZOEZI

1. Zoezi la kwanza

Mwalimu: Wanafunzi:

Semeni, *hamjambo.*   Hamjambo.
Semeni, *hatujambo.*   Hatujambo.
Semeni, *habari gani?*   Habari gani?
Semeni, *habari za masomo?*   Habari za masomo?
Semeni, *habari zako?*   Habari zako?
Semeni, *habari zenu?*   Habari zenu?
Semeni, *nzuri tu.*   Nzuri tu.
Semeni, *asanteni.*   Asanteni.

2. Zoezi la pili

Mwalimu: Wanafunzi:

Ninyi semeni, *hamjambo.*   Hamjambo.
Ninyi itikeni, hatujambo.   Hatujambo.

3. Zoezi la tatu

Mwalimu: Wanafunzi:

Hamjambo, wanafunzi?   Hatujambo, mwalimu.
Hujambo, bwana/bibi?   Sijambo, mwalimu.
Wewe hujambo, bibi/bwana?   Sijambo, mwalimu.
Ninyi hamjambo, wanafunzi?   Hatujambo, mwalimu.

4. Zoezi la nne

Wewe sema, *habari gani?*   Wewe itika, *nzuri.*
Wewe sema, *habari za asubuhi?*   Wewe itika, *nzuri sana.*
Wewe sema, *habari za masomo?*   Wewe itika, *salama.*

Ninyi semeni, *habari gani?*   Ninyi itikeni, *nzuri.*
Ninyi semeni, *habari za asubuhi?*   Ninyi itikeni, *nzuri sana.*
Ninyi semeni, *habari za masomo?*   Ninyi itikeni, *salama.*

5. Zoezi la tano

Mwalimu:	Juma, waamkie Adija na Saluma.
Juma:	Hamjambo, Adija na Saluma.
Adija na Saluma:	Hatujambo, Juma.
Mwalimu:	Juma, waamkie wanafunzi.
Juma:	Hamjambo, wanafunzi.
Wanafunzi:	Hatujambo, Juma.
Mwalimu:	Juma, mwamkie Adija.
Juma:	Hujambo, Adija.
Adija:	Sijambo, Juma.

MWALIMU NA WANAFUNZI

ZOEZI LA KUSOMA

Maamkio ya Asubuhi na Mchana

Ni asubuhi. Mwalimu na wanafunzi wanaamkiana. Mwalimu anasema, "Ninyi hamjambo?" Wanafunzi wanaitika, "Hatujambo, mwalimu. Mwalimu anauliza sasa, "Habari ganiza asubuhi?" Mwanafunzi mmoja anajaribu, "Nzuri sana," lakini mwingine anasema, "Nzuri tu." Na mwanafunzi wa tatu anaitika, "Salama, asante sana, mwalimu." Mwalimu anaitika, "Haya, wanafunzi, asenteni."

Ni mchana. Mwalimu na bibi mmoja wanaamkiana. Mwalimu anasema, "Hujambo, bibi." Bibi anaitika, "Sijambo sana, mwalimu, habari gani za mchana?" Mwalimu anajibu, "Mimi sijambo." Bibi anauliza, "Habari za wanafunzi wa Kiswahili?" "Habari nzuri sana," mwalimu anajibu.

HABARI ZA SARUFI

1. More on Jambo Greetings

- You say *hujambo* in greeting one person, but *hamjambo* in greeting more than one person. The answers to these are *sijambo* and *hatujambo* respectively.

- Second person forms of *jambo* greetings are conventionalized greetings comparable to the English initial greeting 'hello'. Other forms, which are listed with question marks, have question intonation because they are asking about someone's health or condition.

- Contrast the following. Both are second person forms. The first is a conventional greeting; the second with *wewe* 'you' is asking a question about one's condition.

Hujambo.	'Hello.'
Wewe hujambo?	'Are you well/how are you?'

2. More on Habari Greetings

- By using the pattern *habari za* _____ 'news of _____', one can ask about most anything:

Habari za mwalimu?	'How's the teacher?'
Habari za kufundisha?	'How's (the) teaching?'

- There are other variations involving the *habari* pattern:

Habari za asubuhi?	'How are things this morning?'
Habari gani?	'How are things?'
Habari gani za asubuhi?	'How are things this morning?'
Habari zako?	'How are you; lit. (what's) your news? (singular)'
Habari zenu?	'How are you; lit. (what's) your news? (plural)'

- Responses to *habari* questions vary, but *nzuri, nzuri tu, salama, salama sana, nzuri sana* and others are all appropriate.

- It is normally inappropriate or impolite in Swahili to answer greetings other than in a positive manner. Even if you are not feeling well the response is generally positive and only later do you explain your condition; for an example see Lesson 3 (*Somo la Tatu, Mazungumzo ya Tatu*).

3. More on Imperatives

- In Lesson 1 (*Somo la Kwanza*) we learned that a command given to one person is formed simply by using the verb stem:

Sema!	'Say! Speak!'	Jibu!	'Answer!'
Itika!	'Respond!'	Uliza!	'Ask!'

- In this lesson we see that if a command is given to more than one person, a plural form with a *-(e)ni* suffix is used:

Sem**eni**!	'Say! Speak!'	Jib**uni**!	'Answer!'
Itik**eni**!	'Respond!'	Uliz**eni**!	'Ask!'

When the suffix *-ni* is added to a verb stem which ends in *-a* (as most Swahili verbs do) the final *-a* of the verb changes to *-e*. The verb *-jibu* 'answer' ends in *-u* and therefore does not undergo this change. It may help you remember plural commands if you know that the suffix *-ni* is derived from the first syllable of *ninyi* 'you (plural)'.

- Swahili also follows this pattern in thanking one and more than one person:

    Asante! 'Thank you (singular)'   Asanteni! 'Thank you (plural)'

- In Lesson 1 (*Somo la Kwanza*) a specialized command form, *mwamkie* 'greet him/her', is used when requesting someone to greet one person; *waamkie* 'greet them' is used to request someone to greet more than one person:

Juma, mwamkie Adija!	'Juma, greet Adija!
Juma, waamkie Adija na Saluma.	'Juma, greet Adija and Saluma!'

4. The Associative Marker -a

- The forms *ya, wa, la, za, vya, cha* and others, all of which can be glossed by English 'of', differ in form depending on the *class of the noun* which they modify. These are part of the *noun class system* in Swahili wherein adjectives, demonstratives, possessives, and others agree with the nouns they modify. This system will be formally introduced in Lesson 14 (*Somo la Kumi na Nne*). The root *-a* will be studied in greater detail in Lesson 16 (*Somo la Kumi na Sita*). For now, it is enough to remember what the various forms mean and to learn them along with the nouns they modify in various contexts in the dialogues and readings.

5. Cardinal and Ordinal Numbers

- Swahili distinguishes cardinal numbers, as used in counting, and ordinal numbers, as used in designating the order of things; contrast page numbering and lesson headings in this manual:

Cardinals		Ordinals	
moja	'one'	somo la **kwanza**	'first lesson'
mbili	'two'	somo la **pili**	'second lesson'
tatu	'three'	somo la tatu	'third lesson'
nne	'four'	somo la nne	'fourth lesson'
tano	'five'	somo la tano	'fifth lesson'
sita	'six'	somo la sita	'sixth lesson'
saba	'seven'	somo la saba	'seventh lesson'
nane	'eight'	somo la nane	'eighth lesson'
tisa	'nine'	somo la tisa	'ninth lesson'
kumi	'ten'	somo la kumi	'tenth lesson'

- In most cases ordinals and cardinals are based on the same numbers, but there are two exceptions. The numerals in the first two ordinals are different from those in the cardinals. *Kwanza* is a form of *kuanza* 'to begin' and *pili* is an altered form of *mbili* 'two'.

- Ordinals are formed by using a form of the associative marker -*a* 'of' plus *kwanza, pili, tatu*, etc.:

mwanafunzi wa kwanza	'first student'
zoezi la kwanza	'first exercise'
ukurasa wa kwanza	'first page'

- A special word *mosi* meaning 'one' and a special form of the numeral 'two' is used in naming dates:

tarehe mosi Oktoba	'October 1st'
tarehe pili Oktoba	'October 2nd'

ZOEZI LA NYUMBANI

Tafsiri kwa Kiswahili
1. Hello, students, how are you?
2. We are just fine.
3. How are things?
4. Just fine.
5. How are your studies?

Jaza au jibu maswali kwa Kiswahili:
1. Habari gani? _____
2. Ninyi ____ jambo? _____ jambo.
3. Wewe ____ jambo? _____ jambo.
4. Habari ____ asubuhi. _____ sana.
5. _____ hamjambo? _____ jambo.

MSAMIATI

1. Maneno ya Mazungumzo na Mazoezi

asante	thanks, thank you (sg.)
asanteni	thanks, thank you (pl.)
habari zenu?	how are you; lit. (what is) your news (pl.)?
hamjambo	hello, how are you (pl.); see Grammar Note 1
hatujambo	we are fine; see Grammar Note 1
ninyi	you (pl.)
Saluma	woman's name
somo	lesson, reading
masomo	plural

tu	only, just, merely, quite
wengi	many (refers only to people)

2. Maneno ya Zoezi la Kusoma

-amkiana	greet one another (cf. *maamkio* 'greetings')
lakini	but
-jibu	answer (a question)
mimi	I
ni	is/are; it is/they are (*ni asubuhi* 'it's morning')
-uliza	ask (a question)

3. Maneno Maalum

Funga kitabu chako.	Close your book. (sg.)
Fungeni vitabu vyenu.	Close your books. (pl.)
Fungua kitabu chako.	Open your book. (sg.)
Fungueni vitabu vyenu.	Open your books. (pl.)
Ni tarehe gani?	What's the date?
Ni tarehe mosi, pili, tatu...	It's the first, second, third...
Sema tena, tafadhali.	Please repeat. (literally 'say (it) again, please.')
Sema kwa sauti.	Speak louder/loudly.
Sijui	I don't know.
Sikiliza.	Listen. (sg.)
Sikilizeni.	Listen. (pl.)

The sentences and words here, and others which can be added as students progress through the lessons, can be used by teachers and students in conducting the class as much as possible in Swahili.

3
Somo la Tatu

MAZUNGUMZO

Maamkio baina ya Watu Wawili juu ya Wengine

1. Mazungumzo ya kwanza — Yeye hajambo?

Mwalimu:	Hujambo, bwana/bibi/ndugu.
Mwanafunzi:	Sijambo, mwalimu.
Mwalimu:	Habari za mchana/asubuhi?
Mwanafunzi:	Nzuri/nzuri sana/salama.
Mwalimu:	Bwana Juma hajambo?
Mwanafunzi:	Ndiyo, mwalimu, yeye hajambo.

2. Mazungumzo ya pili — Wao hawajambo?

Mwalimu:	Hujambo, Mariamu.
Mwanafunzi:	Sijambo, mwalimu.
Mwalimu:	Habari za masomo?
Mwanafunzi:	Nzuri sana.
Mwalimu:	Je, mama na baba hawajambo?
Mwanafunzi:	Ndiyo, hawajambo sana.

3. Mazungumzo ya tatu — Yeye ni mgonjwa.

Mwanafunzi:	Mwalimu, habari zako, habari za jioni?
Mwalimu:	Habari nzuri sana.
Mwanafunzi:	Je, Katarina hajambo?
Mwalimu:	Yeye hajambo, lakini ni mgonjwa kidogo.

MAZOEZI

1. Zoezi la kwanza

Mwalimu:	Mwanafunzi:
Sema, *je, wewe hujambo?*	Je, wewe hujambo?
Sema, *je, ninyi hamjambo?*	Je, ninyi hamjambo?
Sema, *je, yeye hajambo?*	Je, yeye hajambo?
Sema, *je, wao hawajambo?*	Je, wao hawajambo?

2. Zoezi la pili

wewe	Hujambo.	*or*	Wewe hujambo?
ninyi	Hamjambo.		Ninyi hamjambo?
yeye	Hajambo?		Yeye hajambo?
wao	Hawajambo?		Wao hawajambo?
mama na baba	Hawajambo?		Mama na baba hawajambo?
wanafunzi	Hawajambo?		Wanafunzi hawajambo?

3. Zoezi la tatu

Mwalimu:	Mwanafunzi:
Hujambo.	Sijambo.
Hamjambo.	Hatujambo.
Hajambo?	Hajambo.
Hawajambo?	Hawajambo.
Wewe hujambo?	Sijambo.
Ninyi hamjambo?	Hatujambo.
Yeye hajambo?	Hajambo.
Wao hawajambo?	Hawajambo.
Mama na baba hawajambo?	Hawajambo.
Wanafunzi hawajambo?	Hawajambo.

4. Zoezi la nne

Mwalimu:	Mwanafunzi:
Habari gani?	Nzuri/nzuri sana/...
Habari za asubuhi?	Nzuri/nzuri sana/...
Habari za mchana?	Nzuri/nzuri sana/...

5. Zoezi la tano

Baba Ali	Baba Ali hajambo?	Hajambo, lakini yeye ni mgonjwa kidogo.
Mama Fatuma	Mama Fatuma hajambo?	Hajambo, lakini yeye ni mgonjwa kidogo.
Mama na baba	Mama na baba hawajambo?	Hawajambo, lakini wao ni wagonjwa kidogo.
wazee	Wazee hawajambo?	Hawajambo, lakini wao ni wagonjwa kidogo.

ZOEZI LA KUSOMA

Maamkio juu ya Wengine

Ni jioni. Baba Fatuma na Mama Ali wanaamkiana. Baba Fatuma anauliza, "Hujambo, Mama Ali, habari za jioni?" Mama Ali anajibu, "Salama, mzee, habari zako; habari za nyumbani?" Baba Fatuma anaitika, "Mimi sijambo, na wote nyumbani hawajambo sana; na ninyi, je, hamjambo?" Mama Ali anaitika, "Ndiyo, mimi sijambo, lakini Baba

Ali ni mgonjwa kidogo tu. Na mtoto wako, je, yeye hajambo?" Baba Fatuma anasema,

"Ndiyo, yeye hajambo sana; na, watoto wako, je, hawajambo?" Baba Fatuma anaitika,

"Ndiyo, hawajambo sana."

Maswali

1. Swali la kwanza: Je, Baba Ali hajambo?
2. Swali la pili: Je, Baba Juma na wote nyumbani hawajambo?
3. Swali la tatu: Je, Mama Ali hajambo?
4. Swali la nne: Je, mtoto hajambo?
5. Swali la tano: Je, watoto hawajambo?

HABARI ZA SARUFI

1. More on Jambo Greetings

- In asking about how someone else is, use *hajambo?* 's/he is well, isn't s/he?', and if you are asking about the welfare of more than one person, use *hawajambo?* 'they are well, aren't they?' *Hajambo* and *hawajambo*, respectively, are the proper responses.

2. The Possessives Zako and Wako

- The possessive forms *zako* and *wako*, both meaning 'your' or 'yours', differ in form because the words they modify belong to different noun classes. *Habari zako* literally means 'your news'. More will be said about possessives in Lesson 14.

3. The Question Indicator, je

- The form je, used at the beginning of questions, signals that a question is being asked (usually "yes-no" questions as in *Zoezi la Kwanza*). It is also used after pronouns, such as *wewe*, *ninyi*, *yeye*, *wao*, and others, and can be translated as 'what about':

Je, Ndugu Ali ni mgonjwa?   Is Ndugu Ali sick?
Na ninyi **je**, hamjambo?   'And what about you, are you well?'

4. Yes-No Questions

- While yes-no questions do not differ in word order from their corresponding statements, they do have a different intonation. Listen to your teacher's pronunciation:

Baba Ali hajambo? (Question - rising intonation)   'Is Baba A. well?'
Baba Ali hajambo. (Statement - falling intonation)   'Baba A. is well.'

- There are at least two intonation patterns for questions in Swahili, one used in reading questions or in emphatic contexts, another in non-emphatic or normal contexts.

5. Baba Fatuma and Mama Ali

- *Baba Fatuma* and *Mama Ali* actually mean 'Father of Fatuma' and 'Mother of Ali', respectively. *Fatuma* and *Ali* are the names of their eldest children. These are respectful ways of addressing both men and women who have children.

6. Nouns and Adjectives in Swahili

• As you have probably already observed, nouns and adjectives in Swahili, for the most part, have singular and plural forms that are usually distinguished by a difference in the form of a prefix on the noun. Thus 'child' is *mtoto* and 'children' are *watoto*; 'lesson' is *somo* and 'lessons' is *masomo*; 'sick' or 'sick person' is *mgonjwa* and 'sick (pl.)' or 'sick persons' is *wagonjwa*. These singular and plural forms fall into distinct patterns, or noun classes, which will be the subject of future lessons. For an overview, refer to Lesson 14 (*Somo la Kumi na Nne*). When you learn a new noun, it is a good idea to learn both the singular and plural forms together. Also, if you look up a noun in a dictionary you'll usually have to look for it in its singular form.

ZOEZI LA NYUMBANI

Tafsiri

1. Is the teacher fine?/The teacher is fine, isn't he?
2. Are the students well?/The students are well, aren't they?
3. How are things this evening?
4. How's the homework?
5. Everyone at home is fine, but father is a bit ill.

Jaza na Tafsiri

1. Mimi _____ jambo.
2. Yeye _____ jambo.
3. Wao _____ jambo.
4. Wazee _____ jambo.
5. Watoto _____ jambo.
6. Mama ni _____ gonjwa.
7. Ninyi _____ jambo.
8. Wewe _____ jambo.
9. Juma na Mariamu _____ jambo.
10. Mzee na wanafunzi _____ jambo.
11. _____ _____ jioni? _____.
12. Mama na baba ni _____ gonjwa.

MSAMIATI

1. Maneno ya Mazungumzo na Mazoezi

baba	father
hajambo	is s/he well? (see Grammar Note 1)
hawajambo	are they well? (see Grammar Note 1)
je	question particle (see Grammar Note 3)
juu ya	about, concerning, on
lakini	but
mama	mother
mgonjwa	sick (adjective), sick person
wagonjwa	plural
jioni	evening (about 4 p.m. to 7 p.m.)
kidogo	a little bit, somewhat, a little (adverb)
mimi	I, me
wewe	you
yeye	she, he; her, him
sisi	we, us
ninyi	you (pl.)
wao	they, them

2. Maneno ya Zoezi la Kusoma

habari zako	how are you (lit. 'your news')
jioni	evening
mtoto	child
watoto	plural
mzee	old person, elder (also respectful terms of address)
wazee	plural
ndiyo	yes (lit. 'it is so')
ndio	alternate spelling of *ndiyo*
nyumba	home, house (sg. and pl.)
nyumbani	at home (also 'in, at, on, etc. the house')
swali	question
maswali	plural
wako	your, yours (see Grammar Note 3)
wengine	others, some (refers only to people)
zako	your, yours (see Grammar Note 3)

MAMA MZEE

FATUMA NA MARIAMU

4
Somo la Nne

MAZUNGUMZO

Kubisha hodi, na kuagana

1. Mazungumzo ya kwanza — Kwa heri!

Mwanafunzi:	Hodi, hodi!
Mwalimu:	Karibu, bwana/bibi/ndugu!
Mwanafunzi:	Shikamoo, mwalimu.
Mwalimu:	Marahaba, mwanafunzi.
Mwanafunzi:	Habari zako, mwalimu?
Mwalimu:	Salama sana.

Baada ya kuzungumza kidogo juu ya ndugu nyumbani:

Mwanafunzi:	Kwa heri, mwalimu!
Mwalimu:	Kwa heri ya kuonana!

2. Mazungumzo ya pili — Kwa herini!

Wanafunzi:	Hodi!
Mwalimu:	Karibuni!...Hamjambo!
Wanafunzi:	Hatujambo.

Baada ya kuzungumza sana:

Wanafunzi:	Kwa heri, mwalimu.
Mwalimu:	Kwa herini, wanafunzi.

3. Mazungumzo ya tatu — Mtu ni nani?

Mwanafunzi wa kwanza:	Je, nani ni mwalimu wa Kiswahili?
Mwanafunzi wa pili:	Mwalimu Deo ni mwalimu.
Mwanafunzi wa kwanza:	Je, dada, yeye ni mkali?
Mwanafunzi wa pili:	Hapana (La), yeye si mkali.
Mwanafunzi wa kwanza:	Je, yeye ni mzee?
Mwanafunzi wa pili:	Hapana, si mzee, yeye ni kijana.

MAZOEZI

1. Zoezi la kwanza

Mwalimu:	Wanafunzi:
Sema, *hodi!*	Hodi!
Sema, *karibu!*	Karibu!
Sema, *kwa heri!*.	Kwa heri!
Sema, *kwa herini!*	Kwa herini!
Sema, *karibuni.*	Karibuni!
Sema, *shikamoo!*	Shikamoo!

2. Zoezi la pili

bwana	Karibu, bwana.
dada	Karibu, dada.
ndugu	Karibu, ndugu.
mzee	Karibu, mzee.

3. Zoezi la tatu

walimu	Karibuni, walimu
wazee	Karibuni, wazee.
wanafunzi	Karibuni, wanafunzi.
Juma na Mariamu	Karibuni, Juma na Mariamu.

4. Zoezi la nne

mzee	Kwa heri (ya kuonana), mzee.
wazee	Kwa herini (ya kuonana), wazee.
mwalimu	Kwa heri (ya kuonana), mwalimu.
walimu	Kwa herini (ya kuonana), walimu.

5. Zoezi la tano

mkali	Je, mwalimu ni mkali.	Hapana, yeye si mkali.
mzuri	Je, mwalimu ni mzuri.	Hapana, yeye si mzuri.
kijana	Je, mwalimu ni kijana.	Hapana, yeye si kijana.
mzee	Je, mwalimu ni mzee.	Hapana, yeye si mzee.

6. Zoezi la sita

mzee	Nani ni mzee?	Hamisi ni mzee.
kijana	Nani ni kijana?	Hamisi ni kijana.
mwalimu	Nani ni mwalimu?	Hamisi ni mwalimu.
mkali	Nani ni mkali?	Hamisi ni mkali.

ZOEZI LA KUSOMA

Kubisha Hodi na Kusema Kwa Heri

Juma ni mwalimu wa Kiswahili. Mariamu ni mwanafunzi wa Kiswahili. Sasa Mariamu anabisha hodi, anasema, "Hodi, hodi!" Mwalimu anajibu, "Karibu, dada." Mariamu

na mwalimu wanaamkiana. Mariamu ni mtoto, na Juma ni mzee; basi, Mariamu anasema, "Shikamoo, mwalimu." Mwalimu anaitika, "Marahaba." Baada ya kuamkiana, wana-
after they greet each
zungumza kidogo juu ya masomo ya Kiswahili: zoezi la nyumbani, na mazungumzo ya
studies   *hw*
kwanza, na msamiati, na maamkio ya somo la pili. Basi, baada ya kuzungumza kwa
vocab   *greetings*   *so*   *after*
muda kidogo, wanaagana sasa na wanasema kwa heri. Mariamu anasema, "Kwa heri,
time little   *they say bye*   *say*   *goodbye*
mwalimu." Mariamu anaitika, "Kwa heri, dada."

Maswali

1. Je, Juma ni mwanafunzi, au mwalimu? *Juma ni mwalimu*
2. Je, Mariamu ni mwanafunzi, au mwalimu? *Mariamu ni mwanafunzi*
3. Juma ni mwalimu wa Kiswahili? *Juma ni mwalimu wa Kiswahili*
4. Mariamu ni mtoto na anasema "Shikamoo"?
5. Juma ni mzee?

HABARI ZA SARUFI

1. Hodi!

- The word *hodi* has no exact equivalent in English. It is used to announce one's arrival when approaching another's home, or upon knocking on the door. People will simply stand outside the house calling *hodi,* and will not enter until they have been invited in. The response to *hodi* is *karibu* 'come in/near, welcome'.

2. Plural Forms of Kwa Heri and Karibu

- Use the suffix *-ni* to form the plural of *kwa heri* and *karibu*. Plural forms are used in addressing more than one person (see Lesson 2, note 3):

Singular	*Plural*	
Kwa heri!	Kwa heri**ni**!	'Goodbye'!
Karibu!	Karibu**ni**!	'Welcome!'
Asante!	Asante**ni**!	'Thank you!'

3. Shikamoo

- *Shikamoo* is a respectful greeting used by younger people to older people. The older person responds by saying *marahaba*. One etymology that has been suggested for *shikamoo* is that it means '(I) take your feet' where *moo* comes from *miguu* 'feet'.

4. Baada ya

- The form *baada ya* 'after' is only used with the infinitive form of the verb; it cannot be used with a verb form that has subject or tense prefixes; the translation can vary depending on context, that is, on what the subject of the main clause is, thus:

baada ya (wao) **ku**agana   'after saying goodbye, after (they) said goodbye'

baada ya (yeye) **ku**zungumza   'after talking, after (he) talked'

5. Ni and Si

- Swahili uses the verbs *ni* and *si* to express English 'is, are' and 'is not, are not' respectively:

    Jabari **ni** mwalimu mkali; yeye **si** kijana, ni mzee.

    'Jabari **is** a strict teacher; he **is not** young, he's old.'

6. Reciprocal Verbs

- Swahili has ways of modifying the meanings of verbs by changing their endings. One such common verbal pattern is the "reciprocal verb form" which entails performing an action that affects both speaker and hearer. For now it is enough to recognize the pattern; the few examples we have seen so far are:

-onana	'see each other'	(< -ona 'see')
-amkiana	'greet each other'	(< -amkia 'greet')
-agana	'say goodbye to each other'	(< -aga 'take leave')

ZOEZI LA NYUMBANI

Tafsiri

1. Goodbye, Ali.
2. Goodbye, students.
3. Come in, Fatuma.
4. Come in, Fatuma and Mariamu.
5. Sarah is young, she is not old.

Jaza

1. _____!   Marahaba!
2. Kwa _____ , Fatuma.
3. Kwa _____ , watoto.
4. Karibuni, _____ toto.
5. Kwa heri, ____ toto.
6. Kwa heri _____ kuonana.
7. Shikamoo, _____ zee! _____, mtoto.
8. Karibu, ____ toto.
9. Karibu ____, watoto.
10. Hapana, yeye ____ mzee; ni kijana.

MSAMIATI

1. Maneno ya Mazungumzo na Mazoezi

-agana	say goodbye to each other, take leave of one another
baada ya	after (see Grammar Note 4)
baina ya	between, among
-bisha hodi	call *hodi* to seek entrance (see Grammar Note 1)
dada	elder sister, but also 'sister' in general
hapana	no (also see *la*)
heri	happiness, blessedness, good fortune, etc.
hodi	see Grammar Note 1

-kali	strict, hard, tough, sharp, etc. (see *mkali*)
karibu	come in, welcome (lit. 'near'; see Grammar Note 1)
kijana	youth, young person
vijana	plural
kwa	with, by, to, for, etc. (The many meanings and uses of *kwa* should be learned in context.)
kwa heri ya kuonana	goodbye until we see each other again
la	no (see *hapana*; *la* is borrowed from Arabic)
marahaba	response to *shikamoo* (see Grammar Note 3)
mkali	strict, hard, tough person
wakali	plural
mzuri	good (person) (cf. *nzuri* 'good' as used in greetings)
wazuri	plural
nani?	who?
nyumbani	at home, at the house
-onana	see one another
shikamoo	greeting for elders and superiors (see Grammar Note 3)
si	is not, are not (this is the negative of *ni* 'is, are')
-zungumza	converse, chat (cf. *mazungumzo* 'conversation, dialogue')

2. Maneno ya Zoezi la Kusoma

amkio	greeting (cf. *-amkiana* 'greet one another')
maamkio	plural
au	or
kwa muda	for a period of time
msamiati	vocabulary
misamiati	plural
muda	period of time
zoezi	exercise
mazoezi	plural

ADIJA

5
Somo la Tano

MAZUNGUMZO

1. Mazungumzo ya kwanza — Kuuliza majina.

Mwalimu:	Hujambo, mzee.
Mzee:	Sijambo, bwana/mwalimu.
Mwalimu:	Habari za asubuhi?
Mzee:	Salama tu, na wewe je?
Mwalimu:	Mimi mzima, asante.
Mzee:	Jina lako (ni) nani, mwalimu?
Mwalimu:	Jina langu (ni) Juma Ali.
Mzee:	Asante, mwalimu.

2. Mazungumzo ya pili — Kuzungumza juu ya mwalimu

Mtoto:	Shikamoo, mzee!
Mzee:	Marahaba, mtoto; je, yeye ni nani?
Mtoto:	Yeye ni mwalimu.
Mzee:	Jina lake (ni) nani?
Mtoto:	Jina lake (ni) Abdul Ali.
Mzee:	Jina la mwalimu ni Abdul Ali?
Mtoto:	Ndiyo mzee, ni Bwana Abdul Ali.

MAZOEZI

1. Zoezi la kwanza

Mwalimu: Wanafunzi:

Semeni, *jina langu.*	Jina langu.
Semeni, *jina lako.*	Jina lako.
Semeni, *jina lake.*	Jina lake.
Semeni, *jina la mzee.*	Jina la mzee.
Semeni, *yeye ni nani?*	Yeye ni nani?
Semeni, *jina lako ni nani?*	Jina lako ni nani?
Semeni, *jina lake ni nani?*	Jina lake ni nani?

Somo la Tano

2. Zoezi la pili

Mwalimu:
Wewe uliza, *jina lako (ni) nani?*
Wewe jibu, *jina langu (ni)* _____ .

Wewe uliza, *jina lake (ni) nani?*
Wewe jibu, *jina lake (ni)* _____ .

3. Zoezi la tatu

lako	Jina lako ni nani?	Jina langu ni _____ .
langu	Jina langu ni nani?	Jina lako ni Mwalimu _____ .
lake	Jina lake ni nani?	Jina lake ni _____ .
la mzee	Jina la mzee ni nani?	Jina la mzee ni _____ .

4. Zoezi la nne

yeye	Yeye ni nani?	Yeye ni _____ (mzee, mtoto, etc.).
wewe	Wewe ni nani?	Mimi ni _____ .
mimi	Mimi ni nani?	Wewe ni _____ .
wao	Wao ni nani?	Wao ni _____ .

5. Zoezi la tano

asubuhi	Habari za asubuhi? Salama tu, na wewe je? Mimi mzima.
jioni	Habari za jioni? Salama tu, na wewe je? Mimi mzima.
mchana	Habari za mchana? Salama tu, na wewe je? Mimi mzima.

ZOEZI LA KUSOMA

Jina la Mwalimu

Mzee Juma na mtoto mmoja wa shule wanaamkiana na kuzungumza juu ya mgeni.

Mtoto anasema, "Shikamoo, mzee, u hali gani?" Mzee anaitika, "Mimi mzima, asante; wote nyumbani hawajambo?" "Ndiyo, wote hawajambo," anajibu mtoto, "kuna mgeni nyumbani sasa." Basi, mzee anauliza sasa, "Je, mgeni ni nani? Yeye ni mtu wa Mombasa?" Mtoto anajibu, "Hapana, yeye ni mwalimu wa Chuo cha Elimu ya Watu Wazima cha Dar es Salaam; anafundisha huko." Mzee anauliza sasa, "Je, jina lake ni nani?"

"Jina lake ni Abdul Ali," mtoto anajibu. Basi, baada ya kuzungumza kidogo juu ya mwalimu, wanaagana na kusema kwa heri.

[handwritten annotations: elder/respected; child; greeting other / reach each; talking about guests; how are you; good; all home everyone good?; replies; There is guest; now so; who he/she is from; college education; far; About; Kule=near; huku=far; hapa=here; bit favoll and; su-/ goodbye; Elimu = education; Watu Wazima—Adults]

Maswali

1. Je, mgeni ni mtu wa Mombasa? Hapuna, ~~yeye~~ ni mgeni si mtu wa Mombasa
2. Mgeni ni nani? Mgeni ni ~~Abdul~~ Ali mwalimu wa chuo cha Elimu ya watu Wazima
3. Jina lake ni nani? Jina lake ni Abdul Ali
4. Jina la mzee ni nani? Jina la mzee ~~ni~~ ni Juma
5. Jina la mwalimu ni nani?

HABARI ZA SARUFI

1. Mzee na Mwalimu

• The terms *mzee* and *mwalimu* are frequently used as polite titles of address: *Mzee* Jomo Kenyatta, first president of Kenya, and *Mwalimu* Julius Nyerere, first president of Tanzania.

2. Jina lako (ni) nani?

- In asking for someone's name in Swahili, you are literally asking 'Name yours is *who?* Not, as in English, '*What* is your name?'

- Note the position of the possessive (*langu, lako, lake,* etc.). It follows the noun it modifies (compare *habari zako* 'how are you', lit. 'news yours'. This is a general rule in Swahili: modifiers follow the nouns they modify.

- Note that *ni* 'is, are' is optional in asking for one's name.

      Jina lako nani?   or   Jina lako ni nani?

ZOEZI LA NYUMBANI

Tafsiri

1. The guest's name is Juma Hasani.
2. What's his name?
3. Is the teacher's name Ali Juma?
4. Who is she?
5. She is a student, her name is Fatuma.

Jaza

1. Jina _____ mwalimu _____ Adija.
2. Jina _____ ko ni nani?
3. Yeye ni mwalimu. Jina _____ Saluma.
4. Yeye ni mwalimu _____ Kiswahili _____ Chuo cha Elimu _____ Mombasa.
5. Baada _____ kuzungumza kidogo, wanaagana.
6. Yeye _____ mtu _____ Mombasa.

MSAMIATI

1. Maneno ya Mazungumzo na Mazoezi

jina	name
majina	plural
lako	your, yours (this form with *l-* is only used with nouns such as *jina*, but not with *mtoto* or *chuo*; cf. *habari zako*)
lake	his, her, hers (only used with nouns such as *jina*)
langu	my, mine (only used with nouns such as *jina*)
mzima	healthy, good condition, fine, well; adult, full grown
wazima	plural

2. Maneno ya Zoezi la Kusoma

cha	of (see Lesson 2, Note 4)
chuo	school (traditionally a Koranic school), college
vyuo	plural
elimu	education (sg. and pl.)
gani?	what sort, what kind of
hali	condition, situation
huko	there (at a place mentioned previously)

mgeni	guest, stranger
wageni	plural
mtu	person
watu	plural ('persons, people')
mtu mzima	adult
watu wazima	plural
shule or *skuli*	school (*shule* from German; *skuli* from English tends to be used and heard in Kenya)
u hali gani?	a greeting: 'how are you, what's your condition'? (*u* 'you' is a special use of the second person singular subject prefix). The response is often *mzima* 'fine, well'.

3. Maneno Maalum

mtoto	child
watoto	plural
kijana	youth, young person
vijana	plural
msichana	girl
wasichana	plural
mvulana	boy
wavulana	plural
mwanamke	woman
(*mwana + mke*)	
wanawake	plural
(*wana + wake*)	
mwanamume	man
(*mwana + mume*)	
wanaume	plural
(*wana + ume*)	

BABA MZEE

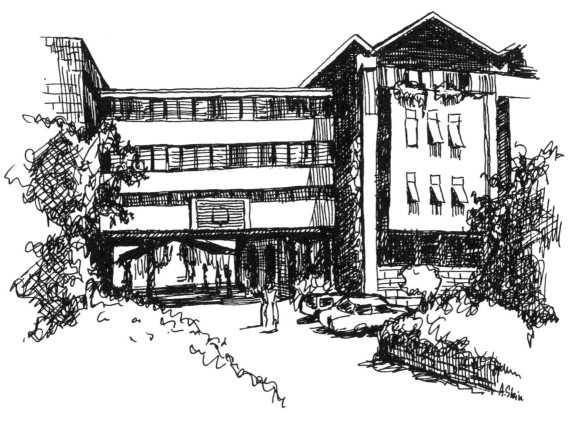

CHUO KIKUU CHA NAIROBI

6
Somo la Sita

MAZUNGUMZO

1. Mazungumzo ya kwanza — Kutoka wapi?

Mwalimu:	Wewe unatoka wapi?.
Mwanafunzi:	Ninatoka jimbo la New York.
Mwalimu:	Unakaa wapi sasa?
Mwanafunzi:	Ninakaa katika bweni; na wewe, je, unakaa wapi?
Mwalimu:	Ninakaa West Los Angeles.
Mwanafunzi:	Njia gani? *au* Mtaa gani?
Mwalimu:	Njia ya Wilshire. *au* Mtaa wa Wilshire.

2. Mazungumzo ya pili — Kusoma wapi?

Juma:	Unasoma wapi sasa?
Adija:	Sasa ninasoma (katika) UCLA (Chuo Kikuu cha California, Los Angeles)
Juma:	Unasoma masomo gani/unasoma nini?
Adija:	Ninasoma Kiswahili na isimu ya lugha.
Juma:	Na Bill, je, anasoma Kiswahili sasa?
Adija:	Ndiyo, anasoma Kiswahili pia.
Juma:	Nani anafundisha Kiswahili?
Adija	Mwalimu Tomasi na Mwalimu Sarah.
Juma:	Kwa nini unasoma Kiswahili?
Adija:	Ninataka kusafiri Tanzania kufanya utafiti.

MAZOEZI

1. Zoezi la kwanza

mimi	(Mimi) ninatoka Tanzania.	sisi	(Sisi) tunatoka Tanzania.
wewe	(Wewe) unatoka Tanzania.	ninyi	(Ninyi) mnatoka Tanzania.
yeye	(Yeye) anatoka Tanzania.	wao	(Wao) wanatoka Tanzania.

2. Zoezi la pili

wewe	(Wewe) unatoka wapi?	Ninatoka jimbo la Ohio.
yeye	(Yeye) anatoka wapi?	Anatoka jimbo la _____.
mwalimu	Mwalimu anatoka wapi?	Anatoka jimbo la _____.

Somo la Sita

ninyi	(Ninyi) mnatoka wapi?	Tunatoka jimbo la _____.
wao	(Wao) wanatoka wapi?	Wanatoka jimbo la _____.
walimu	Walimu wanatoka wapi?	Wanatoka jimbo la _____.

3. Zoezi la tatu

-toka	Unatoka wapi?	Ninatoka _____.
-kaa	Unakaa wapi?	Ninakaa _____.
-soma	Unasoma wapi?	Ninasoma _____.
-fundisha	Unafundisha wapi?	Ninafundisha _____.

4. Zoezi la nne

yeye (Swahili)	Anasoma lugha gani?	Anasoma Kiswahili.
wewe (French)	Unasoma lugha gani?	Ninasoma Kifaransa.
wao (Arabic)	Wanasoma lugha gani?	Wao wanasoma Kiarabu.
Idi (Chinese)	Idi anasoma lugha gani?	Anasoma Kichina.
ninyi (English)	Mnasoma lugha gani?	Tunasoma Kiingereza.
Idi na Juma (German)	Idi na Juma wanasoma lugha gani?	Wanasoma Kijerumani.

5. Zoezi la tano

masomo gani?	Unasoma masomo gani?
nini?	Unasoma nini?
wapi?	Unasoma wapi?
kwa nini?	Kwa nini unasoma?

6. Zoezi la sita

-fundisha	Nani anafundisha Kiswahili?
-toka jimbo la ...	Nani anatoka jimbo la ...?
-kaa njia ya ...	Nani anakaa njia la ...?

ZOEZI LA KUSOMA

Kutoka Wapi na Kukaa Wapi?

Bi. Sarah ni mwalimu wa Kiswahili. Yeye anatoka Mombasa, lakini sasa anakaa katika mji wa Los Angeles, njia ya Hilts. Anafundisha Kiswahili hapa Amerika na pia anasoma isimu ya lugha katika chuo kikuu. Baada ya kupata digri (shahada) yake anataka kurudi Kenya na kufundisha isimu ya lugha huko Kenya katika Chuo Kikuu cha Nairobi.

Mwalimu Tom ni mwalimu wa isimu ya lugha; anafundisha Kiswahili pia. Yeye anatoka

wife

mji wa Pittsburgh, jimbo la Pennsylvania. Mke wake anatoka jimbo la Michigan; sasa

yeye na mume wake na watoto wao wanakaa Los Angeles. Yeye anafanya kazi katika
husband   children their

maabara ya hospitali ya UCLA.

lab

SOMO LA SITA

MIMI NINATOKA TANZANIA
WEWE UNATOKA KENYA
YEYE
SISI

A. Stein

Maswali

1. Nani anatoka Mombasa? Bi Sarah anatoka Mombasi
2. Bi. Sarah anafundisha lugha gani?
3. Kwa nini anasoma isimu ya lugha?
4. Anasoma nini?
5. Mke wa Mwalimu Tom anafanya kazi wapi?

HABARI ZA SARUFI

1. The Swahili Verb and Present Tense

• The Swahili verb typically consists of a *subject pronominal prefix*, a *tense marker*, and a *verb stem*. There are other elements of verbal formation which will be studied in future lessons. Study the following:

ni-na-toka	'I come from/I am coming from'
ni-	This is the *subject prefix* identifying the subject of the verb as first person singular 'I'.
-na-	This is the *tense/aspect marker* indicating *Present Time* (note the translation of the sample.
-toka	This is the *verb stem* with the English gloss 'come from'.

- In the typical case, the verb in Swahili is marked by a prefix which identifies the subject; there is a different prefix for the various persons:

ni-	'I'	first person singular
u-	'you'	second person singular
a-	'she, he'	third person singular
tu-	'we'	first person plural
m-	'you'	second person plural
wa-	'they'	third person plural

- Swahili does not make masculine and feminine gender distinctions, thus *a-* is 'she' or 'he' depending on context. But the language *does* distinguish between 'you sg.' and 'you pl.' which English does not.

- When subjects of verbs are identified by the use of a noun (e.g., *mwalimu, mzee,* etc.) or by the independent pronouns (*mimi, wewe, yeye, sisi, ninyi,* and *wao*), the verb must still be subject marked. This is known as *agreement* or *concord*:

Mzee **a**-na-toka Nairobi.　　　　'The elder comes from Nairobi.'

Elder **he**-PRESENT-come+from Nairobi.

Wanafunzi **wa**-na-toka Los Angeles.　　'The students come from L.A.

students **they**-PRESENT-come+from L.A.

Mimi **ni**-na-toka Jimbo la California.　　'I come from the State of California.'

I **I**-PRESENT-come+from state of California

- The typical Swahili verb is marked with a prefix which indicates the time of the verbal process or some aspect of the action, i.e., whether going on, complete, incomplete, and so on. In this lesson, the marker *-na-* is introduced. It is approximately equivalent to the present tense in English. Thus, for example, *ninafundisha,* depending on context, can be equivalent to English 'I am teaching' (*Present Progressive*) or 'I teach' (*Simple Present*).

2. The Function of the Independent Pronouns

- Contrast the two sentences below:

Ninatoka Kenya	'I come from Kenya.'
Mimi ninatoka Kenya	'**I** (emphatic) come from Kenya.' '**As for me**, I come from Kenya.'

- In Swahili, the independent pronouns *mimi, wewe, yeye, sisi, ninyi,* and *wao* are used in various discourse contexts for several purposes. One such function is to mark *emphasis*, as in the above example. Another use is *focusing* attention on the subject as distinct from other subjects. In other contexts, they are used to *identify subjects* where no other subject marking is possible:

Yeye ni nani?　　'Who is **she**?'

Yeye ni mwalimu.　'**She** is a teacher.'

3. Names of Languages

- Names of languages are all marked with the prefix *ki-*:

Kiswahili	'Swahili'	Kifaransa	'French'
Kiingereza	'English'	Kireno	'Portuguese'
Kirusi	'Russian'	Kiarabu	'Arabic'
Kichina	'Chinese'	Kijerumani	'German'
Kizulu	'Zulu'	Kiyoruba	'Yoruba'

4. Names of Places and Prepositions

- In Swahili, prepositions that are generally used to express location (e.g., in, at, on, and to) are not used with proper names; contrast the following:

Ninafundisha **katika** chuo kikuu.   'I teach **in/at** the university.'
Ninafundisha Chuo Kikuu cha Ohio.   'I teach **at** the University of Ohio.'
Yeye anakaa Nairobi.   'She lives **in** Nairobi.'

5. Question Words

- Questions in Swahili can be indicated by the particle *je* (see Lesson 3, Grammar Note 3), by intonation (see Lesson 3, Grammar Note 4), and by using question words, such as *wapi, gani, nini, nani, kwa nini* and others. Their position in the sentence is usually determined by the sentence constituent being questioned; carefully compare the following question-and-answer pairs and note the position of the question word in the question and the position of the questioned constituent in the answer:

Anatoka **wapi**?   Anatoka **Dar es Salaam**.
'Where does he come from?'   'He comes from Dar es Salaam.'

Unasoma masomo **gani**?   Ninasoma **Kiswahili na bayolojia**.
'What kind of studies are you studying?'   'I'm studying Swahili and biology.'

Wanafundisha **nini**?   Wanafundisha **Kiswahili**.
'What are they teaching?'   'They are teaching Swahili.'

Jina la mwalimu ni **nani**?   Jina lake ni **Angaluki**.
'What is the teacher's name?'   'His name is Angaluki.'

Nani anafundisha Kiswahili sasa?   **Mwalimu Angaluki** anafundisha.
'Who's teaching Swahili now?'   'Mwalimu Angaluki is teaching.'

- However, note that *kwa nini?* usually comes first in the sentence:

Kwa nini unasoma Kiswahili?   Ninataka kwenda Afrika.
Why are you studying Swahili?   'I want to go to Africa.'

ZOEZI LA NYUMBANI

Tafsiri

1. Do you live in Dar es Salaam?
2. What are you studying?
3. What language are you studying?
4. We (emphatic) want to study Swahili.
5. Who teaches Swahili at UCLA?

Somo la Sita

Jaza na Tafsiri

1. Sisi _____ natoka Mombasa.
2. Ninyi _____ nakaa wapi?
3. Wao _____ nasoma Kiswahili.
4. Wazee _____ naamkiana.
5. Mimi _____ nataka kusoma Kiswahili.
6. Yeye _____ nafundisha.
7. Wazee wa _____ fundisha.
8. Ninyi mnatoka Los Angeles? Ndiyo, _____
9. Sisi tunatoka Los Angeles? Ndiyo, _____
10. Mimi na yeye _____ nafundisha Kiswahili.

MSAMIATI

1. Maneno ya Mazungumzo na Mazoezi

bweni	dormitory
mabweni	plural
chuo kikuu	university
vyuo vikuu	plural
-fundisha	teach
gani?	what sort, what kind?
isimu ya lugha	linguistics
-kaa	live, reside; stay, remain; sit
kwa nini?	why?
lugha	language (sg. and pl.)
maabara	laboratory (sg. and pl.)
mtaa	street, section/quarter of town, neighborhood
mitaa	plural
nani?	who?
nini?	what?
njia	road, street, path (sg. and pl.)
-safiri	travel (cf. safari 'trip, journey')
-soma	study, read
somo	lesson, study
masomo	plural
-taka	want, desire
-toka	come from
utafiti	research

2. Maneno ya Zoezi la Kusoma

digri	degree (from English; sg. and pl.)
-fanya	do, make
-fanya kazi	work, do work
hapa	here
hospitali	hospital
katika	in, on
mji	town, city (in some contexts 'homestead')
miji	plural

mke	wife (see *mwanamke* 'woman')
wake	plural (see *wanawake* 'women')
mume	husband (see *mwanamume* 'man')
waume	plural (see *wanaume* 'men')
-pata	get, obtain
pia	also
-rudi	return
shahada	degree (from Arabic; sg. and pl.)
wao	they

3. Maneno Maalum (Academic Subjects)

African studies	masomo ya Kiafrika	linguistics	isimu (ya lugha)
		literature	fasihi
archeology	akiolojia, elimukale	management	uongozi, manejimenti
architecture	usanifu majengo	mathematics	hesabu
biology	bayolojia	medicine	uganga, udaktari
botany	botania	meteorology	meterolojia
business	biashara	music	muziki
chemistry	kemia	nutrition	lishe
communication studies	elimu ya mawasiliano	pediatrics	matibabu ya watoto
computer science	elimu ya kompyuta	philosophy	falsafa
		physics	fizikia
developmental studies	masomo ya maendeleo	plant science	sayansi ya mimea
economics	uchumi	political science	elimu ya siasa
education	elimu	psychology	saikolojia
engineering	uhandisi	religion	dini
environmental science	elimu ya hali ya mazingira	science	sayansi
		social science	sayansi ya jamii
finance	elimu ya usimamizi wa fedha	surgery	upasuaji
		theater arts	sanaa za maonyesho
fine arts	sanaa		
geography	jiografia	urban planning	mipango (ya) miji
geology	jiolojia		
history	historia	women's studies	masomo ya wanawake
law	sheria		
library science	elimu ya maktaba		

Note that some of these words for academic subjects are expressed by using *elimu* or *masomo*. Others not listed with either *elimu* or *masomo* could optionally be expressed using these words: *elimu ya biashara, elimu ya dini, masomo ya dini, elimu ya uhandisi,* etc.

MOMBASA

7
Somo la Saba

MAZUNGUMZO

1. Mazungumzo ya kwanza — Mzaliwa wa wapi?

Mwalimu:	Habari zenu, wanafunzi?
Mwanafunzi:	Habari nzuri, mwalimu.
Mwalimu:	Ninyi nyote hamjambo?
Mwanafunzi:	Ndiyo, sisi sote hatujambo.
Mwalimu:	Je, Mwalimu Sarah ni Mwamerika (*au* Mmarekani)?
Mwanafunzi:	Hapana, yeye si Mwamerika, ni Mkenya.
Mwalimu:	Yeye ni mzaliwa wa wapi?
Mwanafunzi:	Yeye ni mzaliwa wa Mombasa, Kenya.

2. Mazungumzo ya pili — Kukaa hapa.

Mwalimu:	Vema, nataka kujua wewe unatoka wapi, bwana/bibi/ndugu _____.
Mwanafunzi:	Mimi, mwalimu, natoka Los Angeles.
Mwalimu:	Wewe ni mzaliwa wa Los Angeles?
Mwanafunzi:	La, mimi si mzaliwa wa LA, lakini mimi na jamaa yangu tunakaa hapa sasa.

MAZOEZI

1. Zoezi la kwanza

Mwalimu	a. Je, Sarah ni Mtanzania?
	b. Je, Julius Nyerere ni Mkenya?
	c. Je, Jomo Kenyatta ni Mtanzania?
	d. Je, Milton Obote ni Mkenya?
Mwanafunzi:	a. Hapana (La), yeye si Mtanzania; ni Mkenya.
	b. Hapana (La), yeye si Mkenya; ni Mtanzania.
	c. Hapana (La), yeye si Mtanzania; ni Mkenya.
	d. Hapana (La), yeye si Mkenya; ni Mganda.

2. Zoezi la pili

Mwalimu:	Mwanafunzi:
Julius Nyerere ni nani?	Yeye ni rais wa kwanza wa Tanzania.
Jomo Kenyatta ni nani?	Yeye ni rais wa kwanza wa Kenya.
Milton Obote ni nani?	Yeye ni rais wa kwanza wa Uganda.

Daniel Arap Moi ni nani?	Yeye ni rais wa pili wa Kenya.
Benjamin Mkapa ni nani?	Yeye ni rais wa tatu wa Tanzania.
Yoweri Museveni ni nani?	Yeye ni rais wa nne wa Uganda.

3. Zoezi la tatu

wewe	Wewe ni mzaliwa wa wapi?	Mimi ni mzaliwa wa _____.
ninyi	Ninyi ni wazaliwa wa wapi?	Sisi ni wazaliwa wa _____.
yeye	Yeye ni mzaliwa wa wapi?	Yeye ni mzaliwa wa _____.
wao	Wao ni wazaliwa wa wapi?	Wao ni wazaliwa wa _____.
mimi	Mimi ni mzaliwa wa wapi?	Wewe ni mzaliwa wa _____.
sisi	Sisi ni wazaliwa wa wapi?	Ninyi ni wazaliwa wa _____

4. Zoezi la nne

Rais Lincoln	Je, Rais Lincoln ni mzaliwa wa Tanzania? La, (yeye) si mzaliwa wa Tanzania, ni mzaliwa wa Marekani.
Mwl. Nyerere	Je, Mwalimu Nyerere ni mzaliwa wa Marekani? La, (yeye) si mzaliwa wa Marekani, ni mzaliwa wa Tanzania.
Mzee Kenyatta	Je, Mzee Kenyatta ni mzaliwa wa Tanzania? La, (yeye) si mzaliwa wa Tanzania, ni mzaliwa wa Kenya.
Rais Obote	Je, Rais Obote ni mzaliwa wa Kenya? La, (yeye) si mzaliwa wa Kenya, ni mzaliwa wa Tanzania.

5. Zoezi la tano

Mkenya	Nani ni Mkenya? Rais Kenyatta ni Mkenya.
Mtanzania	Nani ni Mtanzania? Mwl. Nyerere ni Mtanzania.
Mganda	Nani ni Mganda? Rais Obote ni Mganda.
Mmarekani	Nani ni Mmarekani? Rais Lincoln ni Mmarekani.

MWALIMU JULIUS NYERERE

6. Zoezi la sita

mimi	Nataka kujua wewe unatoka wapi.
sisi	Tunataka kujua wewe unatoka wapi.
mwalimu	Mwalimu anataka kujua wewe unatoka wapi.
walimu	Walimu wanataka kujua wewe unatoka wapi.

ZOEZI LA KUSOMA

Viongozi wa Afrika ya Mashariki
(Eastern)

MZEE JOMO KENYATTA

Wanafunzi wa darasa la Kiswahili wanataka kujua viongozi wa nchi *(know leaders of countries)* za Afrika ya Mashariki ni nani. Sasa *(who)* mwalimu anaeleza kwamba rais wa *(explains that president)* kwanza wa Tanzania ni Mwalimu *(first teacher)* Julius Nyerere, lakini sasa rais ni *(but now prez is)* Mheshimiwa Benjamin Mkapa. Rais *(Exellency Prez)* wa kwanza wa Kenya ni Mzee Jomo *(first respected)* Kenyatta, lakini siku za leo rais ni *(these days)* Mtukufu Daniel Arap Moi. Rais wa *(his highness Prez)* Uganda ni Rais Yoweri Museveni. *(prez)* Rais wa kwanza wa Uganda ni Mil *(prez first)* ton Obote. Wote ni viongozi wa nchi *(All leaders countries)* za Afrika ya Mashariki. Sasa mwa *(Eastern Africa Now)* limu anauliza nani ni kiongozi wa *(asks who leader)*

Kenya? Mwanafunzi mmoja anajibu kwamba Mwalimu Nyerere ni rais wa Kenya, lakini *(answers that but)* wanafunzi wengine wanasema kwamba yeye si rais wa Kenya; yeye ni kiongozi wa nchi *(other students say that he not prez of kenya he is leader of countries)* ya Tanzania—yaani yeye ni Baba Taifa. Mwingine anasema kwamba Mtukufu Daniel *(Tanzania father of Nation Another says that)* Arap Moi ni kiongozi wa Kenya. Nani ni kiongozi wa Uganda? Wanafunzi hawajui. Basi, *(leader of kenya who is leader of Uganda students dont know So)* mwalimu anasema kwamba Rais Museveni ni kiongozi wa Uganda sasa. Milton Obote ni *(teacher says that prez is leader of now)* kiongozi wa zamani. Na sasa mwalimu anauliza, "Je, ninyi nyote mnajua nani ni rais *(leader)* *(long time ago)* *(you all know)*

Somo la Saba

[handwritten: first] *[handwritten: answer]* *[handwritten: ✓ we all know he was]*

wa kwanza wa Amerika (Marekani)? Mmoja anajibu, "Ndiyo, sisi sote tunajua, yeye ni

George Washington."

Maswali

1. Je, nani ni rais wa Tanzania? *[handwritten: Samia Suluhi ni rais wa Tanzania]*
2. Je, Obote ni kiongozi wa Kenya? *[handwritten: La!]*
3. Jina la rais wa kwanza wa Kenya ni nani?
4. Viongozi wa Afrika ya Mashariki ni nani?
5. Wanafunzi wote wanajua rais wa kwanza wa Amerika ni nani?

[handwritten: HW — [3,4,5]]

[handwritten: 4.) check on Google Current Tanzania/ Kenya/ Uganda]

HABARI ZA SARUFI

1. Habari Zenu

- *Habari zenu* is the plural of *habari zako*:

    Habari zako?   'How are you (sg.)?'   (Lit. 'your news')
    Habari zenu?   'How are you (pl.)?'   "   "   "

- In some parts of East Africa, speakers prefer to use *habari yako* and *habari yenu* instead of these forms. The greetings with *zako and zenu* are common in Tanzania while those with *yako* and *yenu* tend to be used and heard in Kenya.

2. More on ni and si

- Use *ni* and *si* 'am, is, are' and 'am not, is not, are not' for descriptive and attributive predication in present time contexts. These forms do not take subject prefixes:

    Yeye **ni** mwalimu wa Kiswahili.   'He **is** a Swahili teacher.'
    Bwana Juma **si** mzee.   'Mr. Juma **is not** old.'

- *Ni* is not used to translate 'am, is, are' as in the following English sentences in the left column; use the *-na-* tense. Contrast the following:

    I **am** studying.   Nina**soma**.   I **am** old.   Mimi **ni** mzee
    He **is** studying. Ana**soma**.   You **are** young. Wewe **ni** kijana.
    They **are** studying. Wana**soma**.   They **are** sick. Wao **ni** wagonjwa.

3. Nationalities

- As we saw earlier, names of languages are indicated with the prefix *ki-*. National identities are marked by either *m-* or *mw-* in the singular and *wa-* in the plural; *mw-* is used with roots that begin with a vowel, e.g., *-ingereza* and *-arabu*:

    Kiswahili   'Swahili language'   Kimarekani   'American language'
    Mswahili   'Swahili person'   Mmarekani   'American'
    Waswahili   'Swahili people'   Wamarekani   'Americans'

    Kiingereza   'English language'   Kiarabu   'Arabic language'
    Mwingereza   'English person'   Mwarabu   'Arab'
    Waingereza   'English person'   Waarabu   'Arabs'

4. Elided first, person singular verb forms

- First, person singular forms are often elided in conversational speech:

ninatoka	>	natoka	'I come from'
ninafundisha	>	nafundisha	'I teach/am teaching'

- These elided forms are identical to those of another Swahili present tense form, the so-called -A- tense, in which the subject prefixes and tense elide. These are listed below, but will not be actively taught or drilled in these lessons. They will be referred to from time to time in the grammar notes:

nasoma	'I study/am studying'	(ni- + -A- + soma)
wasoma	'you study/are studying'	(u- + -A- + soma)
asoma	's/he studies/is studying'	(a- + -A- + soma)
twasoma	'we study/are studying'	(tu- + -A- + soma)
mwasoma	'you (pl.) study/are studying'	(m- + -A- + soma)
wasoma	'they study/are studying'	(wa- + -A- + soma)

ZOEZI LA NYUMBANI

Tafsiri

1. We want to know who the Swahili teacher is.
2. He is a native of Dar es Salaam; he comes from Dar, but now lives in Peoria.
3. She is not a student; she is a teacher.
4. You're a native of what state? (Use *gani?* for the question word here.)
5. Do all of you study Swahili in the evening?

Jaza na Tafsiri

1. Ninyi nyote ni _____ zaliwa wa Mombasa?
2. Ndiyo, _____ _____ ni ____ zaliwa wa Mombasa.
3. Ninyi _____ _____ jambo?
4. Mimi ni _____ kenya.
5. Wao ni ____ swahili; wanasema _____ swahili.
6. Ninataka ____ jua wewe ni _____ zaliwa wa wapi?
7. Nyerere, Kenyatta, na Obote ni _____ ongozi _____ Afrika _____ Mashariki.
8. Mwalimu anasema _____ Mzee Kenyatta ni rais wa kwanza wa Kenya.
9. Wewe unatoka _____?
10. Sisi ____ ote; ninyi _____ote; wanafunzi _____ote

MSAMIATI

1. Maneno ya Mazungumzo na Mazoezi

-enu	your, yours (pl.; see *-angu, -ako, -ake, -ao*)
jamaa	family (sg. and pl.)
-jua	know
Marekani	America (or *Amerika*)
Mkenya	Kenyan
Wakenya	plural

Somo la Saba

Mmarekani	American (preferred in Tanzania)
Wamarekani	plural
Mtanzania	Tanzanian
Watanzania	plural
Mwamerika	American
Wamerika	plural
mzaliwa	native, native born (cf. *-zaliwa* 'be born')
wazaliwa	plural
nyote	all of you (cf. *wote* 'all (people)'; *sote* 'all of us')
rais	president
marais	plural
sote	all of us (cf. *wote* and *nyote*)
vema	very well, very good, fine, etc. (cf. *vizuri*)
yangu	my, mine (used with words like *jamaa*, *mama*, and *baba*)
zenu	your, yours (pl. used with nouns like *habari;* cf. *-enu*)

2. Maneno ya Zoezi la Kusoma

Baba Taifa	Father of the Nation
darasa	class room, class
madarasa	plural
-eleza	explain
hawajui	they don't know (see Lesson 8, grammar note 1)
hizi	these (demonstrative modifying words such as *siku*)
kiongozi	leader
viongozi	plural
kwamba	that (conjunction)
mashariki	east
mheshimiwa	respected person, honored person (in this dialogue used as a title to show respect, thus 'His Honor')
waheshimiwa	plural
mtukufu	exalted person (title, thus in context 'His Excellency')
watukufu	plural
nchi	country, land (sg. and pl.)
taifa	nation
mataifa	plural
siku	day (sg. and pl.)
siku za leo	these days
yaani	that is (= i.e.)
zamani	old, long ago, past

MAZUNGUMZO

1. Mazungumzo ya kwanza — Sisomi Kifaransa

Mwalimu:	Ndugu Juma!
Mwanafunzi:	Naam, mwalimu.
Mwalimu:	Ni kweli unasoma Kifaransa pia?
Mwanafunzi:	La, mwalimu, sisomi Kifaransa, ninasoma Kiswahili tu.
Mwalimu:	Na Mariamu je, anasoma Kifaransa?
Mwanafunzi:	La, hasomi Kifaransa.
Mwalimu:	Anasoma nini?
Mwanafunzi:	Anasoma Kiswahili tu.

2. Mazungumzo ya pili — Sitoki Los Angeles

Mwalimu:	Bibi Mariamu!
Mwanafunzi:	Labeka, mzee.
Mwalimu:	Unatoka Los Angeles?
Mwanafunzi:	Hapana, mwalimu, sitoki Los Angeles, ninatoka San Diego.
Mwalimu:	Na ninyi je, mnatoka mji wa San Diego pia?
Wanafunzi:	Hapana, hatutoki San Diego, tunatoka Sacramento.
Mwalimu:	Na wao je, wanatoka Sacramento?
Mwanafunzi:	La, hawatoki Sacramento.
Mwalimu:	Kama hawatoki Sacramento, wanatoka wapi?
Mwanafunzi:	Wanatoka Los Angeles.

MAZOEZI

1. Zoezi la kwanza

Mwalimu:

Semeni:		
	Ndiyo, ninasoma.	Hapana, sisomi.
	Ndiyo, unasoma.	Hapana, husomi.
	Ndiyo, anasoma.	Hapana, hasomi.
	Ndiyo, tunasoma.	Hapana, hatusomi.
	Ndiyo, mnasoma.	Hapana, hamsomi.
	Ndiyo, wanasoma.	Hapana, hawasomi.

2. Zoezi la pili

wewe	Wewe unasoma Kifaransa?	Hapana/La, sisomi Kifaransa
yeye	Yeye anasoma Kifaransa?	Hapana/La, hasomi Kifaransa
ninyi	Ninyi mnasoma Kifaransa?	Hapana/La, hatusomi Kifaransa
wao	Wao wanasoma Kifaransa?	Hapana/La, hawasomi Kifaransa

3. Zoezi la tatu

wewe	Kama wewe hutoki San Diego, unatoka wapi?
ninyi	Kama ninyi hamtoki San Diego, mnatoka wapi?
yeye	Kama yeye hatoki San Diego, anatoka wapi?
wao	Kama wao hawatoki San Diego, wanatoka wapi?

4. Zoezi la nne

mzee	Mzee anakaa L.A.?	Hapana, hakai L.A.
wazee	Wazee wanakaa L.A.?	Hapana, hawakai L.A.
mimi	Mimi ninakaa L.A.?	Hapana, hukai L.A.
sisi	Sisi tunakaa L.A.?	Hapana, hamkai L.A.
wewe	Wewe unakaa L.A.?	Hapana, sikai L.A.
ninyi	Ninyi mnakaa L.A.?	Hapana, hatukai L.A.
yeye	Yeye anakaa L.A.?	Hapana, hakai L.A.
wao	Wao wanakaa L.A.?	Hapana, hawakai L.A.

5. Zoezi la tano

Kiswahili	Anasoma nini?	Anasoma Kiswahili.
Kijerumani	Anasoma nini?	Anasoma Kijerumani.
elimu	Wanasoma nini?	Wanasoma elimu.
historia	Wanasoma nini?	Wanasoma historia.
jiografia	Unasoma nini?	Ninasoma jiografia.
hesabu	Unasoma nini?	Ninasoma hesabu.

6. Zoezi la sita

wewe	Unafahamu Kiswahili sana?	La, sifahamu sana.
yeye	Anafahamu Kiswahili sana?	La, hafahamu sana.
ninyi	Mnafahamu Kiswahili sana?	La, hatufahamu sana.
wao	Wanafahamu Kiswahili sana?	La, hawafahamu sana.

ZOEZI LA KUSOMA

Lugha za Afrika ya Mashariki

Kule Afrika ya Mashariki (yaani katika nchi za Kenya, Tanzania, na Uganda) watu wengi wanajua na wanafahamu Kiswahili. Ni kweli kusema kwamba wengi wao ni Waswahili na lugha yao ya kwanza (yaani lugha ya mama na baba) ni Kiswahili. Lakini kama mtu ni Msukuma (yaani mtu wa kabila la Wasukuma wa nchi ya Tanzania) au Mkamba (yaani mtu wa kabila la Wakamba wa nchi ya Kenya) lugha yake ya kwanza si

Kiswahili. Hasemi na hafahamu Kiswahili kama lugha yake ya kwanza. Lugha yake ya kwanza ni Kisukuma au Kikamba. Karibu watu wote wa pwani ya Kenya na Tanzania, na wote wa kisiwa cha Unguja (yaani Zanzibar) na visiwa vingine wanasema Kiswahili. Wengi katika miji ya nchi za Afrika ya Mashariki wanasema na kufahamu Kiswahili pia. Lakini wengi wa bara ya nchi za Afrika ya Mashariki, hasa katika sehemu za mashambani katika Kenya na Uganda, hawafahamu Kiswahili sana; wanasema Kiswahili kidogo tu.

Katika shule za Tanzania watoto wote wanasoma masomo yao kwa Kiswahili, na kama hawajui Kiswahili wakati wa kuanza kusoma, wanajifunza Kiswahili upesi sana. Katika shule za Kenya wanafunzi wengi wanasoma masomo yao kwa lugha zao za kwanza au kwa Kiingereza. Kwa hivyo, hawajui Kiswahili vizuri kama wanafunzi wa shule za Tanzania. Je, kama watu wa Kenya na Uganda hawajifunzi Kiswahili katika shule, wanajifunza Kiswahili wapi? Kama wanakaa katika miji, wanajifunza Kiswahili

BARA YA TANZANIA

Somo la Nane

kama wanataka kusema na watu wa makabila mbalimbali. Wanajifunza Kiswahili katika miji au katika mashamba ya Afrika ya Mashariki, kwa sababu wafanyakazi wanatumia Kiswahili kazini. Wengi wanafahamu Kiingereza pia kama lugha ya pili au ya tatu, lakini lugha ya wananchi wa Afrika ya Mashariki kwa kweli ni Kiswahili.

Maswali

1. Nani wanasema Kiswahili kama lugha yao ya kwanza?
2. Je, Wasukuma wanafahamu Kiswahili kama lugha yao ya kwanza?
3. Je, Msukuma anasema Kiswahili kama lugha yake ya kwanza?
4. Watu wengi wa Tanzania wanajifunza Kiswahili wapi?
5. Je, watu wa Kenya wanajifunza Kiswahili katika shule?
6. Je, Kiingereza ni lugha ya kwanza ya watu wa Tanzania?

UNGUJA

HABARI ZA SARUFI

1. The Present Negative

- The present negative tense is used to negate verb forms in the *-na-* tense (e.g., *ninasoma*) and in the *-A-* tense (see Lesson 7, Grammar Note 4). It is formed by a) replacing the positive subject prefixes with the negative ones, namely *si-, hu-, ha-, hatu-, ham-,* and *hawa-,* b) by deleting the *-na-* tense, and c) by changing a final *-a* of the verb stem to *-i*:

ninasoma	'I am reading'	**si**som**i**	'I am not reading'
nasoma	'I read'	"	'I don't read'
anasoma	'she is reading'	**ha**som**i**	'she is not reading'
asoma	'she reads'	"	'she doesn't read'

- If the final vowel of the verb stem is other than *-a*, there is no change:

ninafaham**u**	'I understand'	**si**faham**u**	'I don't understand'
tunarud**i**	'we are returning'	**hatu**rud**i**	'we are not returning'

2. Naam and Labeka

- *Naam* and *labeka* (and its abbreviations, *labe, abe, bee,* and *be*) are words borrowed from Arabic. While they can be translated as 'yes' in these lessons, they are generally not used in answer to yes-no questions. Instead, their use acknowledges that one has heard the speaker call. An appropriate translation might be 'yes, I hear you, what is it; yes, may I be of help?' *Labeka* is usually used by women, and *naam* by men.

3. Kwa Kiswahili

- To express '*in* Swahili' such as in the expressions 'speak *in* Swahili' or 'how do you say it *in* Swahili?' use the preposition *kwa* ('by, for, at, etc.') rather than *katika* which in other contexts is used for English 'in' or 'into':

Sema kwa Kiswahili!	'Speak in Swahili!'
Uliza kwa Kiingereza!	'Answer in English!'
Tafsiri kwa Kiarabu!	'Translate into Arabic

4. Use of the infinitive in narration

- In the present reading selection there are sentences such as:

Watu wengi wanajua na wanafahamu Kiswahili. (With a tensed verb)
'Many people know and understand Swahili.'

Watu wengi wanajua na *kufahamu* Kiswahili. (With an infinitive)
'Many people know and understand Swahili.'

- The use of the infinitive in the second example is a stylistic variant of the first. In Swahili, in cases where two verbs are linked together by *na* 'and', and both verbs have the same subject and tense, speakers frequently replace the second verb by the infinitive. This is similar to a device in English which allows speakers to delete parts of a second verb phrase that repeat parts of the first sentence: "I will study and write my Swahili essay tomorrow." instead of "I will study and I will write my Swahili essay tomorrow."

5. Kama to indicate supposition

- Use *kama* 'if' followed by a verb form to express a simple conditional clause:

  Kama anafundisha vizuri, nitajifunza.   *'If* she teaches well, I'll learn'
  Kama hafahamu, nitajua.   *'If* he doesn't understand, I'll know.

6. Wakati wa 'when'

- Use *wakati wa* followed by an infinitive to express 'when' (see the *Zoezi la Kusoma* for an example in context):

  *Wakati wa ku*soma sana, ninajifunza.   *'When* I study hard, I learn.'

  Wakati wa walimu *ku*fundisha, wanafunzi wanajifunza.
  'When teachers teach, students learn.'

- Even when a subject is used, as in the second example, the infinitive is used as the verb. Other ways of expressing 'when' clauses will be studied later; see Lesson 25.

ZOEZI LA NYUMBANI

Tafsiri

1. Does he understand Swahili? No, he doesn't.
2. We are not studying French; we are studying Swahili.
3. They are not learning Swahili very well.
4. Aren't you (pl.) beginning to study Swahili?
5. I don't come from Madison; I come from East Lansing.

Jaza na Tafsiri

1. Unatoka Kenya?   La, _____ Kenya.
2. Unafahamu Kiswahili?   La, _____ .
3. Wanafahamu Kifaransa?   La, _____ .
4. Tunajifunza sasa?   La, _____ .
5. Mnajifunza Kiswahili?   La, _____ .
6. Anajua Kiswahili sana?   La, _____ .

MSAMIATI

1. Maneno ya Mazungumzo na Mazoezi

-fahamu	understand, know
kama	if, as, like, such as, about, around (approximately)
Kifaransa	French
kwa kweli	truly, in truth
kweli	true
labeka (labe, abe, etc.)	yes (see Grammar Note 2 above)
naam	yes (see Grammar Note 2 above)

2. Maneno ya Zoezi la Kusoma

bara	mainland, up-country, inland; continent (sg. and pl.)
hasa	especially
-jifunza	learn
kabila	tribe, ethnic group
makabila	plural
karibu	nearly (cf. *karibu* 'come in/near, welcome')
kazi	work (sg. and pl.)
kazini	at work
kisiwa	island
visiwa	plural
kule	there (at a distance); cf. *huko* 'there' (at a place referred to)
kwa	by, with, for, to, in respect to, etc.
kwa hivyo	therefore
kwa sababu	because
mashambani	in the rural areas (see *shamba* 'farm, field')
mbalimbali	various, assorted, different ones, etc.
mfanyakazi	worker
wafanyakazi	plural
mwananchi	citizen (note: *mwana* 'child, offspring'; *nchi* 'country')
wananchi	plural
pwani	coast, shore (sg. and pl.)
sehemu	section, part (sg. and pl.)
-sema na	speak with
shamba	farm, field
mashamba	plural
-tumia	use
Unguja	traditional name of the Island of Zanzibar
upesi	quick, quickly
vingine	other things, some things (only used with *vi-* words); see *wengine* Lesson 3
vizuri	very well, well (adverb; see *vema* 'very well, well')
wakati	time (in the general sense; cf. *saa* 'time, hour')
wakati wa	when (used with an infinitive; see Grammar Note 5)

MJINI NAIROBI

9
Somo la Tisa

MAZUNGUMZO

1. Mazungumzo ya kwanza — Kuja na kwenda kwa motokaa

Mwalimu:	Ndugu/bwana/bibi *jina la mtu* !
Mwanafunzi:	Labeka/Naam, mwalimu.
Mwalimu:	Unakuja hapa UCLA kwa motokaa?
Mwanafunzi:	Hapana, mwalimu.
Mwalimu:	Una motokaa, sivyo?
Mwanafunzi:	Hapana, sina motokaa.
Mwalimu:	Unakuja kwa basi?
Mwanafunzi:	Hapana, siji kwa basi, ninakuja kwa baisikeli.
Mwalimu:	Haya, basi, na wewe Adija, unakuja hapa kwa njia gani?

MAZOEZI

1. Zoezi la kwanza

wewe	Una motokaa?	La, sina (motokaa).
yeye	Ana motokaa?	La, hana (motokaa).
ninyi	Mna motokaa?	La, hatuna (motokaa).
wao	Wana motokaa?	La, hawana (motokaa).

2. Zoezi la pili

wewe	Una motokaa au baisikeli?	Nina baisikeli tu.
ninyi	Mna baisikeli au motokaa?	Tuna baisikeli tu.

3. Zoezi la tatu

motokaa	Ninakuja shuleni kwa motokaa.
baisikeli	Ninakuja shuleni kwa baisikeli.
basi	Ninakuja shuleni kwa basi.
miguu	Ninakuja shuleni kwa miguu.
pikipiki	Ninakuja shuleni kwa pikipiki.
ndege	Ninakuja shuleni kwa ndege.
eropleni	Ninakuja kwa eropleni.

4. Zoezi la nne

shule	Una(kw)enda shuleni kwa miguu?
mji	Una(kw)enda mjini kwa miguu?
kazi	Una(kw)enda kazini kwa miguu?

Somo la Tisa

nyumba	Una(kw)enda nyumbani kwa miguu?
shamba	Una(kw)enda shambani kwa miguu?
Nairobi	Una(kw)enda Nairobi kwa miguu?
Mombasa	Una(kw)enda Mombasa kwa miguu?

5. Zoezi la tano

wewe	Unakuja hapa kwa basi?	Hapana, siji kwa basi.
ninyi	Mnakuja hapa kwa basi?	Hapana, hatuji kwa basi.
yeye	Anakuja hapa kwa basi?	Hapana, haji kwa basi.
wao	Wanakuja hapa kwa basi?	Hapana, hawaji kwa basi.

6. Zoezi la sita

wewe	Kama huji kwa basi, unakuja kwa gari gani?
ninyi	Kama hamji kwa basi, mnakuja kwa gari gani?
Juma	Kama Juma haji kwa basi, anakuja kwa gari gani?
Ali na Adija	Kama Ali na Adija hawaji kwa basi, wanakuja kwa gari gani?

7. Zoezi la saba

wewe	Una(kw)enda sasa?	La, siendi.
ninyi	Mna(kw)enda sasa?	La, hatuendi.
yeye	Ana(kw)enda sasa?	La, haendi.
wao	Wana(kw)enda sasa?	La, hawaendi.

MJINI DAR ES SALAAM

ZOEZI LA KUSOMA

Kusafiri

Wengi wa wananchi wa nchi za Afrika ya Mashariki wanakaa mashambani, na kama wanataka kwenda mjini au sokoni kununua mahitaji yao, wanaweza kwenda kwa miguu, kwa baisikeli, au kwa basi. Kama mtu ana motokaa anaweza kwenda mjini kwa motokaa, lakini watu wachache wana motokaa. Kwa sababu motokaa ni ghali sana watu hawawezi kununua motokaa. Kwa sababu motokaa ni ghali sana, watu hawawezi kununua motokaa. Taabu moja nyingine ya kusafiri kwa motokaa ni hali ya njia. Barabara chache ni za lami. Katika miji, barabara nyingi ni za lami, lakini mashambani nyingi ni za udongo.

Wananchi wengi ni wakulima au wafanyakazi katika miji kama Nairobi na Mombasa na ingawa wana pesa za kutosha za kununua mahitaji yao, hawana pesa za kutosha kununua motokaa. Kwa hivyo, wengi wao hawana motokaa, lakini wanaweza kununua baisikeli. Kwa hivyo, wengi wao wana baisikeli. Baisikeli si ghali, na karibu wananchi wote, wakulima na wafanyakazi, wana baisikeli. Kama mtu anakaa karibu na soko anaweza kwenda na kurudi nyumbani kwa miguu au kwa baisikeli. Kama anakaa mbali na soko na hawezi kwenda kwa miguu, anaweza kwenda na kurudi kwa basi. Na kama mtu anakaa Mombasa na anataka kusafiri mbali sana na mji, kama kwenda Nairobi, kuna gari la moshi baina ya Mombasa na Nairobi.

Maswali

1. Kama mtu anataka kwenda sokoni, anaweza kwenda kwa njia gani?
2. Je, watu wengi wa Afrika wana motokaa?
3. Kwa sababu gani hawana motokaa?
4. Baisikeli ni ghali?
5. Wakulima wanaweza kununua motokaa?

HABARI ZA SARUFI

1. -Na 'have/has'

• The particle *-na* 'with,' preceded by the positive or negative subject markers, is used to express 'have/has' (or 'have not/has not'):

ni-na	'I have	si-na	'I don't have'
I-*with*		I not-*with*	

- In the negative, the final -a does not change. Contrast:

  Unasoma?   La, sisomi.
  Una baisikeli? La, sina baisikeli.

2. The Locative -ni

- Use -ni suffixed to nouns to express English prepositional phrases with 'in, on, at', and 'to':

soko	'market'	sokoni	'to, at, in the market'
nyumba	'house'	nyumbani	'to, at, in the house, at home'
kazi	'work'	kazini	'to work, at work'
mji	'town'	mjini	'to town, in town'
meza	'table'	mezani	'on the table'

- Note that -ni cannot be suffixed to proper names indicating places and people (for an example, see *Zoezi la nne* above).

3. Monosyllabic Verbs

- Certain verbs in Swahili are formed by single, or monosyllabic, roots in contrast with most verb roots which are polysyllabic:

Monosyllabic Roots		*Polysyllabic Roots*	
-ja	'come'	-taka	'want'
-la	'eat'	-jifunza	'learn'
-nywa	'drink'	-soma	'study, read'
-fa	'die'	-nunua	'by'

- With certain tense/aspect markers, e.g., the -na- tense, monosyllabic verbs use the infinitive as the stem of the verb; with other tense markers, the *ku-* of the infinitive does not occur, as in the Present Negative and -A- tense:

ni-na-**ku**-ja	n-a-ja	si-ji
'I am coming'	'I'm on my way'	'I'm not coming'
wa-na-**ku**-la	w-a-la	hawa-li
'they are eating'	'they eat'	'they aren't eating'

- Although -enda 'go' is not a monosyllabic root, it often behaves as one; you thus may hear, as in *Zoezi la Nne* or *Zoezi la Saba* above, nina*kwenda* (with the infinitive as stem) or nina*enda* (with -enda as stem). The present negative follows the pattern for monosyllabics, thus *siendi*, never *sikwendi*.

4. More on kwa

- The preposition *kwa* has a wide range of uses and English glosses. A frequent use is to indicate instrumentality and it is often glossed by English 'by' though other translations are possible; compare the following:

Mzee anakuja **kwa** teksi.	'The elder is arriving **by** taxi'.
Kwa njia gani wanajifunza?	'**By** what means are they learning?'
Kwa sababu gani anasoma sasa?	'**For** what reason (why) is he studying now?'
Sema **kwa** Kiswahili!	'Speak **in** Swahili!'
Haji **kwa** sababu hataki.	'He's not coming because he doesn't want to.'

ZOEZI LA NYUMBANI

Tafsiri

1. I don't have (any) money.
2. Do you come to class in the morning or evening?
3. I am not studying now.
4. They are not coming because they don't have a car.
5. He's coming by bicycle, but they are coming by car.
6. You have a car, don't you?
7. I don't have enough money to buy a car.
8. Are you able to come to school by car.
9. I'm unable to come to school on foot, because I live quite far from the university.
10. She's returning home now.

Jibu kwa kukataa

1. wanakuja: _____
2. ana motokaa: _____
3. anakuja: _____
4. wanasoma: _____
5. tunakwenda: _____
6. tunasoma: _____
7. wana ndege: _____
8. ninakwenda: _____
9. unakunywa: _____
10. wanajifunza: _____

MSAMIATI

1. Maneno ya Mazungumzo na Mazoezi

baisikeli	bicycle (sg. and pl.)
basi	bus
mabasi	plural
eropleni	airplane (sg. and pl., see *ndege* 'bird, airplane')
-ja	come (see Grammar Note 3)
kuja	to come (see Grammar Note 3)
kwa miguu	on foot, by foot
lori	truck
malori	plural
meli	ocean-going vessel of a modern type (sg. and pl.)
mguu	foot
miguu	plural
motokaa	car (sg. and pl.)
njia	road, path; way of doing something, means (sg. and pl.)
ndege	bird, airplane (sg. and pl.; see *eropleni*)
pikipiki	motorcycle, motor scooter (sg. and pl.)
teksi	taxi (sg. and pl.)

2. Maneno ya Zoezi la Kusoma

-a kutosha	enough (see *-tosha* 'be sufficient')
-a lami	paved (see *lami* 'tar, asphalt')
baina ya	among, between
barabara	road, highway, main thoroughfare (sg. and pl.)

-chache	few
wachache	few people
gari	vehicle
magari	plural
gari la moshi	train
magari ya moshi	plural
ghali	expensive
hali	condition, situation (sg. and pl.)
ingawa	although
karibu na	near, close to
kwa sababu	because
kwa sababu gani?	why, for what reason?
lami	tar, asphalt
mahitaji	needs, requirements (see *-hitaji* 'need')
mbali na	far, far from
mkulima	farmer
wakulima	plural
-nunua	buy
nyingi	many, much (only used with words like *nyumba*)
nyingine	other, another (only used with words like *nyumba*) see *wengine* Lesson 3, *vingine* Lessson 8
pesa	money
sababu	reason (sg. and pl.)
soko	market
masoko	plural
sivyo?	is that not so?
taabu	trouble, difficulty (sg. and pl.)
udongo	dirt, soil

2. Maneno Maalum

jibu kwa kukataa	answer in the negative
-kataa	say no, deny, negate

10
Somo la Kumi

MAZUNGUMZO

1. Mazungumzo ya kwanza — Kufanya kazi.

Mwalimu:	Na wewe Fatuma!
Mwanafunzi	Naam, mwalimu.
Mwalimu:	Baada ya kusoma leo, utafanya kazi saa ngapi?
Mwanafunzi	Nitakwenda kazini saa sita mchana.
Mwalimu:	Unafanya kazi wapi?
Mwanafunzi:	Ninafanya kazi mjini Los Angeles.
Mwalimu:	Utakwenda mjini kwa basi?
Mwanafunzi:	Hapana, mwalimu, sitaenda kwa basi; nina motokaa.

2. Mazungumzo ya pili — Tarehe gani?

Mwalimu:	Na wewe Adija, utafanya kazi leo?
Adija:	Sifanyi kazi sasa, lakini nitaanza mwezi wa Machi.
Mwalimu:	Tarehe gani?
Adija:	Tarehe kumi.

MAZOEZI

1. Zoezi la kwanza

wewe	Baada ya kusoma leo, utafanya nini?
ninyi	Baada ya kusoma leo, mtafanya nini?
yeye	Baada ya kusoma leo, atafanya nini?
wao	Baada ya kusoma leo, watafanya nini?

2. Zoezi la pili

wewe	Utafanya kazi leo?	La, sitafanya kazi leo.
ninyi	Mtafanya kazi leo?	La, hatutafanya kazi leo.
mzee	Mzee atafanya kazi leo?	La, hatafanya kazi leo.
wazee	Wazee watafanya kazi leo?	La, hawatafanya kazi leo.

3. Zoezi la tatu

7 am	Ni saa ngapi?	Ni saa moja asubuhi. (1)
8 am	Ni saa ngapi?	Ni saa mbili asubuhi. (2)
9 am	Ni saa ngapi?	Ni saa tatu asubuhi. (3)
10 am	Ni saa ngapi?	Ni saa nne asubuhi. (4)
11 am	Ni saa ngapi?	Ni saa tano asubuhi. (5)
12 noon	Ni saa ngapi?	Ni saa sita mchana. (6)

Somo la Kumi

1 pm	Ni saa ngapi?	Ni saa saba mchana. (7)
2 pm	Ni saa ngapi?	Ni saa nane mchana. (8)
3 pm	Ni saa ngapi?	Ni saa tisa mchana. (9)
4 pm	Ni saa ngapi?	Ni saa kumi mchana/alasiri. (10)
5 pm	Ni saa ngapi?	Ni saa kumi na moja mchana/alasiri. (11)
6 pm	Ni saa ngapi?	Ni saa kumi na mbili mchana/alasiri. (12)

4. Zoezi la nne

7 pm	Ni saa ngapi?	Ni saa moja jioni/usiku.
8 pm	Ni saa ngapi?	Ni saa mbili usiku.
9 pm	Ni saa ngapi?	Ni saa tatu usiku.
10 pm	Ni saa ngapi?	Ni saa nne usiku.
4 am	Ni saa ngapi?	Ni saa kumi usiku/alfajiri.
5 am	Ni saa ngapi?	Ni saa kumi na moja alfajiri.
6 am	Ni saa ngapi?	Ni saa kumi na mbili alfajiri.

5. Zoezi la tano

-amka	Utaamka saa ngapi kesho?	Nitaamka saa _____.
kula	Utakula chamshakinywa saa ngapi kesho?	Nitakula saa _____.
kuja	Utakuja shuleni saa ngapi kesho?	Nitakuja saa _____.
-rudi	Utarudi nyumbani saa ngapi kesho?	Nitarudi saa _____.
-enda	Utaenda kazini saa ngapi kesho?	Nitaenda saa _____.
-soma	Utasoma saa ngapi kesho?	Nitasoma saa _____.

6. Zoezi la sita

-soma	Mnasoma nini sasa?	Tunasoma Kiswahili sasa.
Kifaransa	Mnasoma Kifaransa sasa?	Hapana, hatusomi Kifaransa sasa.
kesho	Mtasoma nini kesho?	Tutasoma Kiswahili kesho.
Kifaransa	Mtasoma Kifaransa kesho?	Hapana, hatutasoma Kifaransa kesho.

7. Zoezi la saba

Utaanza kazi tarehe gani?

January 1	Nitaanza kazi tarehe mosi mwezi wa Januari.
February 2	Nitaanza kazi tarehe pili mwezi wa Februari.
March 3	Nitaanza kazi tarehe tatu mwezi wa Machi.
April 4	Nitaanza kazi tarehe nne mwezi wa Aprili.

ZOEZI LA KUSOMA

Kwenda Dar es Salaam

Juma ni mwanafunzi. Yeye anakaa pwani karibu na kijiji cha Mtwara, katika nchi ya Tanzania. Baba yake ni mvuvi na mara kwa mara Juma anakwenda pamoja na baba yake wakati wa kwenda kuvua samaki. Lakini kesho atasafiri kwenda Dar es Salaam kwa sababu ataanza kusoma katika Chuo Kikuu cha Dar es Salaam. Ataenda Dar kwa basi kwa sababu hawana motokaa; na yeye hawezi kwenda kwa baisikeli kwa sababu wanakaa mbali na Dar es Salaam. Kwa hivyo ataamka mapema, kama saa kumi na moja alfajiri. Hawakai karibu sana na mji wa Mtwara na kwenda huko kwa miguu ni safari ya muda wa saa moja. Hataki kuchelewa kufika kwenye kituo cha basi kwa sababu kuna basi moja tu ya kwenda Dar kila siku. Kama ataamka mapema hatachelewa. Ataondoka nyumbani saa kumi na mbili alfajiri na kufika Mtwara saa moja asubuhi. Ataondoka Mtwara saa mbili asubuhi na kama ana bahati atafika Dar saa tatu usiku. Ni safari ya muda wa masaa kumi na tatu. Ingawa dereva wa basi ataenda upesi watasimama mara kwa mara kwenye vituo vingine katika vijiji vingine njiani. Pia watasimama saa sita au saa saba mchana kununua chakula cha mchana. Kabla ya kufika Dar watasimama tena kununua chai na chakula cha jioni. Kwa kweli kama Juma ana bahati hatachelewa kufika kwenye chuo kikuu.

Somo la Kumi

Maswali

1. Juma ataenda wapi kesho?
2. Atakwenda kwa motokaa? Kwa sababu gani?
3. Ataondoka nyumbani saa ngapi?
4. Atafika Mtwara saa ngapi?
5. Atafika Dar es Salaam saa ngapi?

HABARI ZA SARUFI

1. The Future Tense -ta-

- Use the marker *-ta-* to express the future tense in Swahili:

Ni-**ta**-nunua ndizi kesho.	'I **will** buy bananas tomorrow.'
Tu-**ta**-enda mjini alasiri.	'We **will** go to town in the afternoon.'

- To form the negative future, use the negative subject prefixes with *-ta-*:

Si-ta-nunua maembe kesho.	'I **will not** buy mangoes tomorrow.'
Hatu-ta-enda shuleni alfajiri.	'We **will not** go to school in the morning.'

- The *ku-* of the infinitive of monosyllabic verbs is retained with both the negative and positive future forms:

Ni-ta-**ku**la.	'I will eat'
Si-ta-**ku**la.	'I will not eat'
Ni-ta-**ku**ja.	'I will come.'
Si-ta-**ku**ja.	'I will not come.'

2. Telling Time

- The same numbers as used in counting (see *Zoezi la tatu*) are used in telling time.

- The system of telling time in Swahili is different from what you are accustomed to. In English we begin counting the hours after twelve midnight and then again after twelve noon. In Swahili, however, we begin counting the hours of the day after the sun rises. Thus, what is 7:00 a.m. in our system, is *saa moja asubuhi*, literally 'hour one morning' in Swahili. After the sun sets, counting begins again: *saa moja jioni/ usiku* 'hour one evening/night', is 7:00 p.m. in our system.

- An easy way of keeping this clear without mixing up the two systems is to change your watch to read the correct hour according to the Swahili system. Or you can leave your watch set according to the English system of telling time, as some people in East Africa do, and read off the Swahili equivalent by looking at the number opposite the number indicated by the hour-hand, i.e., add or subtract six hours. The clock face to the left is set at 7 o'clock according to the English system; the dotted line indicates the Swahili equivalent, i.e., *saa moja*.

- The abbreviations *a.m.* and *p.m.* do not have equivalents in Swahili; instead, words such as *asubuhi* 'morning', *jioni* 'evening', and *usiku* 'night' are used:

saa mbili asubuhi	'8:00 a.m.'
saa mbili usiku	'8:00 p.m.'

- At certain times, there is some overlap of terms used to further demarcate periods of the day or night, e.g., '7:00 p.m.' can be either *saa moja jioni* or *saa moja usiku*. Further information on telling time will be found in coming lessons.

- Contrast the noun *saa* 'hour' (sg. and pl.) with *masaa* 'hours' (collective pl.):

saa kumi	'four o'clock'
masaa kumi	'ten hours'
saa za asubuhi	'morning hours'

3. Dates and Names of the Months

- Dates are indicated with the word *tarehe* (or *tarehe ya*) followed by the number for the date:

Leo ni tarehe (ya) tatu.	Atakuja tarehe (ya) ishirini na tatu mwezi wa Juni.
'Today is the third.'	'He will arrive June 23rd.'

- Dates for the 'first' and 'second' are as follows:

tarehe mosi *or* tarehe (ya) kwanza	'the first'
tarehe (ya) pili	'the second'

- *Mosi* is an archaic form of the numeral 'one'; it is now used only in a few fixed expressions, such as

jumamosi	'Saturday' (the first day of the week)
mwezi mosi	'the first of the month'
Mei mosi	'May Day'

Somo la Kumi

- Months are named by using English borrowings or by using *mwezi wa* 'month of' followed by an ordinal number; see Lesson 12 for information on how to name years:

Januari	mwezi wa kwanza	Julai	mwezi wa saba
Februari	mwezi wa pili	Agosti	mwezi wa nane
Machi	mwezi wa tatu	Septemba	mwezi wa tisa
Aprili	mwezi wa nne	Oktoba	mwezi wa kumi
Mei	mwezi wa tano	Novemba	mwezi wa kumi na moja
Juni	mwezi wa sita	Desemba	mwezi wa kumi na mbili

Zoezi la Nyumbani

Tafsiri

1. What time do you study Swahili in the morning?
2. What time is your Swahili class?
3. After getting up in the morning, what do you do?
4. What time will you go to work tomorrow?
5. I will go to work tomorrow at 10:00 a.m.
6. We will talk (converse) a little tomorrow at 12:00 noon.
7. He is eating breakfast now; they are not eating now.
8. I will eat at 3:00 p.m.; I will not eat at 4:00 p.m.
9. After eating, I will study Swahili.
10. I won't study linguistics.
11. Do you have a car or a bicycle? I only have a bike; I don't have a car.
12. They will come on the tenth. On what date will they return?
13. I will begin working on the first of July.
14. He will travel to Dar es Salaam March 31st.
15. He will leave home the first of March.

Badilisha saa kwa Kiingereza

1. saa moja jioni:
2. saa saba usiku:
3. saa saba mchana:
4. saa moja asubuhi:
5. saa moja usiku:
6. saa kumi na moja alfajiri:
7. saa kumi na moja jioni:
8. saa mbili asubuhi:
9. saa tatu asubuhi:
10. saa tatu usiku:

Msamiati

1. Maneno ya Mazungumzo na Mazoezi

alasiri	afternoon, around 3 - 4 p.m.
alfajiri	very early morning, around dawn
-amka	get up, wake up
kesho	tomorrow
leo	today
-ngapi?	how many, how much
saa ngapi?	what time is it?
saa	hour, watch (sg. and pl.); *masaa* a number of hours

2. Maneno ya Zoezi la Kusoma

bahati	luck (usually sg.)
chai	tea (borrowed from Chinese; usually sg.)
chakula	food (see *kula* 'to eat'; *cha* + *kula* '(something) of to eat')
vyakula	plural
chamshakinywa	breakfast (cf. *-amsha* 'wake up', *kinywa* 'mouth')
-chelewa	be late
dereva	driver (from English)
madereva	plural
-fika	arrive
kabla ya	before (followed by infinitive)
kama	about, around (also 'if, as, such as, like')
kijiji	village (see *mji/miji* 'town, city')
vijiji	plural
kila	each, every (unlike other modifiers in Swahili this precedes the noun it modifies)
kituo	station, stopping place, resting place, bus stop, etc.
vituo	plural
kwenye	at, to
mapema	early
mara	noun or adverb: a time in the sense of an occasion, a single time/occurrence; an instant of time; at once, immediately
mara kwa mara	often
mosi	one, first (see Grammar Note 3)
muda	period, interval of time (cf. *wakati* 'time in general'; *mara* 'an instant of time')
muda wa	during, for the time/interval of
mvuvi	fisherman (see *-vua* 'fish' [verb])
wavuvi	plural
mwezi	month
miezi	plural
njiani	along the way (see *njia* 'path, way, road')
safari	trip, journey (sg. and pl. noun)
-safari	travel, take a trip
siku	day (sg. and pl.)
-simama	stop (verb) {also 'stand'}
tarehe	date
tena	again, moreover
-vua	fish (verb) {cf. noun *mvuvi/wavuvi* 'fisherman'}

3. Maneno Maalum

-badilisha	change (verb)
badilisha saa kwa Kiingereza	change the time into English (note use of *kwa* in this expression rather than *katika*)

11
Somo la Kumi na Moja

MAZUNGUMZO

Mazungumzo — Kulipa ada za shule

Mwalimu:	Aisha!
Mwanafunzi:	Labeka, mwalimu?
Mwalimu:	Wewe ni mwanafunzi hapa Chuo Kikuu, sivyo?
Mwanafunzi:	Ndiyo, mwalimu, ninasoma hapa.
Mwalimu:	Wazazi wako wanakulipia ada za shule?
Mwanafunzi:	Hapana, mwalimu, ninafanya kazi.
Mwalimu:	Utafanya kazi leo?
Mwanafunzi:	Hapana, nitakwenda kazini kesho asubuhi, saa nne na nusu, baada ya kusoma Kiswahili.
Mwalimu:	Utafika huko saa ngapi?
Mwanafunzi:	Saa tano na robo.

MAZOEZI

1. Zoezi la kwanza

7:00 a.m.	Ni saa ngapi?	Ni saa moja asubuhi.
7:15 a.m.	Ni saa ngapi?	Ni saa moja na robo asubuhi.
7:30 a.m.	Ni saa ngapi?	Ni saa moja na nusu asubuhi. (Ni saa moja u nusu asubuhi.)
8:00 a.m.	Ni saa ngapi?	Ni saa mbili asubuhi.

2. Zoezi la pili

Mwalimu:	Sasa ni saa ngapi?
12:00 noon	Ni saa sita mchana.
12:15 p.m.	Ni saa sita na robo mchana.
12:30 p.m.	Ni saa sita na nusu (*or* u nusu) mchana.
12:45 p.m.	Ni saa saba kasarobo mchana.
1:00 p.m.	Ni saa saba mchana.

3. Zoezi la tatu

Mwalimu:	Sasa ni saa ngapi?
9:05 a.m.	Ni saa tatu na dakika tano asubuhi.
9:15 a.m.	Ni saa tatu na robo asubuhi.
9:45 a.m.	Ni saa nne kasarobo asubuhi.
9:50 a.m.	Ni saa nne kasoro dakika kumi asubuhi.
9:55 a.m.	Ni saa nne kasoro dakika tano asubuhi.

3   4   5   6

4. Zoezi la nne

mimi	Wazazi wananilipia ada za shule?
wewe	Wazazi wanakulipia ada za shule?
yeye	Wazazi wanamlipia ada za shule?
sisi	Wazazi wanatulipia ada za shule?
ninyi	Wazazi wanawalipia ada za shule?
wao	Wazazi wanawalipia ada za shule?

5. Zoezi la tano

-lipia ada	Nani atakulipia ada za shule?
-fundisha	Nani atakufundisha Kiswahili?
-jibu swali	Nani atakujibu swali?
-uliza swali	Nani atakuuliza swali?

6. Zoezi la sita

Hamisi	Unamfahamu Hamisi?	La, simfahamu (Hamisi).
wanafunzi wote	Unawafahamu wanafunzi wote?	La, siwafahamu (wanafunzi wote).
mimi	Yeye ananifahamu?	La, hakufahamu (wewe).
sisi	Yeye anatufahamu?	La, hawafahamu (ninyi).
yeye	Wanamfahamu?	La, hawamfahamu (yeye).
wao	Wanawafahamu?	La, hawawafahamu (wao).

7. Zoezi la saba

wewe	Nani anakufundisha Kiswahili? Mwalimu Juma ananifundisha.
ninyi	Nani anawafundisheni Kiswahili? Mwalimu Juma anatufundisha.
yeye	Nani anamfundisha Kiswahili? Mwalimu Juma anamfundisha.
Ali na Fatuma	Nani anawafundisha Ali na Fatuma Kiswahili? Mwalimu Juma anawafundisha.
yeye	Nani anamfundisha Kiswahili? Mwalimu Juma anamfundisha.
wao	Nani anawafundisha Kiswahili? Mwalimu Juma anawafundisha.

8. Zoezi la nane

wao ~ -nunulia	Mwalimu atawanunulia chakula?
ninyi	Mwalimu atawanunulieni chakula?
wao ~ -fundisha	Mwalimu atawafundisha Kiswahili?
ninyi	Mwalimu atawafundisheni Kiswahili?
wao ~ -saidia	Mwalimu atawasaidia wanafunzi?
ninyi	Mwalimu atawasaidieni wanafunzi?

ZOEZI LA KUSOMA

Ada za Shule

Juma ni mwanafunzi wa Chuo Kikuu cha Dar es Salaam lakini yeye halipi ada za shule. Baba yake ni mvuvi; yeye anakaa karibu na mji wa Mtwara, sehemu za pwani, kusini ya nchi ya Tanzania. Kazi yake ni kuvua samaki. Anavua samaki na kulima kidogo tu; yeye hana pesa nyingi. Ana pesa za kutosha za kuwanunulia watoto wake na mke wake mahitaji yao, kama chakula, nguo, na kadhalika. Wazazi wengi wa wanafunzi ni kama baba Juma; ni wakulima, wavuvi, au wafanyakazi. Hawana pesa nyingi. Hawawezi kuwasaidia watoto wao kwa kuwalipia ada zote za shule. Lakini huko Tanzania na

Somo la Kumi na Moja

Kenya, kwa bahati nzuri watu maskini hawalipi ada za shule kama wanasoma katika shule za serikali. Serikali inawasaidia.[1] Katika vyuo vikuu wanafunzi wanasoma bure. Ni kwa sababu hii Juma halipi ada za shule.

[1]The prefix *i-* is a subject marker agreeing with the noun subject *serikali.* See *Somo la Kumi na Nne* for more information on this kind of agreement.

Maswali
1. Juma anasoma wapi?
2. Baba yake anamsaidia kwa mahitaji yake?
3. Anamlipia ada za shule?
4. Wanafunzi wanasoma bure wapi?
5. Juma analipa ada za shule?

HABARI ZA SARUFI

1. More on Time

- To express a quarter or half-past the hour, add *na robo* 'and a quarter' and *na nusu* or *u nusu* 'and a half' to the hour:

saa moja na robo	7:15 (lit. 1 o'clock and/plus a quarter)
saa moja na nusu	7:30 (lit. 1 o'clock and/plus a half)
saa mbili u nusu	8:30 (lit. 2 o'clock and/plus a half)

- To express other intervals of time, use *dakika* 'minute/s':

saa moja na dakika moja	7:01 (lit. 1 o'clock and/plus one minute)
saa moja na dakika tano	7:05 (lit. 1 o'clock and/plus five minutes)

- To express a quarter or 15 minutes before the hour, *subtract* a quarter, *robo,* or the appropriate number of minutes from the next hour by using *kasarobo* for a quarter, and *kasoro* for minutes:

saa mbili kasarobo	7:45 (lit. 2 o'clock less a quarter)
saa mbili kasoro dakika tano	7:55 (lit 2 o'clock less five minutes)

- Some speakers use *kasa* 'less' instead of *kasoro* 'less' to express a quarter before the hour. Also, a variant of *kasarobo* is *kasorobo.*

2. Expressing Objects in Swahili

- Just as Swahili marks subjects on verbs by using prefixes, it marks objects by using prefixes. Subject and object prefixes are compared below; note that in some cases they are identical and in others different:

ni-	'I'	-ni-	'me'
u-	'you'	**-ku-**	'you'
a-	's/he, (it)'	-m-, -mw-	'her/him
tu-	'we'	-tu-	'us'
m-	'you (pl.)	**-wa-**	'you (pl.)'
wa-	'they'	-wa-	'them'

- When an object prefix is used, it follows the tense marker and comes immediately before the verb stem:

  Ni-na-**m**-jua.   'I know him/her.'
  I-TNS-**him/her**-know
  Subject - Tense - **Object** - Verb Stem.

- The rules for how to use object pronouns in Swahili are complex; however, there are two contexts in which the object prefix may be used: i) to substitute for a noun object that is not explicitly stated, and ii) many Swahili speakers will also use an object prefix even in cases where a human object is explicitly mentioned (for more information on the object prefix in these lessons see Lesson 15, Grammar Note 4 and Lesson 17, Grammar Note 2):

  i. A-na-**tu**-fundisha.   'She is teaching **us**.'
  ii. Ni-na-**m**-fahamu Hamisi. 'I know Hamisi (literally: I know **him** Hamisi.'

- The object pronouns for 'you' (2nd person plural)' and 'them' (3rd person plural) are both -*wa*-. They may be distinguished by adding -*ni* to the second person plural form and changing a final -*a* suffix to -*e*:

  A-na-**wa**-fundish**eni**.   'He is teaching **you** (plural).'
  A-na-**wa**-fundish**a**.   'He is teaching **them**.'

- Some speakers mark 'you plural' objects by using the singular -*ku*- plus the plural verb ending. (We do not drill this alternate in this lesson.):

  A-na-**ku**-fundish**eni**   'He is teaching you (plural).'

- Many grammar books state that when the object noun refers to a human being or animal the object pronoun is obligatorily used; however, in present-day usage this is often not the case.

3. Prepositional (Applied) Verbs

- Compare the meanings of the following verb forms:

-lipa	pay	-lip**ia**	pay **for, to**
-nunua	buy	-nunul**ia**	buy **for**

- The forms on the right in the above examples are referred to as "prepositional" (or "applied") verb stems because their translation usually requires an English preposition. In the context of this lesson, these verbs are used to express that some action is done to or for the benefit of the named personal object. Compare the following:

  Baba atalipa ada.   Baba ata**m**lip**ia** ada.
  'Father will pay the fees.' 'Father will pay the fees **for her**.'

- When two noun objects follow a verb, the animate noun object (in this case 'child') normally precedes the inanimate object (the 'school fees'):

  Baba atamlipia **mtoto** ada.   'Father will pay the fees for (his) child.'

- The prepositional verb form is formed by adding the suffix -*(l)ia* or -*(l)ea* to the verb root. If the verb root ends in a consonant, -*ia* or -*ea is* the suffix; if it ends in a vowel, -*lia* or -*lea is* used. Also, the choice of -*(l)ia* or -*(l)ea* depends on the root vowel. If the root vowel is *i, a,* or *u,* the suffix is -*(l)ia;* if it is *e* or *o,* the suffix *is* -*(l)ea:*

-pika	'cook'	-pikia	cook for
-rudi	'return'	-rudia	'return to/for'
-fanya	'do, make'	-fanyia	'do for, make for'
-soma	'read'	-somea	'read to/for'
-enda	'go'	-endea	'go to/for/toward'
-kimbia	'run, run away'	-kimbilia	'run to/toward'
-nunua	'buy'	-nunulia	'buy for'
-ondoa	'clear off'	-ondolea	'clear off for (someone)'

• For further information about the morphology and syntax of these verb forms, check the standard grammars (two suggestions are E. O. Ashton's *Swahili Grammar* (Longmans, 1944), and P. M. Wilson's *Simplified Swahili* (Kenya Literature Bureau 1970) under the heading 'Prepositional Verb Form'.

ZOEZI LA NYUMBANI

Tafsiri

1. He is the Swahili teacher, right?
2. I will go to work tomorrow morning.
3. What time will you get there?
4. I don't know them; do they say they know me?
5. He is buying me some tea after class at 10:15.
6. I will buy the children some food.
7. Do they know you (pl.)?
8. Does your father pay your school fees for you (pl.)?
9. He is teaching us Swahili.
10. He will not help us.

Badilisha kwa Kiswahili

1. 11:00 _____
2. 11:05 _____
3. 3:15 _____
4. 5:30 _____
5. 5:45 _____
6. 5:46 _____
7. 5:49 _____
8. 5:50 _____
9. 5:55 _____
10. 5:59 _____

MSAMIATI

1. Maneno ya Mazungumzo na Mazoezi

ada	fee/s
dakika	minute/s
kasa	less
kasarobo	less a quarter, quarter past (see Note 1. above)
kasoro	less (in telling time; see Note 1 above)

kesho asubuhi	tomorrow morning
-lipa	pay
-lipia	pay to/for
mzazi	parent
wazazi	plural
nusu	half
robo	quarter
sivyo?	isn't it so? isn't that right? is that not so? (expects a yes-answer)

2. Maneno ya Zoezi la Kusoma

bure	for free, for nothing (also 'useless')
-enda	go
-endea	go to/for/toward
-fanya	do, make
-fanyia	do to/for, make for
kadhalika	and so on, etc., likewise
-kimbia	run, run away
-kimbilia	run to/toward
kusini	south
kwa bahati nzuri	fortunately, by good luck (cf. *bahati* 'luck, fortune')
-lima	cultivate, farm (see *mkulima* 'farmer')
maskini	poor, poor person/s
msaada	help, aid, assistance plural
misaada	plural
nguo	clothing (sg. and pl.)
-nunua	buy
-nunulia	buy for/on behalf of (cf. *-nunua* 'buy')
-ondoa	clear off/away
-ondolea	clear off for (someone)
pesa	money (usually plural)
-pika	cook
-pikia	cook for
-rudi	return
-rudia	return to/for
-saidia	help (verb, prepositional in form)
samaki	fish (sg. and pl.)
serikali	government (sg. and pl.)
-soma	study, read
-somea	study for, read for/to
zote	all (*zote* can be used only with nouns such as *ada, nguo*, etc.; for information on *-ote* see Lesson 23, Notes 2 and 4.); see *wote, nyote, sote* introduced in previous lessons.

3. Maneno Maalum

badilisha kwa Kiswahili	change into Swahili (note use of *kwa* in this expression rather than *katika*)

12

Somo la Kumi na Mbili

MAZUNGUMZO

Mazungumzo — Ada za shule ni pesa ngapi?

Mwalimu:	Hasani!
Mwanafunzi:	Naam, mwalimu?
Mwalimu:	Wewe ni mwanafunzi hapa UCLA, sivyo?
Mwanafunzi:	Ndiyo, mwalimu. Ninasoma hapa.
Mwalimu:	Ada za shule ni pesa ngapi?
Mwanafunzi:	Ni kama dola mia mbili na thelathini hivi kwa kipindi.
Mwalimu:	Ni dola mia saba?
Mwanafunzi:	Ndiyo, ni dola mia saba hivi kwa mwaka.
Mwalimu:	Wazazi wanakusaidia kwa kulipa ada zako za shule?
Mwanafunzi:	Hapana, hawanisaidii, ninajitegemea, ninafanya kazi.

MAZOEZI

1. Zoezi la kwanza

-saidia	Anajisaidia?	Ndiyo, anajisaidia.
-tegemea	Anajitegemea?	Ndiyo, anajitegemea.
-fundisha	Anajifundisha?	Ndiyo, anajifundisha.
-fahamu	Anajifahamu?	Ndiyo, anajifahamu.
-jifunza	Anajifunza?	Ndiyo, anajifunza.
-pikia	Anajipikia?	Ndiyo, anajipikia.
-somea	Anajisomea?	Ndiyo, anajisomea.
-nunulia	Anajinunulia?	Ndiyo, anajinunulia.

2. Zoezi la pili

yeye	Yeye anakusaidia?	Hapana, hanisaidii.
mama	Mama anakusaidia?	Hapana, hanisaidii.
wazazi	Wazazi wanakusaidia?	Hapana, hawanisaidii.
mama na baba	Mama na baba wanakusaidia	Hapana, hawanisaidii.

3. Zoezi la tatu

wewe	Unajitegemea?	Hapana, sijitegemei.
ninyi	Mnajitegemea?	Hapana, hatujitegemei.
yeye	Anajitegemea?	Hapana, hajitegemei.
wao	Wanajitegemea?	Hapana, hawajitegemei.

4. Zoezi la nne

Ada za shule ni pesa ngapi?

10	Ni dola kumi hivi.
20	Ni dola ishirini hivi.
30	Ni dola thelathini hivi.
40	Ni dola arobaini hivi.
50	Ni dola hamsini hivi.
60	Ni dola sitini hivi.
70	Ni dola sabini hivi.
80	Ni dola themanini hivi.
90	Ni dola tisini hivi.

5. Zoezi la tano

100	mia moja	1000	elfu moja
200	mia mbili	2000	elfu mbili
300	mia tatu	3000	elfu tatu
400	mia nne	4000	elfu nne
500	mia tano	5000	elfu tano

6. Zoezi la sita

110	mia moja na kumi
120	mia moja na ishirini
130	mia moja na thelathini
140	mia moja na arobaini
150	mia moja na hamsini
155	mia moja na hamsini na tano
156	mia moja na hamsini na sita
157	mia moja na hamsini na saba
158	mia moja na hamsini na nane
159	mia moja na hamsini na tisa

7. Zoezi la saba

Ni mwaka gani?

1960	Ni mwaka elfu moja mia tisa na sitini.
	(*au:* Ni mwaka sitini.)
1965	Ni mwaka elfu moja mia tisa na sitini na tano.
	(*au:* Ni mwaka sitini na tano.)
1970	Ni mwaka elfu moja mia tisa na sabini.
	(*au:* Ni mwaka sabini.)
1978	Ni mwaka elfu moja mia tisa na sabini na nane.
	(*au:* Ni mwaka sabini na nane)
2001	Ni mwaka elfu mbili na moja.
	(*au:* Ni mwaka mosi.)
2010	Ni mwaka elfu mbili na kumi.
	(*au:* Ni mwaka kumi.)
2020	Ni mwaka elfu mbili na ishirini.
	(*au:* Ni mwaka ishirini.)

KUCHUMA NYANYA

ZOEZI LA KUSOMA

Kujitegemea katika Shule za Nchi ya Tanzania

Ijapokuwa wanafunzi wa nchi ya Tanzania hawalipi ada za shule na hawajitegemei kwa kulipa ada za shule, wanajitegemea kwa kusaidia shule zao. Kwa mfano, wanasaidia kwa kusafisha shule na kufanya kazi nyingine. Wanafunzi wengi wana bustani au mashamba. Katika mashamba yao wanapanda mimea mingi kama nyanya, vitunguu, na mboga mbalimbali. Mara kwa mara wana miti ya matunda kama michungwa (yaani miti ya machungwa), na migomba (yaani miti ya ndizi). Kwa kawaida wanakula matunda ya miti yao na mboga zao, lakini kama hawawezi kutumia yote watauza mazao yao sokoni. Kama wana bahati, wanaweza kupata shilingi thelathini au arobaini kwa kuuza mazao.

Somo la Kumi na Mbili

Baada ya kuuza mazao watatumia pesa za kujinunulia mahitaji yao kama sukari, na maziwa, na majani ya chai, na mkate. Wanapenda sana kunywa chai. Basi, kwa kusafisha shule na madarasa ya shule, na kupanda mboga na miti, kama michungwa na migomba, wanaweza kujitegemea. Tena wanajifunza sana kujitegemea.

Maswali
1. Wanafunzi wanawasaidia nani wakati wa kusafisha?
2. Wanapanda miti gani?
3. Wanakula mazao yote?
4. Wanapenda sana kufanya nini?
5. Kama wanapata pesa, wanajinunulia nini?

HABARI ZA SARUFI

1. The Reflexive -ji-

Use the reflexive pronoun prefix -ji- to express 'oneself' (myself, yourself, himself, etc.). Note that -ji- occurs in the object position of the verbal complex:

Nina-**ji**-tegemea.   'I rely on **myself**.'
Wana-**ji**-saidia.   'They are helping **themselves**.'
Ana-**ji**-funza.   'She is learning.' (lit. 'She teaches **herself**.')

2. Numerals

Tens are expressed with words derived from Arabic (except *kumi* 'ten', which is Bantu in origin); *hundreds* are expressed by using *mia* modified by the numerals for 'one' to 'nine'; *thousands* are expressed in the same manner by using *elfu*. For examples, see *Zoezi la Nne* to *Zoezi la Sita* above.

3. Expressing names of years

To express the name of the year use the word *mwaka* 'year' followed by the numeral; there is a shortened form that uses only the number for the decade:

Ni mwaka elfu moja mia tisa tisini na tano. 'It's 1995.'
Atapata digri yake mwaka tisini na saba.   'She'll get her degree in '97.

ZOEZI LA NYUMBANI

Tafsiri
1. School fees are about $3,500 a year.
2. He doesn't depend on himself; they help him.
3. It's now 1996 (use both the short and long forms).
4. He will travel to Dar on the 10th of January 1997.
5. She is teaching herself Swahili. (use -*fundisha*)
6. He is self reliant.
7. The are learning Swahili well.
8. I am cooking for myself.

Andika nambari hizi kwa Kiswahili

1. 11 _____
2. 23 _____
3. 45 _____
4. 57 _____
5. 39 _____

6. 161 _____
7. 172 _____
8. 183 _____
9. 194 _____
10. 1250 _____

MSAMIATI

1. Maneno ya Mazungumzo na Mazoezi

dola	dollar
elfu	thousand (sg. and pl.)
maelfu	collective plural
hivi	about, approximately
-jifunza	learn (lit. teach onself)
kipindi	period, portion of time
vipindi	plural
kujitegemea	self-reliance
mia	hundred (sg. and pl.)
mamia	collective plural
mwaka	year
miaka	plural
-tegemea	rely on, depend on

2. Maneno ya Zoezi la Kusoma

bustani	garden (sg. and pl.)
chai	tea (usually sg.)
-chuma	harvest, pick (fruit, vegetables, etc.)
chungwa	orange
machungwa	plural
ijapokuwa	even though (see *ingawa*)
jani	leaf
majani	plural
kawaida	usual thing, custom (see *kwa kawaida*)
kitunguu	onion
vitunguu	plural
kwa kawaida	usually, customarily
kwa mfano	for example, as an example
maziwa	milk
mboga	vegetable (sg. and pl.)
mchungwa	orange tree (see *chungwa*)
michungwa	plural

mfano	example
mifano	plural
mgomba	banana plant
migomba	plural
mkate	bread
mikate	loaves of bread
mingi	many, much, a lot of (for *mi-* words only)
mmea	plant
mimea	plural
mti	tree
miti	plural
ndizi	banana (sg. and pl.)
nyanya	tomato (sg. and pl.)
-(ku)nywa	(to) drink
-panda	plant (verb)
-penda	like, love
-safisha	clean (verb)
sukari	sugar (usually sg.)
-tumia	use (verb)
tunda	fruit
matunda	plural
-uza	sell
zao	produce, product
mazao	plural

13

Somo la Kumi na Tatu

MAZUNGUMZO

Mazungumzo — Kuwa na Nafasi

Mwalimu:	Je, ulikuwa na nafasi ya kusoma kabla ya kuja darasani leo asubuhi?
Mwanafunzi:	La, sikusoma, sikuwa na nafasi.
Mwalimu:	Kwa sababu gani hukuwa na nafasi?
Mwanafunzi:	Nilikuwa mgonjwa usiku; kwa hivyo nilichelewa kuamka leo asubuhi.
Mwalimu:	Utakuwa na nafasi ya kusoma leo?
Mwanafunzi:	Ndiyo, nitasoma leo usiku saa tatu hivi.
Mwalimu:	Vema, kutakuwa na mtihani kesho.

MAZOEZI

1. Zoezi la kwanza

wewe	Ulichelewa kuamka leo asubuhi?	La, sikuchelewa.
yeye	Alichelewa kuamka leo asubuhi?	La, hakuchelewa.
ninyi	Mlichelewa kuamka leo asubuhi?	La, hatukuchelewa.
wao	Walichelewa kuamka leo asubuhi?	La, hawakuchelewa.

2. Zoezi la pili

-chelewa	Ulichelewa jana?	La, sikuchelewa.
-soma	Ulisoma jana?	La, sikusoma.
-fanya kazi	Ulifanya kazi jana?	La, sikufanya kazi.
-fundisha	Ulifundisha jana?	La, sikufundisha.
-(ku)ja	Ulikuja jana?	La, sikuja.
-(ku)la	Ulikula jana?	La, sikula.
-enda mjini	Uli(kw)enda mjini jana?	La, sikuenda/sikwenda.

3. Zoezi la tatu

kila siku	Je, una nafasi ya kusoma kila siku?
	La, sina nafasi kila siku.
kesho	Je, utakuwa na nafasi ya kusoma kesho?
	La, sitakuwa na nafasi kesho.
jana	Je, ulikuwa na nafasi kusoma jana?
	La, sikuwa na nafasi jana.

4. Zoezi la nne

sasa	Wewe ni mgonjwa sasa?	La, mimi si mgonjwa sasa.
usiku	Ulikuwa mgonjwa usiku?	La, sikuwa mgonjwa usiku.
kesho	Utakuwa mgonjwa kesho?	La, sitakuwa mgonjwa kesho.

5. Zoezi la tano

sasa	Kuna mtihani sasa? Hapana, hakuna mtihani sasa.
jana	Kulikuwa na mtihani jana? Hapana, hakukuwa na mtihani jana.
kesho	Kutakuwa na mtihani kesho? Hapana, hakutakuwa na mtihani kesho.

ZOEZI LA KUSOMA

Kwenda Sokoni Katika Miji na Mashambani

Leo asubuhi mama Juma alikuwa sokoni; hakuwa na unga wa kutosha ili kuwapikia watoto ugali. Pia alitaka kuwanunulia nguo za shule. Jambo hili ni la kawaida kwa watu katika miji ya Afrika ya Mashariki. Watu wengi wanakwenda sokoni na madukani kununua mahitaji yao, kama vyakula, na nguo, na vitu vingine mbalimbali. Kwa kawaida wanakwenda saa za asubuhi. Wanakwenda kila siku kwa sababu wengi hawana mahali pa kuwekea vyakula kama nyama, na samaki, na maziwa. Vyakula hivi vinaoza[1] upesi, kwa hivyo watu wanakwenda kila siku kununua vyakula kama wanataka kuwa na kitu cha kula. Watu wa mijini wanawategemea wauzaji wa masokoni na wa madukani kwa kupata vyakula vyao. Wao si wakulima au wavuvi. Hawalimi na hawavui samaki. Basi, kuna masoko mbalimbali katika miji, masoko ya mboga, ya nyama, ya samaki, ya nguo, na ya vitu kadhaa. Wenyeji wa miji wanategemea masoko haya kwa mahitaji yao.

Katika sehemu za mashambani kuna masoko pia, lakini watu hawaendi kila siku. Kila wiki kuna siku moja tu ya kwenda sokoni. Watu ni wakulima; wengine ni wachungaji; na kama watu wanakaa karibu na maji, ni wavuvi pia. Wanajitegemea kwa kupata chakula: wanapanda na kulima na kuvua chakula chao. Lakini hawawezi kulima chakula chao chote; kwa hivyo katika siku ya soko wataenda kununua vitu kama chai, na sukari,

WAUZAJI MATUNDA

na vitu vingine. Kama wana mazao mengi, kama ndizi, machungwa, na matunda mengine, na mboga kadhaa, watauza mengine na kutumia pesa kwa kujinunulia mahitaji yao. Kwa mfano, mtu atauza ndizi kwa kupata pesa ili kununua vitunguu au unga wa mahindi, au nguo.

Watu hawaendi sokoni ili kuuza na kununua tu; mara kwa mara wanakwenda kuwaona watu wengine na kuzungumza na rafiki zao. Hata mijini watu wanapenda kwenda sokoni kwa sababu huko wana nafasi ya kuwaona na kuzungumza na rafiki zao.

Lakini leo asubuhi Mama Juma hakuzungumza na rafiki zake kwa sababu hakuwa na nafasi.

[1]*Vinaoza* 'they are rotting'; *vi-* is a subject prefix agreeing with *vyakula*; see Somo la Kumi na Nne, Grammar Note 3.

Somo la Kumi na Tatu

Maswali

1. Katika masoko watu wana nafasi ya kufanya nini?
2. Watu wa mijini wanaenda sokoni kila siku? Kwa sababu gani?
3. Na watu wa mashambani, je?
4. Wakulima wanaweza kulima chakula cha kutosha kwa mahitaji yao?
5. Watu wa mashambani wananunua vitu gani katika soko?

HABARI ZA SARUFI

1. The Past Tense -li

- Use the *-li-* tense marker to indicate past action:

ni-**li**-amka	'I got up.'
ni-**li**-chelewa	'I was late.'
ni-**li**-soma	'I studied/read.'

2. The -ku- Tense

- Use the *-ku-* tense marker together with the negative subject prefixes to negate the *-li-* tense:

si-**ku**-amka	'I didn't get up'
si-**ku**-chelewa	'I wasn't late'
si-**ku**-soma	'I didn't read/study'

3. Monosyllabic Stems with -li- and -ku-

- With the *-li-* tense, the *-ku-* of the infinitive of monosyllabic stems is used; however, it is *not* used with the *-ku-* tense; compare:

a-li-**ku**ja	'he came'	ha-ku-ja	'he did not come'
a-li-**ku**la	'he ate'	ha-ku-la	'he did not eat'
a-li-(**kw**)enda	'he came'	ha-kw-enda	'he did not go'

- The *-ku-* tense is historically the infinitive marker; one could say, then, that the 'Past Negative' tense is formed by adding negative subject prefixes to the infinitival form of the verb.

4. The Past and Future Forms of 'To Be'

- *Ni* and *si* are used in Swahili to express English 'am (not)/is (not)/are (not)':

Mimi ni mgonjwa.	'I am sick (a sick person).'
Sisi ni wagonjwa.	'We are sick (sick people).'
Yeye si mwuzaji.	'She is not a seller.'
Wao si wauzaji.	'They are not sellers.'

- For past and future tenses of *ni* and *si*, the verb *kuwa* 'to be' is used with appropriate tense/aspect prefixes:

Nilikuwa mgonjwa.	'I was sick.'
Sikuwa mgonjwa.	'I was not sick.'
Nitakuwa mgonjwa.	'I will be sick.'
Sitakuwa mgonjwa.	'I will not be sick.'

- *Kuwa* is a monosyllabic verb and follows the same pattern as *kuja, kula,* etc.

5. **The Past and Future Forms of 'To Have'**

- The particle *-na* with appropriate subject prefixes is used to express 'have/has':

  | Nina nafasi. | 'I have time/opportunity.' |
  | Tuna nafasi. | 'We have time/opportunity.' |

- To express past and future of 'have', the verb *kuwa na* 'to be with' (thus 'to have') is used:

Nilikuwa na nafasi.	'I had a chance.'
Sikuwa na nafasi.	'I didn't have a chance.'
Nitakuwa na nafasi.	'I will have time.'
Sitakuwa na nafasi.	'I will not have time.'

6. **The Past and Future Forms of 'There Is/There Are'**

- *Kuna is* used to express 'there is/there are'. *Ku- is* a subject prefix which refers to place; compare this with *ku-* in *kule* 'there':

  | **Kuna** ndizi kule mezani. | 'There are bananas there on the table.' |

- Past and future forms, positive and negative, of *kuna* are formed with *kuwa na*:

Kulikuwa **na** mtihani jana.	'There was an exam yesterday.'
Ha**ku**kuwa **na** mtihani jana.	'There wasn't an exam yesterday.'
Kutakuwa **na** mtihani kesho.	'There will be an exam tomorrow.'
Ha**ku**takuwa **na** mtihani kesho.	'There won't be an exam tomorrow.'

ZOEZI LA NYUMBANI

Tafsiri

1. I was very hungry yesterday.
2. If he is not hungry now, he will be hungry this evening.
3. I did not have an opportunity to study.
4. I will have a chance to study tonight.
5. I did not study yesterday; I went to work.

Badilisha kwa Kiswahili

1. I have _____
2. I had _____
3. I will have_____
4. I will not have_____
5. I did not have _____
6. I don't have_____
7. I am working _____
8. I worked _____
9. I will work_____
10. I will not work_____
11. I did not work _____
12. I am not working_____
13. There will be _____
14. There was not _____
15. There are _____
16. There are not _____

MSAMIATI

1. Maneno ya Mazungumzo na Mazoezi

jana	yesterday
leo asubuhi	this morning
mtihani	exam
mitihani	plural
nafasi	chance, opportunity, time (sg. and pl.)
(ku)wa	(to) be
(ku)wa na	(to) have

2. Maneno ya Zoezi la Kusoma

duka	store, shop
maduka	plural
hata	up to, even
hili	this (for nouns such as *duka,* i.e., singular nouns with MA-plurals)
hindi	grain of corn (maize)
mahindi	corn (grain)
hivi	these (for plural nouns with VI- prefixes)
ili	in order that
kadhaa	various (from Arabic; cf. *mbalimbali*)
kuna	there is/are
mahali	place (from Arabic)
maji	water
mchungaji	herder
wachungaji	plural
mwenyeji	inhabitant
wenyeji	plural
mwuzaji	seller (cf. *uza* 'sell')
wauzaji	plural
nyama	meat (usually sg.)
-oza	rot, spoil
rafiki	friend
rafiki	plural
marafiki	collective plural
upesi	quickly
vinaoza	they are rotting (they = nouns with Vi- plurals)
-wekea	keep in, put in (See *-weka* 'keep, put')

14
Somo la Kumi na Nne

MAZUNGUMZO

1. Mazungumzo ya kwanza — Juma yuko wapi?

Mwalimu:	Kathy, umechelewa!
Mwanafunzi:	Ndiyo, mwalimu, nimechelewa kwa sababu basi ilichelewa.
Mwalimu:	Na Juma je, yuko wapi.
Mwanafunzi:	Sijui, pengine yuko nje.

2. Mazungumzo ya pili — Kitabu kiko wapi?

Mwalimu:	Brian, una kitabu chako?
Mwanafunzi:	Hapana, mwalimu.
Mwalimu:	Kiko wapi?
Mwanafunzi:	Sijui, mwalimu, hakipo hapa.
Mwalimu:	Kiko nyumbani?
Mwanafunzi:	Sijui, pengine kimepotea.

3. Mazungumzo ya tatu — Saa iko wapi?

Mwalimu:	Je, Kathy, ni saa ngapi sasa?
Mwanafunzi:	Sijui, mwalimu, sina saa leo.
Mwalimu:	Iko wapi?
Mwanafunzi:	Imo mfukoni; imevunjika.

MAZOEZI

1. Zoezi la kwanza

Hamisi	Hamisi yuko wapi? Yupo hapa? Sijui, hayupo hapa.
Juma na Ali	Juma na Ali wako wapi? Wapo hapa? Sijui, hawapo hapa.
mwalimu	Mwalimu yuko wapi? Yupo hapa? Sijui, hayupo hapa.
walimu	Walimu wako wapi? Wapo hapa? Sijui, hawapo hapa.

Somo la Kumi na Nne

2. Zoezi la pili

kiti	Kiti kiko wapi?	Pengine kiko nje.
viti	Viti viko wapi?	Pengine viko nje.
kitabu	Kitabu kiko wapi?	Pengine kiko nje.
vitabu	Vitabu viko wapi?	Pengine viko nje.
kalamu	Kalamu iko wapi?	Pengine iko nje.
meza	Meza iko wapi?	Pengine iko nje.
kalamu (pl.)	Kalamu ziko wapi?	Pengine ziko nje.
meza (pl.)	Meza ziko wapi?	Pengine ziko nje.
pesa (usually pl.)	Pesa ziko wapi?	Pengine ziko nje.

3. Zoezi la tatu

kitabu	Kitabu kiko nyumbani?	La, hakiko kule.
vitabu	Vitabu viko nyumbani?	La, haviko kule.
mfuko	Mfuko uko nyumbani?	La, hauko kule.
mkate	Mkate uko nyumbani?	La, hauko kule.
mmea	Mmea uko nyumbani?	La, hauko kule.
mifuko	Mifuko iko nyumbani?	La, haiko kule.
mimea	Mimea iko nyumbani?	La, haiko kule.

4. Zoezi la nne

pesa	Pesa zimo mfukoni?	Ndiyo, zimo mfukoni.
kalamu	Kalamu imo mfukoni?	Ndiyo, imo mfukoni.
kitabu	Kitabu kimo mfukoni?	Ndiyo, kimo mfukoni.
daftari	Daftari limo mfukoni?	Ndiyo, limo mfukoni.
madaftari	Madaftari yamo mfukoni?	Ndiyo, yamo mfukoni.
tunda	Tunda limo mfukoni?	Ndiyo, limo mfukoni.
matunda	Matunda yamo mfukoni?	Ndiyo, yamo mfukoni.
shati	Shati limo mfukoni?	Ndiyo, limo mfukoni.
mashati	Mashati yamo mfukoni?	Ndiyo, yamo mfukoni.
wino	Wino umo mfukoni?	Ndiyo, umo mfukoni.

5. Zoezi la tano

baisikeli	Baisikeli iko wapi?	Sijui, pengine imepotea.
motokaa	Motokaa iko wapi?	Sijui, pengine imepotea.
gari	Gari liko wapi?	Sijui, pengine limepotea.
magari	Magari yako wapi?	Sijui, pengine yamepotea.
baisikeli (pl.)	Baisikeli ziko wapi?	Sijui, pengine zimepotea.
motokaa (pl.)	Motokaa ziko wapi?	Sijui, pengine zimepotea.

6. Zoezi la sita

kalamu	Kalamu iko wapi?	Iko nyumbani; imevunjika.
baisikeli (pl.)	Baisikeli ziko wapi?	Ziko nyumbani; zimevunjika.
gari	Gari liko wapi?	Liko nyumbani; limevunjika.
saa	Saa iko wapi?	Iko nyumbani; imevunjika.
kiti	Kiti kiko wapi?	Kiko nyumbani; kimevunjika.
magari	Magari yako wapi?	Yako nyumbani; yamevunjika.
viti	Viti viko wapi?	Viko nyumbani; vimevunjika.
baisikeli (sg.)	Baisikeli iko wapi?	Iko nyumbani; imevunjika.

KWENDA MADUKANI

ZOEZI LA KUSOMA

Masoko na Maduka

Katika mji wa Nairobi kuna mahali pengi pa kuuza vitu, kama masoko na maduka. Kuna soko moja kubwa karibu na Chuo Kikuu, na katika mitaa yote ya mji kuna masoko mengine. Vyakula vya aina mbalimbali vinapatikana katika masoko, kwa mfano: mboga, na nyama, na matunda. Hali kadhalika kuna maduka ya kuuza vitu kama vitabu; na mavazi kama mashati, soksi, na suruali; maduka ya mahitaji ya shule kama wino, karatasi, kalamu, madaftari, na mifuko; na maduka ya vyombo vya nyumba—viti, meza na vitu kadha wa kadha. Pia kuna wauzaji wengine wa kuuza vitu vidogo mbalimbali na wao hawana maduka au mahali pa kuuza vitu katika masoko. Wana magari ya kuuza vitu barabarani. Wanauza magazeti, au matunda kama ndizi na maembe, au chai. Baba Hamisi

MTAANI UNGUJA

ni mmoja wao. Yeye ana gari la kuuza chai. Anawauzia wafanyakazi wa kiwanda cha

kutengeneza viatu; kwa hivyo gari lake liko karibu na kiwanda. Wafanyakazi wanapenda

kununua chai wakati wa kwenda na kuondoka kazini.

Maswali

1. Soko kubwa liko wapi?
2. Kuna masoko katika mitaa yote ya mji wa Nairobi?
3. Je, mboga zinapatikana wapi?
4. Gari la Baba Hamisi liko karibu na Chuo Kikuu?
5. Wafanyakazi wanapenda kununua chai wakati gani?

HABARI ZA SARUFI

1. The Swahili Noun Class System

- Throughout the preceding lessons we have seen numerous examples of forms which share a common meaning but which vary in shape, e.g. *wa, ya, la, cha, vya, za,* and *pa,* all meaning 'of', or *mwingine, wengine, vingine,* and *mengine* 'other, some'. These are part of the Swahili system of noun classification and agreement.

- All nouns in Swahili are classified into sets according to their singular and plural shapes, and according to the agreement prefixes they govern, such as *w-, y-, l-* etc. on *-a* 'of'. These sets are known as noun classes. Each class is numbered, or referred to by name—numbers according to a system used by linguists, and names according to the shapes of the prefixes or by commonly known noun. Thus, for example, the first set can be referred to as Class 1/2, the M-/WA- Class, or the Mtu/Watu Class.

- Historically, noun classes in Bantu languages were characterized by specific semantic properties. For instance, there were noun classes which contained only the names of human beings, another for animals, a different one for elongated objects, and so forth. This system is still reflected in Swahili, but semantic shifts and borrowings from other languages have caused changes. For instance, Class 9/10, which originally contained only names of animals and kinship terms, today includes a semantically divergent range of nouns because of borrowing from Arabic, English, Portuguese, Indian languages, and others.

- In the table below, each class is presented with examples and a statement of its general semantic properties.

a. **M-/WA- Class** (Mtu/Watu) — Human beings

Class 1		Class 2	
m-tu	'person'	wa-tu	'people'
m-toto	'child'	wa-toto	'children'
mw-alimu	'teacher'	w-alimu	'teachers'

b. **M-/MI- Class** (Mti/Miti) — Trees, plants, etc.

Class 3		Class 4	
m-ti	'tree'	mi-ti	'trees
m-chungwa	'orange tree'	mi-chungwa	'orange trees'
m-gomba	'banana plant'	mi-gomba	'banana plants'

The M-/MI- class also includes objects which are closely associated with living things, or which may be viewed as living:

m-oto	'fire'	mi-oto	'fires'
m-oyo	'heart'	mi-oyo	'hearts'
m-guu	'foot'	mi-guu	'feet'

c. **JI-/MA- Class** (Tunda/Matunda) — Fruits, parts of plants, etc.

Class 5		Class 6	
tunda	'piece of fruit'	ma-tunda	'fruit'
tawi	'branch'	ma-tawi	'branches'
ua	'flower'	ma-ua	'flowers'

This class includes nouns which indicate quantities, or constituents of groups or sets, as well as mass nouns which have no singulars (e.g. liquids) and collectives:

ji-we	'stone'	ma-we	'stones'
ji-cho	'eye'	ma-cho	'eyes'
ma-ji	'water'	ma-futa	'oil'

Nouns in this class normally have Ø prefix in the singular, and *ma-* in the plural; the singular prefix *ji-* occurs only with nouns that have monosyllabic roots, such as *ji-we* and *ji-cho* 'eye'.

d. **KI-/VI- CLASS** (Kitu/Vitu) — Artifacts, useful objects, etc.

Class 7		Class 8	
ki-tu	'thing'	vi-tu	'things'
ki-ti	'chair'	vi-ti	'chairs'
ch-akula	'food'	vy-akula	'foods'
ch-uo	'school'	vy-uo	'schools'

Note that singular nouns have *ki-* before stems that begin with a consonant, or *ch-* before vowel-initial stems; plurals have *vi-*, or *vy-* before vowel-initial stems.

e. **N-/N- Class** (Ndizi/Ndizi) — Animals, kinship terms, borrowed words

Class 9		Class 10	
baisikeli	'bicycle'	baisikeli	'bicycles'
meza	'table'	meza	'tables'
ny-ama	'meat'	ny-ama	'meats'

Singular and plural nouns are identical in this class. Some have a nasal prefix (*m-, n-, ny-, ng'-*), e.g., *ndizi* 'banana/s', *nguruwe* 'pig/s', *ng'ombe* 'cow/s', but many nouns have no prefix. Words whose stems begin with a vowel have a *ny-* prefix. The class includes the names of many animals and kinship terms. Most words which have been borrowed into Swahili from other languages, e.g., *meza* 'table' from Portuguese and *kalamu* 'pen' from Arabic, have fallen into this class.

f. **U-/N- Class** (Upanga/Panga) — Long, thin objects

Class 11		Class 10	
u-kuta	'wall'	kuta	'walls'
u-ma	'fork'	ny-uma	'forks'
w-akati	'time'	ny-akati	'times'

The prefix *u-* occurs before consonant-initial stems and *w-* before vowel-initial stems. The plurals in this class have N-Class (Class 10) shapes.

g. **U- Class** (Uzuri) — Abstract qualities

Class 14/(6)

u-huru	'freedom'	u-tu	'humanity'
w-ema	'goodness	w-ingi	'abundance'
u-gomvi	'contentiousness'	ma-gomvi	'quarrels'
u-levi	'drunkenness'	ma-levi	'drunken habits, acts

Most nouns in this class characteristically have no plurals, but there is a subset, whose roots mostly derive from verbs and which have *ma-* plurals. Note also that Class 11 and Class 14 nouns have identical prefixes: *u-* before consonant-initial stems, and *w-* before vowel-initial stems.

Note: Classes 12 and 13, which are found in other Bantu languages, have been lost in Swahili. Where they are found, they indicate diminutives.

h. **KU- Class** (Kutaka) — Infinitives, verbal nouns

Class 15

ku-nunua	'to buy, act of buying'
ku-uza	'to sell, act of buying'
kw-enda	'to go, act of going'

i. **PA-/KU-/MU- Class** — Locatives

Class 16	ha*pa*	'right here'	(definite location)
Class 17	hu*ku*	'around here'	(general location)
Class 18	hu*mu*	'inside here'	(internal location)

Classes 16, 17, and 18 contain no nouns as such. However, any noun with the locative suffix *-ni* (*meza* 'table', *meza-ni* 'on, at, in, etc. the table') is a locative noun and a member of this class. The affixes *pa-*, *ku-*, and *m(u)-* indicate different aspects of place: definite, general, and internal location as illustrated by the "proximate" demonstratives above.

2. Agreement

The noun class system is not only important for the way nouns are pluralized or categorized into sets, but also for determining agreement and concord. Each singular and plural noun class governs a set of agreement prefixes which occur on adjectives, demonstratives, possessives, verbs, and other forms. For instance, in previous lessons we have seen the following examples of agreement :

ma-somo **y**-a Kiswahili 'Swahili lessons'
m-singi **w**-a kusema 'a foundation for speaking'
mi-ti **y**-a matunda 'fruit trees
mw-anafunzi **m**-moja 'one student'
wa-tu **wa**-wili 'two people'
ch-uo **ki**-kuu 'university'
ch-akula **ch**-a asubuhi 'breakfast' (food of morning)
Ø jina **l**-angu 'my name' (Ø = no prefix on the noun)
vy-akula **vi**-naoza 'the foods are rotting'
j-ambo hi-**li** 'this matter/affair'
ma-somo **y**-a Kiswahili 'Swahili lessons'
Ø serikali **i**-nasaidia 'the government is helping'

3. Subject Agreement

- We have seen that in Swahili verbs agree with their subjects:

Mimi ninajitegemea.	Sisi tunajitegemea.
Wewe unajitegemea.	Ninyi mnajitegemea.
Yeye anajitegemea.	Wao wanajitegemea.
Mzee anajitegemea.	Wazee wanajitegemea.

Up till this lesson we have only seen bits and pieces of the noun class system. Now we are learning how other sentence constituents govern class agreement or concord, and in subsequent lessons we will see that this system pervades the whole grammar of the language.

- All subject nouns—animate or inanimate, and regardless of class membership—agree with the verb of the sentence. Each noun class has its own set of prefixes or concords; in the following chart, subject prefixes, both positive and negative, are given. Note in some cases the noun and verbal prefixes are similar—these are the easiest to learn—while in others they are different:

Class	Noun	Subject Prefixes	
		Positive	**Negative**
1	m-tu	a- / yu-	ha- / hayu-
2	wa-tu	wa-	hawa-
3	m-ti	u-	hau-
4	mi-ti	i-	hai-
5	Ø-tunda	li-	hali-
6	ma-tunda	ya-	haya-
7	ki-tu	ki-	haki-
8	vi-tu	vi-	havi-
9	n-dizi	i-	hai-
10	n-dizi	zi-	hazi-
11	u-limi	u-	hau-
14	u-huru	u-	hau-
15	ku-taka	ku-	haku-
16	meza-ni	pa-	hapa-
17	meza-ni	ku-	haku-
18	meza-ni	m(u)-	ham(u)-

Examples:

Kitabu ki-li-potea.	'The book got lost.'
Matunda ya-na-patikana.	'The fruit is available.'
Ndizi i-li-anguka.	'The banana fell.'
Ndizi zi-li-anguka.	'The bananas fell.'

- There are two forms given as subject prefixes for Class 1: *a-* is used on verbs; *yu-* has a restricted usage and is found with the forms *-po, -ko,* and *-mo* (See below for an explanation of these forms, and *Zoezi la Kwanza* above).

Where the noun prefix and the verbal prefix are identical, for example, Class 2 has both *wa-* as a noun prefix and *wa-* as the verbal prefix) students will find little difficulty in learning to match subject and verbal prefixes. The others will require some additional effort and practice. However, by associating the sounds of the appropriate series, for example, *mi-* with *i-* and *ma-* with *ya-*, they can be learned quickly.

4. Statements about Place: -po, -ko, and -mo

- To express the notion that something is in/at/on etc. a certain location, Swahili uses locative forms from Classes 16, 17, and 18. Each of these forms refers to slightly different aspects of a location. Compare the following statements:

a.	Juma yu-**po** hapa.	Juma is right here.'	(Specific location)
	Kitabu ki-**po** hapa.	'The book is right here.'	
b.	Juma yu-**ko** nyumbani.	'Juma is at home.'	(General location)
	Kitabu ki-**ko** mezani.	'The book is on the table.'	
c.	Juma yu-**mo** nyumbani.	'Juma is in the house.	(Internal location)
	Kitabu ki-**mo** mfukoni.	'The book is in the bag.'	

- English translations with prepositions are not always able to reflect differences between *-ko* and *-po*. The particle *-mo* usually conveys information about an internal location and is thus easy to learn. If one is not especially concerned about the specific location of an object, one uses *-ko*. The form *-ko is* also used in asking questions, because the location is unknown. When the speaker of Swahili uses *-po*, he usually has in mind a specific or definite location. Compare these forms with *hapa, huku,* and *humu,* which are given in Grammar Note 1i. of this lesson.

5. The -me- Tense Marker (Present Perfect Tense)

- The *-me-* tense is used in positive verbs to focus on the present result of actions, or on states that objects can exist in; it is not a past tense. Compare the following and note how verbs with *-me-* contrast with those with other tenses in meaning:

a.	A-na-potea.	'He is becoming lost.'	(Present/Process)
	A-li-potea.	'He got lost.'	(Past Action)
	A-ta-potea.	'He will get lost.'	(Future Action
	A-**me**-potea.	'He **is** lost.'	(Present Perfect)
b.	A-na-chelewa.	'She is becoming late.'	
	A-li-chelewa.	'She became/was late.'	
	A-**me**-chelewa.	'She **is** late.'	
c.	Vi-na-panda.	'They (Cl. 8) are going up.'	
	Vi-li-panda.	'They went up.'	
	Vi-ta-panda.	'They will go up.'	
	Vi-**me**-panda.	'They **have** gone up/they **are** up.'	
d.	Yeye ni mgonjwa.	'He is sick.'	
	A-na-kuwa mgonjwa.	'He is becoming sick.'	
	A-li-kuwa mgonjwa.	'He was sick.'	
	A-ta-kuwa mgonjwa.	'He will be sick.'	
	A-**me**-kuwa mgonjwa.	'He **has** become and (as a result) **is** sick.'	

- The English translation of verbs with *-me-* will depend on the meaning of the verb. With verbs that indicate states the translation in English will often use the verb 'be' plus a participle while verbs that indicate actions will often use 'have + participle'; see Lesson 15, Note 1 for more information. Contrast the two sets below:

a.	Motokaa imevunjika.	The car is broken down.
	Mwalimu amechelewa.	The teacher is late.
	Kitabu kimepotea.	The book is lost.

b. Wanafunzi wamesoma.   The students have studied.
    Wote wameondoka.   All have left.
    Ndizi zimeanguka.   The bananas have fallen.

• Monosyllabic verbs with the -me- tense/aspect marker retain the ku- of the infinitive:

    Amekuwa mwalimu.   She has become a teacher.
    Amekuja.   She has come.
    Amekula.   She has eaten.

ZOEZI LA NYUMBANI

Tafsiri

1. He is not here; he is at home, and Sarah is in the house.
2. The bike is lost, and the car is not working (use -vunjika).
3. He is not here now; he was here last week.
4. I was sick last week; Toni is sick now.
5. The books are on the table. The money is in the car.

Jaza na Tafsiri

1. Kitanda ____ mevunjika.   _____
2. Vyakula ____ mepotea.   _____
3. Wanafunzi ____ mechelewa.   _____
4. Soksi ____ mepotea.   _____
5. Magazeti ____ ko wapi?   _____
6. Gazeti ____ po hapa.   _____
7. Kiwanda ____ ko wapi?   _____
8. Wino ____ mepotea.   _____
9. Meza ____ mevunjika.   _____
10. Mavazi ____ ko mezani.   _____

MSAMIATI

1. Maneno ya Mazungumzo na Mazoezi

daftari/ma-	notebook (JI-/MA-)
kalamu	pencil, pen (N-)
kitabu/vi-	book (KI-/VI-)
kiti/vi-	chair (KI-/VI-)
meza	table (N-)
mfuko/mi-	bag (M-/MI-)
nje	outside
pengine	perhaps
-potea	be lost
shati/ma-	shirt (JI-/MA-)
-vunjika	be broken
wino	ink (U-)

2. Maneno ya Zoezi la Kusoma

aina	kind (N-)
barabara	road (N-)
chombo/vy-	furniture, tool, etc. (KI-/VI-)
-dogo	little
embe/ma-	mango (JI-/MA-)
gazeti/ma-	newspaper (JI-/MA-)
hali kadhalika	likewise *(hali ' condition')*
kadha wa kadha	so forth, so on, etc.
karatasi	paper (N-)
kiatu/vi-	shoe (KI-/VI-)
kitu/vi-	thing (KI-/VI-)
kiwanda/vi-	factory (KI-/VI-)
-kubwa	big, large
mengine	other, some (MA-)
meza	table (N-)
mtaa/mi-	neighborhood, section of town; street (M-/MI-)
-ondoka	leave (a place)
-panda	go up, climb, ascend
-patikana	be available, be obtainable
-potea	be lost
pengi	many places (PA-)
soksi	socks (N-, from English)
suruali	trousers, pants (N-)
-tengeneza	fix, make, repair
-tengenezwa	be fixed, be made, be repaired
vazi/ma-	clothing (usually plural; JI-/MA-)

KUPUMZIKA NA KUZUNGUMZA NYUMBANI

15

Somo la Kumi na Tano

MAZUNGUMZO

1. Mazungumzo ya kwanza — Juma hajafika shuleni

Mwalimu:	Juma yuko wapi?
Mwanafunzi:	Sijui, hayupo sasa.
Mwalimu:	Umemwona leo asubuhi?
Mwanafunzi:	La, sijamwona bado, hajafika shuleni.
Mwalimu:	Alikuwa hapa wiki iliyopita?
Mwanafunzi:	Hakuwapo ijumaa, na hakuja alhamisi pia.
Mwalimu:	Yeye ni mgonjwa?
Mwanafunzi:	Bila shaka!

2. Mazungumzo ya pili — Mwalimu hajarudi bado

Juma:	Mwalimu yuko afisini?
Aisha:	La, hayupo; ameenda darasani; hajarudi bado.
Juma:	Atarudi saa ngapi?
Aisha:	Pengine atakuwapo hapa saa sita mchana.

3. Mazungumzo ya tatu — Kitabu cha mwanafunzi kilikuwa wapi?

Mwalimu:	Una kitabu chako leo?
Mwanafunzi:	Ndiyo, bwana.
Mwalimu:	Kilikuwa(ko) wapi jana?
Mwanafunzi:	Kilikuwa(ko) nyumbani.

MAZOEZI

1. Zoezi la kwanza

-fika	Amefika?	La, hajafika (bado).
-soma	Amesoma?	La, hajasoma (bado).
-(ku)ja	Amekuja?	La, hajaja (bado).
-(ku)enda	Ame(kw)enda?	La, hajaenda (bado).

2. Zoezi la pili

Hasani	Umemwona Hasani leo?	La, sijamwona bado.
wanafunzi	Umewaona wanafunzi leo?	La, sijawaona bado.
wazee	Umewaona wazee leo?	La, sijawaona bado.
mwanafunzi	Umemwona mwanafunzi leo?	La, sijamwona bado.

3. Zoezi la tatu

jana	Juma alikuwa(ko) wapi jana? Alikuwa(po) hapa hapa.
jumamosi	Juma alikuwa(ko) wapi jumamosi? Alikuwa(po) hapa hapa.
jumapili	Juma alikuwa(ko) wapi jumapili? Alikuwa(po) hapa hapa.
jumatatu	Juma alikuwa(ko) wapi jumatatu? Alikuwa(po) hapa hapa.

4. Zoezi la nne

jumanne	Walikuwa(po) hapa jumanne? La, hawakuwa(po) hapa.
alhamisi	Walikuwa(po) hapa alhamisi? La, hawakuwa(po) hapa.
ijumaa	Walikuwa(po) hapa ijumaa? La, hawakuwa(po) hapa.
wiki iliyopita	Walikuwa(po) hapa wiki iliyopita? La, hawakuwa(po) hapa.

5. Zoezi la tano

kesho	Utakuwa(po) hapa kesho?	La, sitakuwapo.
jumamosi	Utakuwa(po) hapa jumamosi?	La, sitakuwapo.
jumapili	Utakuwa(po) hapa jumapili?	La, sitakuwapo.
jumatatu	Utakuwa(po) hapa jumatatu?	La, sitakuwapo.

6. Zoezi la sita

kitabu	Kitabu kilikuwa(ko) nyumbani?	La, hakikuwako.
vitabu	Vitabu vilikuwa(ko) nyumbani?	La, havikuwako.
daftari	Daftari lilikuwa(ko) nyumbani?	La, halikuwako.
madaftari	Madaftari yalikuwa(ko) nyumbani?	La, hayakuwako.
mfuko	Mfuko ulikuwa(ko) nyumbani?	La, haukuwako.
mifuko	Mifuko ilikuwa(ko) nyumbani?	La, haikuwako.
baisikeli	Baisikeli ilikuwa(ko) nyumbani?	La, haikuwako.
pesa	Pesa zilikuwa(ko) nyumbani?	La, hazikuwako.

ZOEZI LA KUSOMA

Kuuza Chai

Baba Hamisi ni mwuzaji wa chai. Anauza chai ya maziwa, na chai kavu pia. Chai ya maziwa inatengenezwa na maziwa mengi. Mchanganyiko wa maji, majani ya chai, maziwa, na sukari unachemshwa pamoja. Vitu hivi vyote vinachemshwa pamoja, lakini chai

kavu haina maziwa na kwa kawaida majani na maji tu yanachemshwa pamoja. Jiko la ku-chemsha chai na vikombe na vijiko vimo garini. Yeye anauza chai ya maziwa kwa bei rahisi sana. Kila kikombe kina bei yake. Kikombe cha chai ya maziwa ni senti thelathini; chai kavu ni senti ishirini kila kikombe.

Leo asubuhi Baba Hamisi amechelewa kwenda kuuza chai kwa sababu hakuwa na majani ya chai ya kutosha na vitu vingine vya kutengeneza chai. Kwa hivyo leo asubuhi alikwenda madukani ili kununua mahitaji yake. Alinunua chai na maziwa na sukari. Bei za vitu hivi vyote zimepanda. Vitu vyote vimekuwa[1] ghali sana. Mwanzo hakutaka kulipa kwa sababu bei ni ghali. Mwishowe alilipa. Na kuanzia kesho atauza chai yake ya mazi-wa kila kikombe shilingi kumi na tano na senti hamsini na chai kavu kwa shilingi kumi tu. Waswahili wanasema kwamba "kipandacho hushuka"[2] pengine bei hizi ghali zita-shuka lakini Baba Hamisi na sisi tunajua kwamba bei hizi zote hazitashuka. Ndiyo[3] hali ya dunia!

[1]*Vimekuwa* 'they have become'; *cf. vilikuwa* 'they were'.
[2]*Kipandacho hushuka* 'what goes up comes down' (Proverb).
[3]*Ndiyo* '(this) is indeed'.

Maswali

1. Baba Hamisi ana gari lake wapi?
2. Vitu gani vimepanda?
3. Baba ameuza chai leo asubuhi?
4. Alikuwako kiwandani?
5. Vitu gani vimo katika gari lake?
5. Waswahili wanasema nini?

HABARI ZA SARUFI

1. More about the -me- Tense

- Compare the following:

A-me-chelewa.	'He **is** late.'
Ki-me-potea.	'It **is** lost.'
A-me-rudi.	'He **has** returned.'
A-me-enda.	'He **has** gone/is gone.'
A-me-soma.	'He **has** read/studied.'

- In the previous lesson we saw cases of the *-me-* tense/aspect marker used with verbs that conveyed information about states (*-potea* 'be lost', *-chelewa* 'be late', and *-vunjika* 'be broken'); in this lesson we find examples of *-me-* with action verbs (*-soma* 'read', *-enda* 'go', and *-fika* 'arrive). With these verbs the *-me-* tense has an English translation of 'has/have' plus a past participle, e.g. 'has read, has arrived', and so on. Verbs which are marked with *-me-* focus on *present states* or on the *results* of past events. Thus, when someone says *a-me-enda* 's/he has/is gone', they are not talking about the going as a past event but as one which is complete at the time of the statement; to say *a-me-enda* is to say that someone *is gone*, i.e. not here, and as far as anyone knows, has not yet returned.

2. The -ja- 'Not Yet' Tense

- The *-ja-* tense is used in Swahili to state that some event has not yet taken place, or some result has not yet been achieved; it is used with negative subject prefixes, and the word *bado* 'yet' or 'still' is often used with it:

Si-**ja**-soma somo la kumi (**bado**).	'I haven't studied lesson ten yet.'
Hawa-**ja**-fika (**bado**).	'They haven't arrived yet.'

- Monosyllabic verbs with *-ja-* generally do not retain the *ku-* of the infinitive:

Si**ja**la.	'I haven't eaten yet.'
Ha**ja**ja.	'He hasn't come yet.'

3. Past and Future Tense Forms with -po, -ko, and -mo

- Subject prefixes followed by *-po, -ko,* and *-mo* are used in making statements about place:

Ni**po** hapa.	'I am here.'
M**ko** kazini?	'Are you at work?'
Wa**mo** humu.	'They are in here.'

- To express past and future statements about place, the verb *kuwa* 'to be' is used with appropriate tense markers followed by *optional -po, -ko,* and *-mo:*

Nilikuwa(**po**) hapa.	'I was here.'
Mtakuwa(**ko**) kazini?	'Will you be (there) at work?
Watakuwa(**mo**) humu.	They will be in here.'

- The locative markers *-po, -ko,* and *-mo* are not optional when it is necessary to state some aspect of place which is not otherwise specified:

Kitabu kilikuwa(**ko**) nyumbani?	'Was the book (**there**) at home?'
Ndiyo, kilikuwa**ko**.	'Yes, it was **there**.'

Kitabu kilikuwa**mo** nyumbani.	'The book was **in** the house.'
Kitabu kilikuwa**ko** nyumbani.	'The book was **at** the house.'
Kitabu kilikuwa**po** nyumbani.	'The book was **here at** the house.'

• Note the difference in meaning expressed by the use of *-po, -ko* and *-mo* in the above examples.

• When the locative markers *-po, -ko,* and *-mo* are used in past and future forms, some speakers prefer the following pronunciation where the vowel *a* of *kuwa* is changed to *e:*

| Nilikuwa**ko** *or* Nilikuw**e**ko. | 'I was there.' |
| Watakuwa**ko** *or* Watakuw**e**po. | 'They will be here.' |

4. The Object Pronoun -mw-

• The object pronoun for 'him/her' is *-m-* before verb roots beginning with a consonant (as studied and practiced in Lesson 11), but is *-mw-* before vowel-initial roots:

Nina-**m**-penda.	'I love him/her.'
Nina-**m**-pikia.	'I'm cooking for him/her.'
Nina-**mw**-ona.	'I see him/her.'
Nina-**mw**-ambia.	'I'm telling him/her.'

ZOEZI LA NYUMBANI

Tafsiri

1. Have you seen Hamisi this morning?
2. No, he hasn't arrived yet. He will get here at noon.
3. Was he here on Friday? No, he didn't come.
4. He will be right here at one this afternoon.
5. Have they arrived yet? No, they are late.
6. Have they returned yet? No, they didn't come today; they will return tomorrow.
7. She is here now. She was here yesterday. She'll be here tomorrow.
8. I haven't studied the Swahili book.
9. What time did he return? He hasn't arrived yet.
10. I will tell her that I was here.

MSAMIATI

1. Maneno ya Mazungumzo na Mazoezi

-ambia	say to, tell	*jumamosi*	Saturday
afisi	office (also *ofisi*)	*jumapili*	Sunday
bado	yet, still	*jumatatu*	Monday
bila	without	*jumanne*	Tuesday
bila shaka	without doubt, undoubtedly	*jumatano*	Wednesday
humu	in this place, in here, here inside	*alhamisi*	Thursday
		ijumaa	Friday
-ona	see		
pengine	perhaps		
shaka	doubt, uncertainty		
wiki	week (from English)		

2. Maneno ya Zoezi la Kusoma

-anzia	begin with
bei	price
chai kavu	plain tea (lit. dry tea)
-chemsha	boil
-chemshwa	be boiled
dunia	world
-enda madukani	go shopping
gari/ma-	vehicle, cart
ghali	expensive
hali	condition, situation
hivi	these (VI-)
hizi	these (N- pl.)
jani/ma-	leaf
jiko/meko	stove, kitchen
-kavu	dry
kijiko/vi-	spoon
kikombe/vi-	cup
kuanzia	beginning; to begin with
kwamba	that (conjunction)
mwanzo/mi-	beginning; at first
mwisho/mi-	end
mwishowe	finally
rahisi	cheap, easy
senti	cent
-shuka	go down, get down, descend
vyote	all (VI-)

MWUZAJI KAHAWA

16
Somo la Kumi na Sita

MAZUNGUMZO

1. Mazungumzo ya kwanza — Saa yako iko wapi?

Mwalimu:	Adija, saa yako iko wapi?
Mwanafunzi:	Iko mkononi mwangu.
Mwalimu:	Na yako, je, Hasani?
Mwanafunzi:	Yangu iko nyumbani.

2. Mazungumzo ya pili — Motokaa ya nani?

Mwalimu:	Ulikuja hapa kwa motokaa, Juma?
Mwanafunzi:	Ndiyo, mwalimu.
Mwalimu:	Ni motokaa yako?
Mwanafunzi:	Hapana, si yangu.
Mwalimu:	Ni ya nani?
Mwanafunzi:	Ni ya wazazi wangu.
Mwalimu:	Ni motokaa nzuri?
Mwanafunzi:	Hapana, ni mbovu.

3. Mazungumzo ya tatu — Shati zuri lilitengenezwa wapi?

Juma:	Ali, shati lako ni zuri; lina rangi nzuri.
Ali::	Asante, Juma.
Juma:	Lilitengenezwa wapi?
Ali:	Lilitengenezwa Kenya na rafiki yangu.
Juma:	Nguo ya shati ilitengenezwa huko pia?
Ali:	Ndiyo, ilitengenezwa na Chama cha Umoja wa Wanawake.

MAZOEZI

1. Zoezi la kwanza

saa	Una saa yako?	Ndiyo, nina yangu.
motokaa	Una motokaa yako?	Ndiyo, nina yangu
pesa	Una pesa zako?	Ndiyo, nina zangu.
mfuko	Una mfuko wako?	Ndiyo, sina yangu.

Somo la Kumi na Sita

2. Zoezi la pili

kitabu	Yeye ana kitabu cha nani?	Ana chake.
vitabu	Yeye ana vitabu vya nani?	Ana vyake.
kalamu	Yeye ana kalamu ya nani?	Ana yake.
daftari	Yeye ana daftari la nani?	Ana lake.
madaftari	Yeye ana madaftari ya nani?	Ana yake.

3. Zoezi la tatu

saa	Ni saa yako?	La, si yangu, ni yake.
kiti	Ni kiti chako?	La, si changu, ni chake.
meza	Ni meza yako?	La, si yangu, ni yake.
wino	Ni wino wako?	La, si wangu, ni wake.
gari	Ni gari lako?	La, si langu, ni lake.
magari	Ni magari yako?	La, si yangu, ni yake.

4. Zoezi la nne

saa	Adija, saa yako iko wapi? Na yako, je, Hasani?	Iko nyumbani. Yangu iko nyumbani pia.
watoto	Adija, watoto wako wako wapi? Na wako, je, Hasani?	Wako nyumbani. Wangu wako nyumbani pia.
pesa	Adija, pesa zako ziko wapi? Na zako, je, Hasani?	Ziko nyumbani. Zangu ziko nyumbani pia.

5. Zoezi la tano

baisikeli	Baisikeli yake ni nzuri?	La, ni mbovu sana.
motokaa	Motokaa yake ni nzuri?	La, ni mbovu sana.
kitabu	Kitabu chake ni kizuri?	La, ni kibovu sana.
mwalimu	Mwalimu wake ni mzuri?	La, ni mbovu sana.
watoto	Watoto wake ni wazuri?	La, ni wabovu sana.
rafiki	Rafiki yake ni mzuri?	La, ni mbovu sana.
rafiki (pl.)	Rafiki zake ni wazuri?	La, ni wabovu sana.
gari	Gari lake ni zuri?	La, ni bovu sana.
mashati	Mashati yake ni mazuri?	La, ni mabovu sana.

6. Zoezi la sita

mfuko	Kuna mfuko wa nani mezani?	Ni wangu/ni mfuko wangu.
mifuko	Kuna mifuko ya nani mezani?	Ni yangu/ni mifuko yangu.
vitabu	Kuna vitabu vya nani mezani?	Ni vyangu/ni vitabu vyangu.
kalamu	Kuna kalamu ya nani mezani?	Ni yangu/ni kalamu yangu.

6. Zoezi la sita

shati	Shati lako lilitengenezwa na nani?
mashati	Mashati yako yalitengenezwa na nani?
nguo	Nguo zako zilitengenezwa na nani?
suruali	Suruali yako ilitengenezwa na nani?
viatu	Viatu vyako vilitengenezwa na nani?
kiatu	Kiatu chako kilitengenezwa na nani?

ZOEZI LA KUSOMA

Vyakula vya Afrika ya Mashariki

Katika Afrika ya Mashariki kuna wakulima, wavuvi na wachungaji ng'ombe. Kwa hivyo watu wa sehemu mbalimbali wanakula chakula tofauti. Kwa mfano, watu wa pwani wanakula samaki. Samaki zinapatikana kwa urahisi: kuna wavuvi huko pwani. Watu wa pwani wanapenda kupika chakula chao kwa nazi, kwa sababu kuna minazi mingi. Chakula kikuu chao ni wali wa nazi, yaani wali unapikwa katika tui la nazi. Tui ni kama maziwa ya nazi: linatengenezwa kwa kukuna nazi. Baadaye nazi hii inatiwa maji[1] na kukamuliwa ili kupata tui lake. Kwa vinywaji watu wanakunywa chai, au kahawa, au maji.

Waafrika wengi ni wakulima na wanajitegemea kwa kupata chakula chao kutoka mashamba yao. Wengi wana mashamba yao madogo na wanalima mboga mbalimbali kama maharagwe, mahindi na viazi. Kule pande za Nairobi watu wanatumia mboga hizi kwa kupika *irio,* chakula muhimu sana cha Wakikuyu. *Irio* ni mchanganyiko wa maharagwe, mahindi na viazi. Katika sehemu nyingi za Kenya na Tanzania watu wanapenda kula ugali kama chakula chao kikuu. Ugali unatengenezwa kwa unga wa mahindi, au mtama, au muhogo. Baada ya maji kuchemshwa, unga unatiwa maji ili kutengeneza ugali.

Katika sehemu kavu za nchi za Afrika ya Mashariki watu ni wachungaji wanyama. Wanawategemea wanyama wao kwa chakula. Kwa mfano Wamasai wanakunywa mchanganyiko wa maziwa na damu. Wao ni wachungaji ng'ombe na wana ng'ombe wengi, lakini hawali nyama nyingi. Katika sehemu nyingine kama nchini Uganda wakulima wanapanda migomba mingi na kwa hivyo chakula chao kikuu ni *matoke.* Matoke ni aina moja ya ndizi.

Matunda mengi yanapatikana katika Afrika ya Mashariki. Kuna miembe, mipapayu, minanasi, na miti mingine mingi. Maembe mazuri yanapatikana sehemu za pwani na mananasi yanamea vizuri pande za juu karibu na Nairobi.

[1]*Nazi hii inatiwa maji* lit. 'this coconut has water put into (it)'

KUTAYARISHA CHAKULA

Maswali

1. *Irio* ni chakula cha nani?
2. Nazi zinatumiwa na nani?
3. Mchanganyiko wa maziwa na damu unatumiwa na watu wa pwani?
4. Unakula nini kama chakula chako muhimu?
5. Je, embe ni tunda gani?

HABARI ZA SARUFI

1. Possessive Concords

* Concords which occur with possessives (-a, -angu, -ako, -ake, -etu, -enu, -ao) are altered forms of the subject prefix series; their shapes for the various classes are listed, along with the adjectival prefixes, in the table following Note 3.

* The possessives follow the nouns they modify, and they are used as possessive adjectives or pronouns:

Una saa **yako**?	'Do you have **your** watch?' (poss. adjective)
Ndiyo, lakini yeye hana **yake**.	'Yes, but he doesn't have **his**.' (possessive pronoun)

2. Adjectives

* Adjectives in Swahili agree with the noun they modify.

* Adjectives follow the nouns they modify.

* Note that the modified noun can be deleted as in *Zoezi la Tano*.

* As a general rule, noun prefixes and adjectival prefixes follow the same pattern; they have a basic shape before stems beginning with consonants, and a somewhat modified form before stems beginning with vowels. Note the following examples:

wa-toto **wa**-zuri	'nice children'	**ki**-tabu **ki**-zuri	'good book'
wa-toto **w**-eusi	'black children'	**ki**-tabu **ch**-eusi	'black book'
w-alimu **wa**-zuri	'good teachers'	**ch**-akula **ki**-zuri	'good food'
w-alimu **w**-eusi	'black teachers'	**ch**-akula **ch**-eusi	'black food'

* Of special and exceptional interest:

a. Class 11 nouns and Class 14 nouns *do not* govern u- prefix on the adjective; they behave like Class 3 nouns:

m-ti **m**-zuri	'a good tree'	Class 3
u-pande **m**-zuri	'a good side'	Class 11
u-ji **m**-zuri	'good porridge'	Class 14

b. Class 9/10 adjectives have several possible shapes: some take N- prefix (*m-*, *n-*, *ny-*, etc.); others have no prefix. We will take special note of this in later lessons. For now it is enough to learn that -*zuri* has the shape *n-zuri* with Class 9/10 nouns, and -*bovu* the shape *mbovu*.

c. *Mbovu* Class 9/10 and *mbovu* Class 1/3 have different pronunciations. *Mbovu* Class 1/3 has an initial syllabic nasal comparable to the syllabic nasals of such nouns as *mti* or *mtu*. However, the *m-* in *mbovu* Class 9/10 is not syllabic. Listen to your instructor's pronunciation for the difference.

d. Some adjectives, mainly borrowed words, do not require an agreement concord and are invariable, e.g. *safi* 'clean', *tayari* 'ready', *tofauti* 'different':

watu tofauti	'different people'
mtu safi	'a clean person'
chakula tayari	'ready food'

3. Adjectival and Possessive Concords

- Note that there are two sets of prefixes represented here. Adjectives and nouns share one set; the possessive concords and those with -a 'of' are modifications of the subject prefix set:

Class	Noun	Adjective	Subject	-A 'of'	Possessive
1	m-tu	m-zuri	a-/yu-	wa	w-angu
2	wa-tu	wa-zuri	wa-	wa	w-angu
3	m-ti	m-zuri	u-	wa	w-angu
4	mi-ti	mi-zuri	i-	ya	y-angu
5	Ø-tunda	Ø-zuri	li-	la	l-angu
6	ma-tunda	ma-zuri	ya-	ya	y-angu
7	ki-tu	ki-zuri	ki-	cha	ch-angu
8	vi-tu	vi-zuri	vi-	vya	vy-angu
9	n-dizi	n-zuri	i-	ya	y-angu
10	n-dizi	n-zuri	zi-	za	z-angu
11	u-limi	m-zuri	u-	wa	w-angu
14	u-huru	m-zuri	u-	wa	w-angu
15	ku-taka	ku-zuri	ku-	kwa	kw-angu
16	meza-ni	pa-zuri	pa-	pa	p-angu
17	meza-ni	ku-zuri	ku-	kwa	kw-angu
18	meza-ni	m-zuri	m(u)-	mwa	mw-angu

4. Animate Nouns and Agreement

- All Swahili animate nouns, words that denote humans and animals, govern Class 1/2 (M-/WA-) concords; compare the following:

  Mwalimu ni **m**zuri. **A**nafundisha vizuri. (*mwalimu* Class 1)
  'The teacher is good. She teaches well.'

  Yeye ana rafiki **m**zuri. Ana**m**penda sana. (*rafiki* Class 9 animate)
  'She has a good friend. She loves him much.'

  Viongozi **w**ote **wa**nakuja. (*viongozi* Class 8 animate)
  'All the leaders are coming.'

- There is an important exception to this rule. Generally speaking, possessives (*-angu, -ako*, etc.) do not have Class 1/2 concords when they modify Class 9/10 animate nouns. Animate nouns of other classes, e.g. Class 7, pattern like Class 1 nouns; compare the following:

mtoto **w**angu	'my child'	Class 1
mama **y**angu	'my mother'	Class 9 animate
baba **y**angu	'my father'	Class 9 animate
rafiki **y**angu	'my friend'	Class 9 animate
mama **z**angu	'my mothers'	Class 10 animate
baba **z**angu	'my fathers'	Class 10 animate
(ma)rafiki **z**angu	'my friends'	Class 10 (or 6) animate
kiongozi **w**angu	'my leader'	Class 7 animate
viongozi **w**angu	'my leaders'	Class 8 animate
ndizi **y**angu	'my banana'	Class 9 inanimate
ndizi **z**angu	'my bananas'	Class 10 inanimate

  Note that *rafiki* can have a Class 10 or Class 6 plural; both govern *zangu*.

- All animate nouns, however, govern Class 1/2 concords on -a 'of':

  mama **wa** Juma   'Juma's mother'
  (ma)rafiki **wa** Juma   'Juma's friend(s)'
  kiongozi **wa** Juma   'Juma's leader'

5. Passive Sentences

- Passive verb forms are constructed by adding -*wa* or -*liwa* and -*lewa* in cases where the verb root ends in a vowel. The choice of -*liwa* and -*lewa* depends on the vowel of the verb root; see Lesson 11, Note 3, pp. 71-72 for more information.

-tengeneza	'make, fix'	-tengenez**wa**	'be made, be fixed'
-chemsha	'boil'	-chemsh**wa**	'be boiled'
-nunua	'buy'	-nunu**liwa**	'be bought'
-ondoa	'clear away'	-ondo**lewa**	'be cleared away'

- Passive sentences in Swahili normally parallel English passive sentences in translation. In Swahili passive sentences the object of the active sentence (e.g., *shati* 'shirt' in the example below) becomes the subject of the passive sentence; and the subject (the agent: *mama* 'mother') is shifted to a position following the verb and is preceded by the preposition *na* 'by':

Active: Mama yangu alitengeneza shati langu.
              'My mother made my shirt.'

Passive: Shati langu lilitengenezwa na mama yangu.
              'My shirt was made by my mother.'

- Agents in passive sentences are not always overtly marked but are implied:

Shati langu lilitengenezwa huko.	'My shirt was made there.'
Maji yalichemshwa kwa chai.	'Water was boiled for tea.'
Kitabu kilinunuliwa jana.	'The book was bought yesterday.'
Takataka ziliondolewa.	'The trash was cleared away.'

ZOEZI LA NYUMBANI

Tafsiri

1. He has gone home; he has your books.
2. Does he have his car today?
3. His watch is a nice one; mine was nice, but it is now broken.
4. Where was your bike made?
5. My books were here yesterday; they are not here now.
6. Undoubtedly, they (books) are lost.
7. Mine aren't here either.
8. He has (just) seen him in his room.
9. He is at his school.
10. It is his place.

Jaza na Tafsiri

1. Saluma, wewe _____ po hapa? Ndiyo, _____ mo humu.
2. Sina kitabu _____ angu. Je, wewe una _____ ako?
3. Kuna baisikeli _____ a nani karibu na meza?

4. Mashati _____ ake yote _____ litengenezwa China.
5. Watoto _____ ako _____ ko wapi?
6. Juma _____ ko wapi? Sijui, pengine alienda na rafiki _____ ake.
7. Rafiki _____ a Adija ana_____penda (yeye) sana.
8. Nilimwona mama _____ ake sokoni.
9. Marafiki _____ angu wote wameenda Dar es Salaam.
10. Baisikeli _____ angu ilitengenez _____ hapa hapa Marekani.

MSAMIATI

1. Maneno ya Mazungumzo na Mazoezi

-a nani?	whose?
-ake	his, her, hers
-ako	your, yours
-angu	my, mine
-ao	their, theirs
-bovu	rotten, bad
chama/vy-	society, organization, party
-enu	your, yours pl.
-etu	our, ours
mkono/mi-	arm, hand
mkononi mwangu	on my arm/wrist (Class 18)
-ondoa	clear away
rangi	color (N-)
umoja	unity (cf. *moja* 'one')
kiatu/vi-	shoe
-zuri	good, nice, beautiful

2. Maneno ya Zoezi la Kusoma

-a juu	high, upper
baadaye	afterwards (cf. *baada ya* 'after')
chumba/vy-	room
damu	blood (N-, usually sg.)
embe/ma-	mango
haragwe/ma-	bean
irio	a type of food (from Kikuyu)
kahawa	coffee (N-, usually sg.)
-kamuliwa	be squeezed (cf. *-kamua* 'squeeze' as in milking)
kiazi/vi-	potato
kinywaji/vi-	drink, beverage
-kuna	scratch (*-kuna nazi* ' grate coconuts')
kwa urahisi	easily (cf. *urahisi*)
toke/ma-	type of banana (from Luganda)
-mea	grow (plants)
mnanasi/mi-	pineapple plant
mnazi/mi-	coconut palm
mpapayu/mi-	papaya tree
mtama/mi-	millet

muhimu	important (invariable adjective)
muhogo/mi-	cassava
mwembe/mi-	mango tree (cf. *embe/ma-* 'mango')
nanasi/ma-	pineapple
nazi	coconut (N-)
ng'ombe	cow, cattle (N-)
mnyama/wa-	animal (cf. *nyama* 'meat')
-pika	cook
safi	clean, pure (invariable adjective)
tayari	ready (invariable adjective)
-tia	put in
-tiwa	be put in
tofauti	different (invariable adjective)
tui/ma-	coconut juice (liquid squeezed from grated coconut)
ugali	type of food (stiff porridge-like cooked cereal or meal)
upande/pande	side, section, area (U-/N-)
urahisi	ease, easiness, easy (U-)
wali	cooked rice (U-)
wali wa nazi	rice cooked with coconut *tui*

KUTENGENEZA TUI

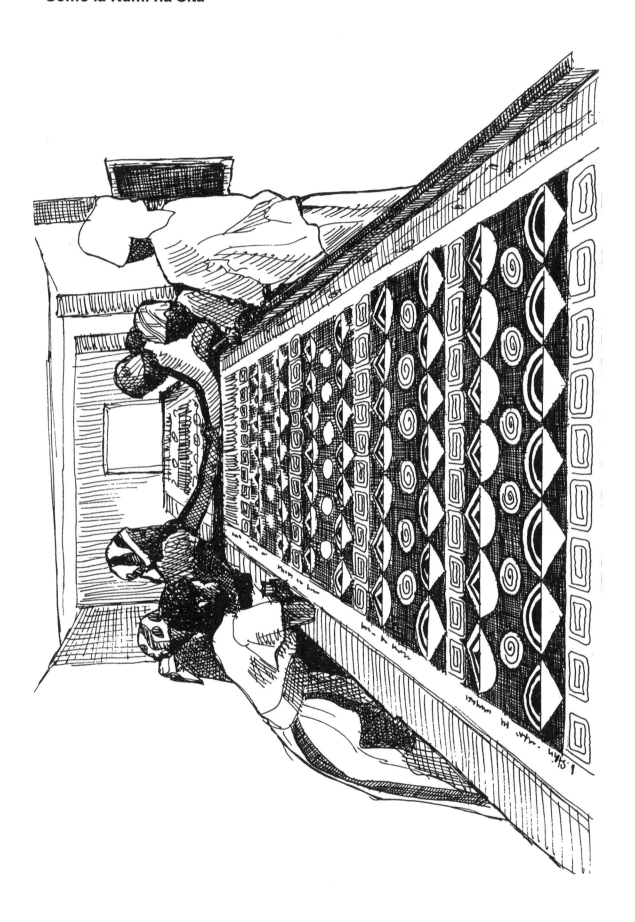

17
Somo la Kumi na Saba

MAZUNGUMZO

Mazungumzo — Nilikuwa mgonjwa usiku.

Mwalimu:	Bwana Mikeli!
Mwanafunzi:	Naam, mwalimu?
Mwalimu:	Mbona hujanipa zoezi lako?
Mwanafunzi:	Ala! Nimeshakupa mazoezi yote, sivyo?
Mwalimu:	Hapana, sina zoezi la kumi na sita.
Mwanafunzi:	Aaah, mwalimu, sijalifanya zoezi bado. Nilikuwa mgonjwa usiku; sikuwa na nafasi ya kuliandika.
Mwalimu:	Utalifanya lini?
Mwanafunzi:	Nitalileta kesho.
Mwalimu:	Haya, nitalitaka kesho.

MAZOEZI

1. Zoezi la kwanza

mimi	Umenipa zoezi lako?	La, sijakupa bado.
yeye	Umempa zoezi lako?	La, sijampa bado.
mwalimu	Umempa mwalimu zoezi lako?	La, sijampa bado.
sisi	Umetupa zoezi lako?	La, sijawapeni bado.
wao	Umewapa zoezi lako?	La, sijawapa bado.
walimu	Umewapa walimu zoezi lako?	La, sijawapa bado.

2. Zoezi la pili

zoezi	Utalileta zoezi kesho?	Ndiyo, nitalileta.
mazoezi	Utayaleta mazoezi kesho?	Ndiyo, nitayaleta.
kitabu	Utakileta kitabu kesho?	Ndiyo, nitakileta.
vitabu	Utavileta vitabu kesho?	Ndiyo, nitavileta.
mfuko	Utauleta mfuko kesho?	Ndiyo, nitauleta.
mifuko	Utaileta mifuko kesho?	Ndiyo, nitaileta.
baisikeli	Utaileta baisikeli kesho?	Ndiyo, nitaileta.
pesa	Utazileta pesa kesho?	Ndiyo, nitazileta.
rafiki	Utamleta rafiki kesho?	Ndiyo, nitamleta.
(ma)rafiki (pl.)	Utawaleta (ma)rafiki kesho?	Ndiyo, nitawaleta.

3. Zoezi la tatu

-fanya	Ameshafanya zoezi la sita?	Eeeh, ameshalifanya.
-soma	Ameshasoma zoezi la sita?	Eeeh, ameshalifanya.
-andika	Ameshaandika zoezi la sita?	Eeeh, ameshalifanya.
-leta	Ameshaleta zoezi la sita?	Eeeh, ameshalifanya.

4. Zoezi la nne

kitabu	Umekiona kitabu changu?	La, sijakiona.
vitabu	Umeviona vitabu vyangu?	La, sijaviona.
gari	Umeliona gari langu?	La, sijaliona.
magari	Umeyaona magari yangu?	La, sijayaona.
gazeti	Umeliona gazeti langu?	La, sijaliona.
magazeti	Umeyaona magazeti yangu?	La, sijayaona.
soksi	Umeziona soksi zangu?	La, sijaziona.
wino	Umeuona wino wangu?	La, sijauona.
mtoto	Umemwona mtoto wangu?	La, sijamwona.
rafiki	Umemwona rafiki yangu?	La, sijamwona.

5. Zoezi la tano

mwalimu	Mwalimu ni mgonjwa bado?
	Hapana, alikuwa mgonjwa jana.
wewe	Wewe ni mgonjwa bado?
	Hapana, nilikuwa mgonjwa jana.
walimu	Walimu ni wagonjwa bado?
	Hapana, walikuwa wagonjwa jana.
ninyi	Ninyi ni wagonjwa bado?
	Hapana, tulikuwa wagongjwa jana.

ZOEZI LA KUSOMA

Sikukuu za Uhuru Afrika ya Mashariki

Hivi karibuni Kenya ilisherehekea sikukuu ya uhuru wake. Ilikuwa tarehe 12, mwezi wa 12 (Desemba). Watu wote wa Kenya wanasherehekea sikukuu hii kwa sababu ni moja ya sikukuu za taifa. Kuna sikukuu nyingine kama siku ya Madaraka na siku ya Kenyatta. Katika sikukuu hizi watu wanacheza ngoma za kienyeji, na wanasiasa wa sehemu mbalimbali za nchi wanatoa hotuba.

Nchi zote za Afrika ya Mashariki zinasherehekea siku za uhuru wao. Hapo mwanzoni tumekwisha kuona kwamba Kenya iliupata uhuru wake tarehe 12, mwezi wa 12; ilikuwa mwaka 1963. Wakati huu Tanganyika[1] na Uganda zimeshapata uhuru wao. Tanganyika iliupata tarehe 9, Desemba, mwaka wa 1961. Hapo haijawa[2] Tanzania. Mnamo mwaka

1964 kisiwa cha Unguja[3] (yaani Zanzibar) na nchi ya Tanganyika ziliungana kuwa Jamhuri ya Muungano wa Tanzania. Hapo Unguja imeshapata uhuru wake kutoka tarehe 9, Desemba, 1963.

Kabla hazijapata[4] uhuru, nchi zote zilikuwa koloni za Mwingereza. Historia ya Afrika ya Mashariki ni historia ndefu ya ukoloni kutoka watu mbalimbali kama Waarabu, Wareno, Wajerumani, na Waingereza. Waingereza walikuwa wa mwisho. Mjerumani alitawala Tanganyika kabla ya Vita vya Kwanza vya Dunia, halafu Mwingereza aliuchukua utawala.

[1]*Tanganyika* ilikuwa jina la zamani la nchi ya Tanzania.

[2]*Haijawa* 'it was not yet'.

[3]*Unguja* ni jina la kienyeji la kisiwa cha Zanzibar. *Zanzibar* ni jina la Kiarabu.

[4]*Kabla hazijapata* ni sawa kama kusema *kabla ya kupata*.

Maswali

1. Sikukuu ya uhuru wa Kenya ni tarehe gani?
2. Je, nchi zote (za Afrika ya Mashariki) zinasherehekea siku za uhuru wao? (Use an object prefix in your answer).
3. Nchi gani ziliungana kuwa Tanzania?
4. Je, nchi zote za Afrika ya Mashariki zimeshapata uhuru?
5. Sikukuu ya uhuru hapa Amerika ni tarehe gani?

HABARI ZA SARUFI

1. The -mesha- Tense

- Use the *-mesha-* tense to express 'already have'; contrast the meanings of *-me-* and *-mesha-* in the following:

    A-**me**-enda.   'She is gone.'
    A-**mesha**-enda.   'She has already gone.'

- The *-mesha-* form is actually a contracted form of the *-me-* tense and the verb *kwisha* 'to finish' :

  A-me-kwisha kwenda.   'He has already gone.'
  She-TNS-to+finish to+go   (lit. she has finished going)

- Other contracted forms exist; the uncontracted form is felt by some to be the most formal of the possible variants:

  Nimekwisha kupika > nimeisha kupika
                     > nimeisha pika
                     > nimeshapika
                     > nishapika (Mombasa and Kenya coast)

- With monosyllabic verbs, the *ku-* of the infinitive is retained with this tense:

  Tumeshakula   'We have already eaten.'

2. More on Object Prefixes

- Object marking (Exercise 2) agrees with the person and/or class of the noun; note that in most cases subject and object prefixes are identical (exceptions are in bold):

Class	Noun	Subject	Object
	mimi	ni-	-ni-
	wewe	u-	**-ku-**
	yeye	a-/yu-	**-m-/-mw-**
	sisi	tu-	-tu-
	ninyi	m-	**-wa-**
	wao	wa-	-wa-
1	m-tu	a-/yu-	**-m-/-mw-**
2	wa-tu	wa-	-wa-
3	m-ti	u-	-u-
4	mi-ti	i-	-i-
5	Ø-tunda	li-	-li-
6	ma-tunda	ya-	-ya-
7	ki-tu	ki-	-ki-
8	vi-tu	vi-	-vi-
9	n-dizi	i-	-i-
10	n-dizi	zi-	-zi-
11	u-limi	u-	-u-
14	u-huru	u-	-u-
15	ku-taka	ku-	-ku-
16	meza-ni	pa-	-pa-
17	meza-ni	ku-	-ku-
18	meza-ni	m(u)-	-m(u)-

- With animate objects, the verb is usually marked with an object marker:

  Umempa **mwalimu** zoezi la sita?   'Have you given the teacher exercise 6?'

- Note that in cases where English expresses both an animate and inanimate pronominal object, as in *I haven't given it to him yet* only the animate object is marked on the Swahili verb; *it* is not expressed:

  Sijampa.   'I haven't given (it) to **him** yet.'

- Object marking in Swahili has several functions; one parallels the use of pronominal objects in English:

  Ulileta kitabu changu? 'Did you bring my book?'
  Ndiyo, nili**ki**leta. 'Yes, I brought **it**.'

- When both the noun object and object pronoun in the verb are used, the object pronoun calls special attention to, or marks the object as a definite noun. In such cases the noun is identified by speaker and hearer to be a specific, known object:

  Nina**ki**taka kitabu. 'I want **the** book.'

- When the object is modified by a modifier, e.g., a possessive, and is thus a specific noun, object marking functions to emphasize the noun:

  Nina**ki**taka kitabu **chako**. 'I want *your* book.'

- If the verb is unmarked with an object pronoun, the noun can be interpreted as either definite or indefinite, as determined by context:

  Ninataka kitabu. 'I want **a/the** book.'

3. The Adverb bado

In a positive context *bado* has a positive meaning. In a negative context, as with the -*ja*- 'not yet' tense, either stated or implied, it has a negative meaning:

Mwalimu ni mgonjwa **bado**? 'Is the teacher **still** sick?'

Je, hajaenda dukani? **Bado**! 'Hasn't she gone to the store?' '**No, not yet**!'

ZOEZI LA NYUMBANI

Tafsiri

1. I see that you have already bought your book.
2. No, I haven't bought it yet. It's not mine.
3. I want *the* money now (i.e. the particular money that both speaker and hearer have knowledge of).
4. Where is my book?
5. It is in your bag.
6. What about his, where is it?
7. Where were the children?
8. I saw him in the class.
9. Will you give the teacher his book?
10. Yes, I'll give it to him.

Jaza na Tafsiri

1. Nina _____ pika ugali sasa.
2. Amesha _____ leta viatu _____ angu.
3. Ali _____ tengeneza mchanganyiko wa mchele na tui.
4. Nina ____ jua sehemu nyingi za Afrika ya Mashariki.
5. Juma haja _____ fanya mazoezi matatu.
6. Si watu wote wa dunia hawaja ____ pata uhuru wao.
7. Waingereza wali _____ tawala nchi za Afrika ya Mashariki.
8. Waarabu wali _____ tawala kisiwa cha Unguja.
9. Nime _____ ona Juma sasa hivi.
10. Nina ____ penda Adija.

MSAMIATI

1. Maneno ya Mazungumzo na Mazoezi

ala!	oh! (expression of surprise; stress is on the last syllable)
-andika	write
bado	yet, still; not yet (see Grammar Note 3)
-leta	bring
lini?	when?
mbona?	why? (in a reproachful sense, whereas *kwa nini* is neutral in meaning)
nafasi	chance, opportunity, time (sg. and pl.)
-pa	give (always used with an object prefix, usually indicating a human being)
-taka	want
yote	all (Classes 4, 6, and 9)

2. Maneno ya Zoezi la Kusoma

-a kienyeji	traditional, local, native (cf. *mwenyeji* 'native born')
-a mwisho	last (see *mwisho* 'end')
-a zamani	old, former, ancient
-cheza	play, dance, etc.
-cheza ngoma	dance and sing (see *ngoma* below)
-chukua	take, carry, etc.
haijawa	it was not yet
halafu	later, and then, afterwards
hapo	then, there, then at that time
hapo mwanzoni	there in the beginning; in this context 'there above'
hivi karibuni	recently
hotuba	speech (N-)
jamhuri	republic (N-)
koloni	colonies (N-; see *ukoloni* below)
korongo	crane, stork (MA-)
-kuta	find
madaraka	responsibilities, duties, obligations (usually MA-)
Mjerumani/wa-	German person
mnamo	by (time reference only), in, on (usually with a date or the name of a month)
Mreno/wa-	Portuguese person
muungano/mi-	unity, alliance (*jamhuri ya muungano* 'united republic')
Mwarabu/wa-	Arab person
mwanasiasa/wa-	politician
mwezi/mi-	month (also moon)
Mwingereza/wa-	English person
ndefu	long (N- adjective; stem is *-refu*)
ngoma	dance, drum, also often dancing, and singing (N-)
-pata	get, obtain
-sherehekea	celebrate
siasa	politics

sikukuu	holiday (N-; *siku* 'day' + *-kuu* 'major, chief, important')
taifa/ma-	nation
Tanganyika	the former name for Tanzania
Tanzania	The Republic of Tanzania; the name is a blend of the former name, *Tanganyika*, and *Zanzibar*
tarehe	date (N-)
-tawala	rule (verb), see *utawala*
-toa hotuba	give speech
ukoloni	colonialism (U-/N-)
-ungana	join together, unite
Unguja	the traditional name of the Island of Zanzibar
utawala	rule (U-Class noun, cf. *-tawala*)
vita	war (VI-Class only, no singular)
Vita vya Kwanza vya Dunia	First World War, WWI
zamani	long ago, the past

MAKORONGO

MLIMA WA KENYA

18

Somo la Kumi na Nane

MAZUNGUMZO

1. Mazungumzo ya kwanza — Kwenda wapi mwisho wa kipindi?

Mwalimu:	Utakwenda wapi mwisho wa kipindi (*au* muhula)?
Mwanafunzi:	Nitasafiri kwenda New York.
Mwalimu:	Siupendi mji wa New York.
Mwanafunzi:	Kwa sababu gani?
Mwalimu:	Majumba yake ni marefu na huwezi kuona mbingu.
Mwanafunzi:	Lakini New York ina utamaduni mwingi.
Mwalimu:	Hapa Los Angeles vile vile kuna utamaduni mwingi; tena hakuna nyumba ndefu nyingi.
Mwanafunzi:	Lakini mbona hali ya hewa ni chafu?

2. Mazungumzo ya pili — Miji mikubwa

Mwanafunzi:	Je, mwalimu, kuna miji mikubwa Afrika ya Mashariki?
Mwalimu:	Ndiyo, kuna mikubwa mingi.
Mwanafunzi:	Kuna mingapi?
Mwalimu:	Kule Kenya kuna miwili mitatu, kama mji mkuu wa Nairobi, na mji wa Mombasa.
Mwanafunzi:	Na kule Tanzania, je?
Mwalimu:	Tanzania vile vile ina miji mikubwa, kama Dar es Salaam.

MAZOEZI

1. Zoezi la kwanza

-dogo	Kuna majumba madogo Los Angeles?	Ndiyo, kuna madogo mengi.
-kubwa	Kuna majumba makubwa Los Angeles?	Ndiyo, kuna makubwa mengi.
-refu	Kuna majumba marefu Los Angeles?	Ndiyo, kuna marefu mengi.
-zuri	Kuna majumba mazuri Los Angeles?	Ndiyo, kuna mazuri mengi.

NAIROBI

2. Zoezi la pili

-zuri	Hali ya hewa ya Nairobi ni nzuri?	Ndiyo, ni nzuri sana.
-baya	Hali ya hewa ya Nairobi ni mbaya?	Hapana, si mbaya sana.
-chafu	Hali ya hewa ya Nairobi ni chafu?	Hapana, si chafu sana.

3. Zoezi la tatu

-dogo	Kuna nyumba gani kule?	Kuna ndogo tu.
-baya	Kuna nyumba gani kule?	Kuna mbaya tu.
-zuri	Kuna nyumba gani kule?	Kuna nzuri tu.
-refu	Kuna nyumba gani kule?	Kuna ndefu tu.

4. Zoezi la nne

-kubwa	Kuna nyumba kubwa pale?	Hakuna kubwa, kuna ndogo tu.
-chache	Kuna nyumba chache pale?	Hakuna chache, kuna nyingi tu.
-fupi	Kuna nyumba fupi pale?	Hakuna fupi, kuna ndefu tu.
-kubwa	Kuna nyumba kubwa pale?	Hakuna kubwa, kuna ndogo tu.

5. Zoezi la tano

wanafunzi	*Mwalimu*: Kuna wanafunzi wangapi humu? Kuna wengi? *Mwanafunzi*: Hakuna wengi; kuna wachache tu.
viti	Kuna viti vingapi humu? Kuna vingi? Hakuna vingi; kuna vichache tu.
meza	Kuna meza ngapi humu? Kuna nyingi? Hakuna nyingi; kuna chache tu.
mifuko	Kuna mifuko mingapi humu? Kuna mingi? Hakuna mingi; kuna michache tu.
madaftari	Kuna madaftari mangapi humu? Kuna mengi? Hakuna mengi; kuna machache tu.

6. Zoezi la sita

Mwalimu:	Kuna _____ \ngapi hapa chumbani?
viti (2 au 3)	Kuna (viti) viwili vitatu tu.
meza (3 au 4)	Kuna (meza) tatu nne tu.
mifiko (4 au 5)	Kuna (mifuko) minne mitano tu.
madaftari (5 au 6)	Kuna (madaftari) matano sita tu.

ZOEZI LA KUSOMA

Kiswahili

Kiswahili kinasemwa na watu wengi. Pengine zaidi ya watu milioni hamsini husema[1] Kiswahili, lakini si wote wanakisema Kiswahili kama lugha yao ya kwanza. Ijapokuwa wasemaji wengi wanakaa katika nchi tatu za Afrika ya Mashariki, na katika kisiwa cha

Unguja na visiwa vingine, wengine wanaishi katika Somalia, Msumbiji, Mashariki ya Zaire na sehemu za Malawi, kandoni mwa[2] Ziwa Malawi na baadhi ya sehemu chache za Zambia ya Kaskazini. Lugha ya Kiswahili inahesabiwa kuwa ni lugha ya saba katika lugha kuu ulimwenguni. Umuhimu na umaarufu wake katika ulimwengu wetu wa leo unaweza kutambuliwa kwa uwingi wa vipindi vya Kiswahili katika idhaa za redio mbalimbali za ulimwengu. Vipindi hivi vinasikika kutoka Amerika, Uingereza, Ujerumani, Urusi, Uchina, Bara India, nchi za Arabuni na sehemu nyingi za bara la Afrika. Neno la Kiswahili linatokana na Kiarabu. Linatoka katika neno *Saahel*; maana yake ni 'pwani'. Wingi wa *Saahel* ni *Sawaahel* lakini kwa matamshi ya Kiswahili watu wanalitamka *Swahili* au *Sawahili*. Na *ki* imekaa kuonyesha maana ya *lugha ya*.

[1]*husema* 'usually speak, customarily speak' See Lesson 19, Grammar Note 2 for further information on this form.

[2]*kandoni mwa* 'on the shores of'. Note that *-a* 'of' in modifying a locative noun as in this example, *kandoni*, takes a locative agreement prefix, in this case *mwa* instead of *pa* or *kwa* to indicate 'on, in contact over an area'.

Maswali

1. Kiswahili kinasemwa na watu wangapi?
2. Je, Kiswahili kinasemwa katika nchi chache au nyingi?
3. Je, Kiswahili kinahesabiwa kuwa nini?
4. Je, Kiswahili kimesikika hapa Amerika? Wapi?
5. Kiswahili ni lugha ya Kibantu au ya Kiarabu?

HABARI ZA SARUFI

1. More on Adjectives

• There are several rules governing the shape of the adjectival concord when adjectives modify N-Class (Cl. 9/10) nouns:

a. Adjectival roots which begin with voiceless consonants (*p, t, k, f,* and *ch*) have no prefix when modifying N-Class nouns:

ndizi tatu	'three bananas'
ndizi kubwa	'big bananas'
ndizi fupi	'short bananas'

b. Adjectival roots which begin with voiced consonants (*b, d, g,* and *z*) have a nasal prefix (*m* before *b*, and *n* before the rest):

ndizi **m**bovu	'rotten/bad bananas'	ndizi **n**gumu	'hard bananas'
ndizi **n**dogo	'small bananas'	ndizi **n**zuri	'good bananas'

c. The adjective *-refu* 'long, tall' with an N-Class noun has the form *ndefu*; compare the following:

watu wa**refu**	'tall people'
miti mi**refu**	'tall trees'
meza **ndefu**	'long tables'

- Adjectives with vowel-initial stems, for example *-ingi* 'many, much', *-eusi* 'black' and *-eupe* 'white', also require special attention. Study the following models and note the differences when the adjective begins with an initial *i* and when it begins with *e*:

1	m-tu	mwingi	mwingine	mweusi
2	wa-tu	wengi	wengine	weusi
3	m-ti	mwingi	mwingine	mweusi
4	mi-ti	mingi	mingine	myeusi
5	Ø-tunda	jingi	jingine	jeusi
6	ma-tunda	mengi	mengine	meusi
7	ki-tu	kingi	kingine	cheusi
8	vi-tu	vingi	vingine	vyeusi
9	n-dizi	nyingi	nyingine	nyeusi
10	n-dizi	nyingi	nyingine	nyeusi
11	u-limi	mwingi	mwingine	mweusi
14	u-huru	mwingi	mwingine	mweusi
15	ku-taka	kwingi	kwingine	kweusi
16	meza-ni	pengi	pengine	peusi
17	meza-ni	kwingi	kwingine	kweusi
18	meza-ni	mwingi	mwingine	mweusi

- Some of the forms in the *-ingi* column can be used appropriately only with mass nouns; for example, *kitabu kingi* would not be normal, whereas *chakula kingi* 'a lot of/much food' is acceptable. There is also variation: *lingine* can be heard instead of *jingine* in Class 5. In Classes 9/10 *ingine* (sg.) and *zingine* (pl.) can sometimes be heard for *nyingine* (9/10). For a global view of adjectival forms see pp. 236 - 237.

- Numerals are adjectives and follow the same rules outlined above in the first part of this note; *however*, only the numbers 1 through 5, and 8, take agreement prefixes:

mtu **m**moja	watu saba
watu **wa**wili	watu **wa**nane
watu **wa**tatu	watu tisa
watu **wa**nne	watu kumi
watu **wa**tano	watu kumi na **m**moja (*or* moja)
watu sita	watu kumi na **wa**wili (*or* mbili)

- The numeral for 'two' has the form *mbili* with N-Class nouns; otherwise the stem is *-wili*. For a full paradigm see p. 236. Also note that for numerals greater than 'ten' speakers have the option of applying the agreement rule to the numerals 1 to 5, and 8, thus '12 people' is *watu kumi na wawili* or *watu kumi na mbili*.

2. Names of Countries

Many names of countries are formed by using the prefix *u-* but others have no special prefix. A few names are traditional and in some cases have tenuous connections with the modern names. Because of these inconsistencies names of countries have to be learned individually; some examples follow:

Uingereza 'England'	Kenya	Msumbiji 'Mozambique'
Ufaransa 'France'	Tanzania	Ureno 'Portugal'
Ujerumani 'Germany'	Marekani *or* Amerika	Ulaya 'Europe'
Urusi 'Russia'	Italia	Bara Hindi 'India'

3. Saying 'two or three'

- To express 'two or three', 'three or four', etc. Swahili speakers often omit *au* 'or' and simply juxtapose the two numbers:

  Niliongea na watu wawili watatu kule. 'I spoke with two or three people there.'

ZOEZI LA NYUMBANI

Tafsiri

1. Are there other buildings here?
2. There's no other person in here.
3. His other building is quite large.
4. Fourteen people have arrived.
5. It was short, not long (it = meza).

Jaza na Tafsiri

1. meza _____
2. watu kumi na _____ moja
3. kitabu _____ dogo
4. uhuru _____ ingine
5. watu _____ wili
6. jumba _____ moja
7. utamaduni _____ ingi
8. miti _____ ngapi
9. nyumba _____ ngapi
10. kule mezani _____ ingine
11. watoto _____ eupe
12. hali _____ ingine
13. ndizi _____ baya
14. tunda _____ bovu
15. chakula _____ ingine

MSAMIATI

1. Maneno ya Mazungumzo na Mazoezi

hali	condition
hewa	air, atmosphere
jumba/ma-	building (cf. *nyumba* 'house', *chumba/vy-* 'room')
kipindi/vi-	period of time, term, e.g., in a school year; see *muhula*
mbingu	sky, heavens (N-)
mji mkuu/mi-	capital city (cf. *chuo kikuu* 'university')
muhula/mi-	period of time as in the school year (see *kipindi*)
utamaduni	culture
vile vile	also (see *pia* 'also')
-baya	bad
-bovu	rotten, bad
-chache	few
-chafu	dirty
-dogo	small, little
-ekundu	red, bright in color

Somo la Kumi na Nane

-eupe	white, light in color
-eusi	black, dark in color
-fupi	short
-gumu	hard
-ingi	much, many (see *wingi* below)
-ingine	other, another, some
-kubwa	large, big
-kuu	major, chief, important
-ngapi?	how many?
-refu	long, tall
safi	clean (invariable adjective; no agreement prefixes)
-zuri	good, beautiful

2. Maneno ya Zoezi la Kusoma

Arabuni	Arabia
baadhi ya	some of
bara	continent, up-country
Bara Hindi	India
-hesabu	count
-hesabiwa	be counted, be estimated
idhaa	broadcast (N-)
-ishi	live
kando	side, edge, margin, bank, shore
Kibantu	Bantu language family
maana	meaning; cause, reason
matamshi	pronunciation
milioni	million
msemaji/wa-	speaker
Msumbiji	Mozambique
neno/ma-	word, something
-onyesha	show (cf. *-ona* 'see')
redio	radio (N-)
-sikika	be heard (cf. *-sikia* 'hear')
-tambua	recognize
-tambuliwa	be recognized
-tamka	pronounce
-tokana	come from, derive from
Ufaransa	France
Uingereza	England
Ulaya	Europe
ulimwengu	world (see *dunia* 'world' < Arabic)
umaarufu	fame, renown (cf. *maarufu* 'famous')
umuhimu	importance (cf. *muhimu* 'important')
Ureno	Portugal
Urusi	Russia
wingi	abundance; plural (cf. *-ingi* 'much, many')
zaidi ya	more than
ziwa/ma-	lake

19
Somo la Kumi na Tisa

MAZUNGUMZO

1. Mazungumzo ya kwanza — Kuazima kitabu

Mtu wa kwanza:	Ninataka kuazima kitabu; kipi ni chako? *(Anaonyesha kidole vitabu viwili.)*
Mtu wa pili:	Hiki ni changu. *(Anaonyesha kidole kitabu chake.)*
Mtu wa kwanza:	Na hiki je? *(Anaonyesha kidole kitabu kingine.)*
Mtu wa pili:	Hiki ni cha maktaba.
Mtu wa kwanza:	Sikitaki cha maktaba; ninataka kuazima chako.

2. Mazungumzo ya pili — Hufanya nini?

Mtu wa kwanza:	Wewe huja shuleni kwa motokaa, sivyo?
Mtu wa pili:	Ndiyo, (mimi) huja kwa motokaa.
Mtu wa kwanza:	Hii ni motokaa yako?
Mtu wa pili:	Hapana, ni ya wazazi wangu.
Mtu wa kwanza:	Hufanya nini baada ya shule?
Mtu wa pili:	Kwa kawaida huenda nyumbani.
Mtu wa kwanza:	Huenda kulala?
Mtu wa pili:	Hapana, hupika chakula mwanzo; halafu husoma masomo yangu.
Mtu wa kwanza:	Wewe hufanya hivi kila siku?
Mtu wa pili:	Ndiyo.

MAZOEZI

1. Zoezi la kwanza

mtoto	Je, mtoto huyu ni wako?	Eeeh, huyu ni wangu.
watoto	Je, watoto hawa ni wako?	Eeeh, hawa ni wangu.
mfuko	Je, mfuko huu ni wako?	Eeeh, huu ni wangu.
mifuko	Je, mifuko hii ni yako?	Eeeh, hii ni yangu.

2. Zoezi la pili

daftari	Daftari hili ni la nani?	Hili ni lake.
madaftari	Madaftari haya ni ya nani?	Haya ni yake.
kiti	Kiti hiki ni cha nani?	Hiki ni chake.
viti	Viti hivi ni vya nani?	Hivi ni vyake.

3. Zoezi la tatu

kalamu	Kalamu hii ni yenu?	La, si yetu.
kalamu (wingi)	Kalamu hizi ni zenu?	La, si zetu.
ukuta	Ukuta huu ni wenu?	La, si wetu.
ubao	Ubao huu ni wenu?	La, si wetu.

4. Zoezi la nne

mtoto	Una mtoto wao?	La, sina wao.
daftari	Una daftari lao?	La, sina lao.
kitabu	Una kitabu chao?	La, sina chao.
madaftari	Una madaftari yao?	La, sina yao.
vitabu	Una vitabu vyao?	La, sina vyao.

5. Zoezi la tano

mtoto	Yupi ni wake?	Huyu ni wake.
mfuko	Upi ni wake?	Huu ni wake.
vitabu	Vipi ni vyake?	Hivi ni vyake.
mashati	Yapi ni yake?	Haya ni yake.

6. Zoezi la sita

karatasi	Juma, mwulize Adija kama karatasi hizi ni zake. Je, Adija, karatasi hizi ni zako?
kalamu	Juma, mwulize Adija kama kalamu hii ni yake. Je, Adija, kalamu hii ni yako?

7. Zoezi la saba

mimi	Mimi huja shuleni kila siku.
wewe?	Wewe huja shuleni kila siku?
yeye	Yeye huja shuleni kila siku.
mwalimu	Mwalimu huja shuleni kila siku.
sisi	Sisi huja shuleni kila siku.
ninyi	Ninyi huja shuleni kila siku?
wao	Wao huja shuleni kila siku.

8. Zoezi la nane

kuja shuleni	Wewe huja shuleni saa ngapi?
kwenda nyumbani	Wewe huenda nyumbani saa ngapi?
kusoma Kiswahili	Wewe husoma Kiswahili saa ngapi?
kula chakula cha jioni	Wewe hula chakula cha jioni saa ngapi?

ZOEZI LA KUSOMA

Utoaji wa Hadithi katika Afrika ya Mashariki

Watoto katika dunia nzima hupenda kusikiliza hadithi. Katika nchi za Afrika ya Mashariki watoto hupenda pia kutolewa hadithi. Kila kabila lina hadithi zake. Hadithi

MTOAJI HADITHI

hizi huwafundisha watoto historia na desturi za kabila. Tena hadithi nyingi ni za kuwa-fundisha adabu njema, na kuwafundisha maana ya maisha: kuna uzuri pamoja na ubaya, akili na ujinga, hata mapenzi na chuki. Utoaji wa hadithi ulikuwa njia ya zamani ya ku-wafundisha watoto mambo haya ya maisha; ulikuwa sehemu kubwa ya elimu ya watoto wa zamani. Utoaji wa hadithi ulikuwa kama shule za zamani.

Kwa kawaida watoto hutolewa hadithi na nyanya au babu zao. Wakati wa usiku baada ya kula chakula cha jioni na kabla ya kwenda kulala usingizi nyanya au babu hu-watolea hadithi. Hadithi kwa kawaida huanza na maneno haya: "Hapo kale palikuwa na..." au "hapo zamani paliondokea..." na kadhalika. Kwa Kiingereza ni kama kusema "once upon a time there was..." au "once upon a time it happened that..." Wakati wa kuto-lewa hadithi watoto hukaa kimya mpaka mwisho wa hadithi.

Maswali

1. Nani hupenda kusikiliza hadithi?
2. Utoaji wa hadithi ulikuwa njia ya kufanya nini zamani.
3. Watoto hutolewa hadithi na nani?
4. Hadithi huwafundisha watoto nini?
5. Hadithi ni za historia ya kabila tu?

HABARI ZA SARUFI

1. The Proximate Demonstrative huyu, hawa 'this, these'

• The proximate demonstrative points out objects *close to the speaker*. It is formed by suffixing the appropriate subject prefix to the root, *hV-*. The (V)owel is a copy of the vowel of the suffix. The English equivalent usually is 'this' (sg.) or 'these' (pl.):

Class	Noun	Verbal	Demonstrative	-pi 'which'
1	m-tu	a-/yu-	huyu	yupi
2	wa-tu	wa-	hawa	wepi
3	m-ti	u-	huu	upi
4	mi-ti	i-	hii	ipi
5	Ø-tunda	li-	hili	lipi
6	ma-tunda	ya-	haya	yapi
7	ki-tu	ki-	hiki	kipi
8	vi-tu	vi-	hivi	vipi
9	n-dizi	i-	hii	ipi
10	n-dizi	zi-	hizi	zipi
11	u-limi	u-	huu	upi
14	u-huru	u-	huu	upi
15	ku-taka	ku-	huku	kupi
16	meza-ni	pa-	hapa	wapi
17	meza-ni	ku-	huku	kupi
18	meza-ni	m(u)-	humu	—

• The normal position of the demonstrative is following the noun it modifies:

Mtoto **huyu** ni mgonjwa.   'This child is sick.'
Karatasi **hizi** ni zake.   'These papers are his.'

• Note also that *huyu*, etc. can be used pronominally:

Hiki ni cha nani?   'Whose is **this**?'
Huyu ni wake.   'This *(one)* is his.'

In both examples the demonstrative refers to a known entity. In the first, *hiki* refers to a Class 7 noun, and in the second, *huyu*, refers to a Class 1 noun.

2. The Habitual Hu- Tense/Aspect Marker

• The *hu-* tense is used to indicate habitual or customary action. Unlike other Swahili tenses, it is used without any prefix for the subject. Usually the subject is

indicated by an independent pronoun or other nominal subject. Note the various translations in the examples; they often involve using an English adverb such as *regularly, habitually, usually, always, customarily*, but not necessarily:

Mimi husoma saa mbili asubuhi.	'I regularly study at 8:00 a.m.'
Wewe huja hapa saa ngapi?	'At what time do you usually get here?'
Yeye hunifundisha Kiswahili.	'He customarily teaches me Swahili.'
Sisi hupenda kukaa hapa Julai.	'We always like to stay here during July.'
Ninyi huenda sinema ijumaa?	'Do you usually go to the movies on Friday?'
Chai huuzwa karibu na kiwanda.	'Tea is sold near the factory.'

- In monosyllabic verbs the *ku-* of the infinitive is not used with the *hu-* tense:

Yeye huwa mgonjwa.	'She's always sick.'
Wewe hula ndimu?	'Do you eat lemons?'
Sisi huja msikitini ijumaa.	'We go to the mosque on Friday.'

3. The Form -pi 'which'

- The *pi-* form is used to ask 'which' of several alternatives:

Unataka kitabu **kipi**, chake au changu?	'Which book do you want, his or mine?'
Yupi anakuja, mama au baba?	'Which one is coming, mother or father?'

- It utilizes the same set of prefixes used to form the proximate demonstrative; see the table under Note 1 above. Note, however, that *wepi* is the form for Class 2 and *wapi* for Class 16.

- It is distinct from *gani* 'which, what kind, etc.' *Gani* asks for more information about the noun it modifies; *-pi* simply asks for a choice among alternatives:

Mtu **gani** anakuja?	**'What kind** of person is coming?
Mtu **yupi** anakuja?	**'Which** person (of several possible) is coming?'

ZOEZI LA NYUMBANI

Tafsiri

1. Whose book do you have?
2. These books belong to Juma.
3. Is this money ours?
4. What do you usually do in the evening after arriving home?
5. I usually study and then I often go to sleep.

Jaza

1. Kitabu h _____ _____ ake _____ mepotea.
2. Vitabu h _____ _____ ake _____ mepotea.
3. Pesa h _____ _____ ake _____ mepotea.
4. Kalamu h _____ _____ ake _____ mepotea.
5. Ubao h _____ _____ ake _____ mepotea.
6. Mbao h _____ _____ ake _____ mepotea.
7. Mtoto h _____ _____ ake _____ mepotea.
8. Watoto h _____ _____ ake _____ mepotea.
9. Mashati h _____ _____ ake _____ mepotea.
10. Shati h _____ _____ ake _____ mepotea.
11. Mfuko h _____ _____ ake _____ mepotea.
12. Miti h _____ _____ ake _____ mepotea.

Somo la Kumi na Tisa

Jaza na Tafsiri

1. Mimi _____ soma kila siku (usually study).
2. Hasani _____ som _____ sasa (is not studying).
3. Wanafunzi wa _____ chelewa (are late).
4. _____ soma somo hili bado (I have not yet).
5. Wa _____ soma masomo haya (have already studied).
6. Wa _____ watolea watoto hadithi (told).
7. Ha _____ lala vizuri (did not).
8. Sisi _____ sema Kiswahili (speak).
9. Kitabu changu _____ potea (is usually lost).
10. Ugali u _____ pikwa na mama (has been).

MSAMIATI

1. Maneno ya Mazungumzo na Mazoezi

-azima	borrow
eeeh	affirmative exclamation 'yes'
halafu	afterwards, after, later
kidole/vi-	finger
-lala	sleep
maktaba	library (N-)
mwulize	ask her/him (see Lesson 25, Note 2)
-onyesha	show
-onyesha kidole	point the finger
-pi?	which? (of alternatives)
-pika	cook
ubao/mbao	board, plank
ukuta/kuta	wall
-angu	my/mine
-ako	your/yours
-ake	his/her(s)/it(s)
-etu	our/ours
-enu	your/yours (plural)
-ao	their/theirs

2. Maneno ya Zoezi la Kusoma

adabu	good manners, behavior (N-)
akili	intelligence (N-)
babu	grandfather
chuki	hate (N- noun)
desturi	custom (N-)
elimu	education (N-)
-ema	good, usually in a moral sense (see *njema*)
-enyewe	oneself
hadithi	story (N-)
hapo	then, there
hapo kale	then long ago
hapo zamani	then long ago

kale	the past, old times, former ages, antiquity
kimya	silence, silent, silently
kwenye	on, at, in (*ku-enye* < *ku-* locative, *-enye* ' having')
-lala	sleep, lie down
-lala usingizi	sleep a sleep
maisha	life (MA-)
mapenzi	love (MA-)
mnyama/wa-	animal
mpaka	up to, until
namna	kind, sort, type; way, manner, etc.
njema	good (N; cf. *-ema* above)
nyanya	grandmother; tomato
paliondokea	(once upon a time) there was
papo hapo	then and there, right then, right there
-toa	give, offer, present
-toa hadithi	tell a story
-tolea hadithi	tell a story to
-toleana hadithi	tell each other a story
-tolewa hadithi	be told a story
ubaya	badness, evil
ujinga	stupidity
usingizi	sleep (U-)
utoaji wa hadithi	story telling
uzuri	goodness, beauty
-zima	whole, entire

NYANYA NA MJUKUU WAKE

20
Somo la Ishirini

MAZUNGUMZO

1. Mazungumzo ya kwanza — Ugonjwa wa mwanafunzi fulani

Mwalimu:	Je, Hamisi, ulikuwa wapi jana?
Mwanafunzi:	Nilikuwa mgonjwa; sikuweza kuja shuleni.
Mwalimu	Pole sana! Ulikuwa na nini?
Mwanafunzi:	Nilikuwa na homa.
Mwalimu:	Ulikwenda kumwona daktari?
Mwanafunzi:	Ndiyo, alinipima, akanipiga sindano, halafu nikarudi nyumbani kulala.
Mwalimu:	Ni lazima uende kumwona tena?
Mwanafunzi:	Alinipa dawa. Si lazima niende tena.

2. Mazungumzo ya pili — Kufanya nini jumamosi na jumapili?

Mtu wa kwanza:	Ulifanya nini siku za jumamosi na jumapili?
Mtu wa pili:	Nilifanya mambo mengi.
Mtu wa kwanza:	Ulisoma Kiswahili?
Mtu wa pili:	Ndiyo, nilisoma kidogo jumamosi asubuhi na baada ya kusoma nikaenda kucheza mpira.

MAZOEZI

1. Zoezi la kwanza

wewe	Ulikuwa na nini?	Nilikuwa na homa.
ninyi	Mlikuwa na nini?	Tulikuwa na homa.
yeye	Alikuwa na nini?	Alikuwa na homa.
wao	Walikuwa na nini?	Walikuwa na homa.

2. Zoezi la pili

wapi?	Alikuwa wapi jana?	Alikuwa hospitali.
kuwa mgonjwa?	Alikuwa mgonjwa?	Ndio, alikuwa mgonjwa.
kuwa na nini?	Alikuwa na nini?	Alikuwa na homa.
homa gani?	Alikuwa na homa gani?	Alikuwa na malaria.

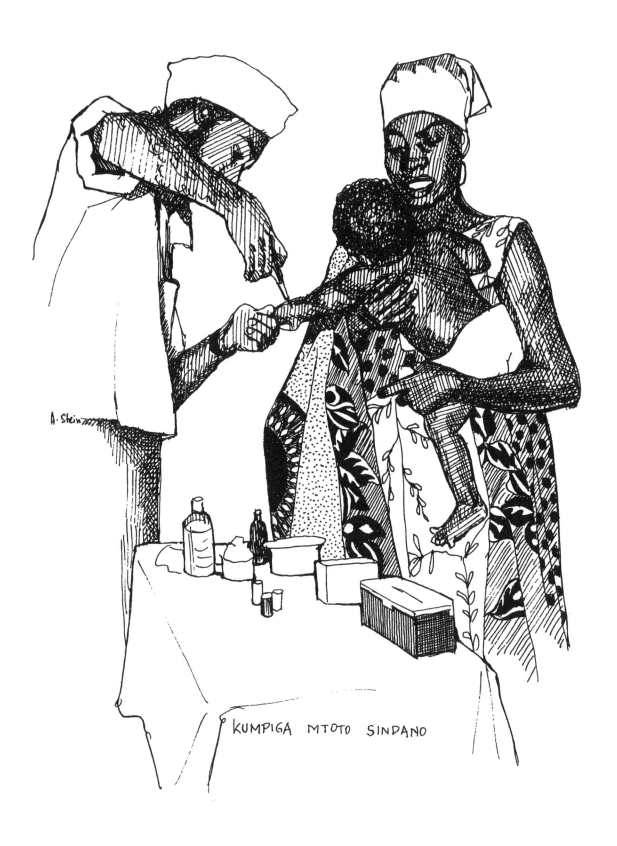

KUMPIGA MTOTO SINDANO

3. Zoezi la tatu

kusoma kidogo	Nilienda nyumbani halafu nikasoma kidogo.
kula chakula	Nilisoma kidogo halafu nikala chakula.
kusoma tena	Nilikula chakula halafu nikasoma tena.
kulala	Nilisoma tena halafu nikalala.

4. Zoezi la nne

-enda	Nilienda nyumbani nikasoma Kiswahili.
-rudi	Nilirudi nyumbani nikasoma Kiswahili.
-fika	Nilifika nyumbani nikasoma Kiswahili.
-ja	Nilikuja nyumbani nikasoma Kiswahili.

5. Zoezi la tano

mimi	(Ni) lazima nisome sasa.
wewe	(Ni) lazima usome sasa.
Juma	(Ni) lazima Juma asome sasa.
sisi	(Ni) lazima tusome sasa.
ninyi	(Ni) lazima msome sasa.
wanafunzi	(Ni) lazima wanafunzi wasome sasa.

6. Zoezi la sita

kusoma	Ni lazima usome kila siku? Hapana, si lazima nisome kila siku.
kwenda	Ni lazima uende kila siku? Hapana, si lazima niende kila siku.
kucheza mpira	Ni lazima ucheze mpira kila siku? Hapana, si lazima nicheze mpira kila siku.
kurudi	Ni lazima urudi kila siku? Hapana, si lazima nirudi kila siku.
kula	Ni lazima ule kila siku? Hapana, si lazima nile kila siku.

7. Zoezi la saba

wewe	Daktari alikupa nini?	Alinipiga sindano, akanipa dawa.
ninyi	Daktari aliwapa nini?	Alitupiga sindano, akatupa dawa.
yeye	Daktari alimpa nini?	Alimpiga sindano, akampa dawa.
wao	Daktari aliwapa nini?	Aliwapiga sindano, akawapa dawa.
mtoto	Daktari alimpa mtoto nini?	Alimpiga sindano, akampa dawa.
watoto	Daktari aliwapa watoto nini?	Aliwapiga sindano, akawapa dawa.

8. Zoezi la nane

-rudi nyumbani	Ulifanya nini baada ya kurudi nyumbani?
-pumzika	Baada ya kurudi nyumbani, nikapumzika.
-pumzika	Ulifanya nini baada ya kupumzika?
-soma Kiswahili	Baada ya kupumzika, nkasoma Kiswahili.
-soma Kiswahili	Ulifanya nini baada ya kusoma Kiswahili?
-cheza ngoma	Baada ya kusoma Kiswahili, nikacheza ngoma

ZOEZI LA KUSOMA

Hadithi ya Nyanya

Kwa kawaida nyanya yetu hututolea hadithi. Jana jioni baada ya kula chakula sisi watoto tulikuwa na hamu kubwa ya kusikiliza hadithi. Nyanya akakubali kutoa hadithi kama tutakaa kimya na kusikiliza kama watoto wazuri. Tukakubali, basi nyanya akatoa hadithi hii ya sungura na kobe:

"Hapo zamani za kale paliondokea sungura na kobe. Sungura alikuwa mjanja sana na alikuwa na mbio kuliko kobe. Basi, siku moja kobe alimwuliza sungura kama anataka kushindana kwa mbio. Sungura akacheka kusikia hivyo. Akasema, 'Nitashinda bila shaka.' Basi wakaenda mahali pa kuanza mashindano. Sungura akamwambia kobe, 'Wewe tangulia, mimi nitapumzika kidogo kwanza.' Kobe akaanza mashindano na alienda kwa mwendo wake wa taratibu. Sungura akalala usingizi. Baada ya muda mrefu sana akaamka kwa ghafula, akaona lo, saa zimekwisha kupita (zimeshapita); kwa hivyo akaanza kukimbia mbio sana. Lakini hapo kobe alikuwa karibu na mwisho wa mashindano na akamaliza kabla ya sungura. Kobe akamwambia sungura. 'Polepole ndio mwendo.' Basi hadithi ikaishia hapo."

Maswali

1. Nyanya yetu hututolea hadithi wakati gani/lini?
2. Hadithi ilikuwa juu ya nini?
3. Nani alimaliza mashindano kwanza?
4. Kwa sababu gani sungura hakumaliza kwanza?
5. Kobe akamwambia sungura nini?

HABARI ZA SARUFI

1. The -ka- Tense/Aspect Marker

- The -ka- tense has no English counterpart. One of its functions is to indicate a sequence of events usually in the past, that is, that an action occurred after another. Some grammars refer to this as the Consecutive tense:

  Nilienda mjini kununua matunda, (na) ni**ka**nunua machungwa matatu na ndizi tatu, halafu ni**ka**rudi nyumbani saa nane mchana

  'I went to town to buy some fruit, **and** I bought three oranges and three bananas, **and then** I returned home at 2:00 p.m.'

- Monosyllabic verbs marked by *-ka-* do not retain the *ku-* of the infinitive; compare:

  Nilikula machungwa matano, ni**ka**wa mgonjwa (not *nikakuwa).
  'I ate five oranges, **and then** I became sick.'

  Nilienda nyumbani ni**ka**la chakula (not *nikakula).
  'I went home **and then** ate my food.'

- In an earlier lesson (see Lesson 8, Grammar Note 4) we saw that a series of two verbs can be conjoined by using *na + the infinitive*. Note how this structure contrasts in meaning with verbs conjoined by the *-ka-* tense/aspect marker:

  Tulicheza ngoma **na kuimba**.   'We danced **and sang**.'
  (No sequence; the actions occur more or less simultaneously)

  Tulicheza ngoma **na tukaimba**.   'We danced **and then we sang**.'
  (The singing follows the dancing)

- Prepositions, such as *na* and *halafu* are optional:

  Alikuja a**ka**enda.   'He came **and then** went.'
  Alikuja na a**ka**enda.   'He came **and then** went.'
  Alikuja halafu a**ka**enda.   'He came **and then** went.'

2. The Subjunctive

- The subjunctive in Swahili is formed by modifying the final *-a* of the verb stem to *-e* (note that verbs ending in *-i, -e*, and *-u* do not change):

  Niend**e**.   'I ought to go/I am to go, etc.'
  Nirud**i**.   'I ought to return/I am to return, etc.'

- The subjunctive following *(ni) lazima* or *si lazima* (neg.) is used to express obligation; *ni* 'it is' is optional:

  (Ni) lazima uende.   'You must/ought to/should go.'
  Lazima ukae.   'You must/ought to/should stay.'
  Si lazima useme.   'It is not necessary for you to speak.'

- The subjunctive of monosyllabic verbs is formed without the *ku-* of the infinitive:

  (Ni) lazima aje (not *akuje).   'He must come.'
  (Ni) lazima tule (not *tukule).   'We must eat.'
  Si lazima unywe (not *akunywe).   'You must not drink.'

3. Pole to Express Sympathy

- The word *pole* (plural *poleni*) is used to express sympathy or empathy for someone who is ill, or is used in cases of bereavement and sorrow. The person to whom *pole* is said conventionally responds by saying *nimeshapoa* 'I am well, I am alright'.

- While *pole* can be glossed as 'sorry' in English, it is not used by native speakers to say one is sorry in the sense of asking pardon, seeking forgiveness, or making an excuse, for which *samahani* 'pardon me, excuse me, forgive me' is appropriate.

ZOEZI LA NYUMBANI

Tafsiri

1. I must study if I want to pass (use -shinda) the final exam.
2. He has to go to see the doctor again.
3. I played ball and then I went home to study.
4. What was wrong with him? (cf. Zoezi la kwanza)
5. I don't have to study tonight.
6. Does he have a fever? No, he had a fever yesterday.
7. Where was he? He was at the hospital.
8. I studied Swahili, then I rested, and finally went to sleep.
9. It is necessary for you to study this evening.
10. I don't have to read tonight.

MSAMIATI

1. Maneno ya Mazungumzo na Mazoezi

-cheza	play
daktari/ma-	doctor (see *mganga/wa-* traditonal healer)
dawa	medicine
fulani	so-and-so, certain; used when the name of a person is unknown
homa	fever, malaria (N-)
jambo/mambo	matter, thing, affair
lazima	necessity, obligation
mpira/mi-	ball
-piga	hit
-piga sindano	give injection (lit. hit needle)
-pima	measure, examine
pole	slowly, gently, softly, quietly (often reduplicated *polepole*); also used as an expression of empathy or sympathy. See the grammar notes in this lesson.
sindano	needle
ugonjwa/ma-	sickness (cf. *mgonjwa/wa-* 'sick person')

2. Maneno ya Zoezi la Kusoma

-cheka	laugh
ghafula	suddenly (also *kwa ghafula*)
hadithi	story (N-)
hamu	desire (N-)
hivyo	those things referred to, such things
-ishia	finish up (cf. *kwisha* 'to finish')
kobe	tortoise (N- animate)
-kubali	agree, accept
kuliko	more than
lo!	exclamation
-maliza	finish
mashindano	competition (cf. *-shindana* 'compete')

mbio	speed; race
mjanja/wa-	clever person
mwendo/mi-	way, manner of going, pace
-ona lo	be surprised, be astonished (lit. see, feel astonishment)
-pita	pass
polepole	slowly slowly (see *pole* above)
-pumzika	rest
samahani	pardon me, excuse me, forgive me
-shinda	overcome, conquer, win, surpass, pass (an exam), etc.
-shindana	compete with one another, compete
-sikia	hear
-sikiliza	listen
sungura	hare
-tangulia	go first
taratibu	order, orderliness, care, carefulness
usingizi	sleep (noun; often used after the verb *-lala* 'sleep')

3. Maneno Maalum (Juu ya Magonjwa)

admit to the hospital	-laza hospitali (< -lala sleep, lie down)
AIDS	ukimwi (U-, < **Ki**nga **Mwi**ilini)
arthritis, rheumatism	baridi yabisi, yabisi kavu
asthma	pumu (N-)
be admitted to the hospital	-lazwa hospitali
be in pain	-umwa (*Unaumwa nini?* What is causing you pain?)
be well, be cured	-poa
bilharzia	kichocho
body	mwili/mi- (see ukimwi 'AIDS')
cancer	kansa
chicken pox	tetekuwanga, tetewanga
cholera	kipindupindu/vi-
cold, chest cold	mafua (cf. kifua 'chest') (MA-)
cough	kikohozi/vi- (noun), -kohoa (verb)
critically ill	mahututi
deficiency	ukosefu (see ukimwi 'AIDS')
defense, protection	kinga (N-; see ukimwi 'AIDS')
diabetes	ugonjwa wa (ki)sukari
diarrhea	ugonjwa wa kuhara, tumbo la kuhara
diphtheria	dondakoo
disease	magonjwa, maradhi
dizziness	kizunguzungu
epilepsy	kifafa
fall ill	-ugua
feel pain	-sikia maumivu
fever	homa (N-)
gas, flatulence	riahi (N-), gesi tumboni
germ	kijidudu/vi-
goitre, glandular swelling	tezi/ma-
gonorrhea	kisonono
have a sprain	-teguka
have diarrhea	-hara, -harisha
have dysentery	-hara damu
heart attack	shtuko la moyo

heart disease	ugonjwa wa moyo
hepatitis	homa ya manjano
herbal medicine	miti shamba (MI-; see mti/mi- tree)
hernia	mshipa/mi-, also vein, nerve, etc. and diseases thereof
infection	ambukizo/ma-
infectious disease	ugonjwa wa kuambukiza
leprosy	ukoma
malaria	homa ya malaria (N-)
malnutrition	utapiamlo
measles	surua (or shurua) (N-), ukambi
medical care, treatment	matibabu (MA-)
mental illness	ugonjwa wa akili
mental illness, insanity	kichaa
mucous	kamasi/ma-
mumps	matubwitubwi (MA-)
pain	maumivu (MA-)
pimple, scabies, exzema	upele/pele
plague, bubonic plague	tauni (N-)
pneumonia	numonia
poison	sumu
rheumatism, arthritis	baridi yabisi
scarlet fever	homa ya vipele vyekundu
sleeping sickness	malale (MA-)
smallpox	ndui (N-)
swelling	uvimbe
syphilis	kaswende, sekeneko
tetanus, lockjaw	pepopunda (N-)
traditonal doctor	mganga/wa-
tropical ulcer	donda ndugu
tuberculosis	kifua kikuu
typhoid	homa ya matumbo
tumor	uvimbe, kivimbe
ulcer, large sore	donda/ma-
venereal disease	ugonjwa wa zinaa
virus	virusi
vomit	-tapika (verb), tapishi/ma- (noun)
whooping cough	kifaduru
yellow fever	ugonjwa wa manjano

21
Somo la Ishirini na Moja

MAZUNGUMZO

1. Mazungumzo ya kwanza — Kwenda kumwona daktari tena.

Mwalimu:	Ni lazima uende kumwona daktari tena?
Mwanafunzi:	Eeh, ndiyo, aliniambia nirudi kesho.
Mwalimu	Anataka utumie dawa gani?
Mwanafunzi:	Ni lazima nipumzike na kunywa maji mengi tu; hakunipa dawa.
Mwalimu:	Ni daktari mzuri?
Mwanafunzi:	Eeh, ni mwenye sifa na ujuzi mwingi. Huwatunza watu vizuri sana.

2. Mazungumzo ya pili — Utoaji wa hadithi huko Afrika

Mwalimu:	Nani hutoa hadithi katika Afrika?
Mwanafunzi:	Mara nyingi sana ni nyanya au babu.
Mwalimu:	Ni lazima watoto wafanye nini kama wanataka kutolewa hadithi?
Mwanafunzi:	Ni lazima wakae kimya.
Mwalimu:	Ndiyo, na katika hadithi ya sungura na kobe, sungura alitaka kobe afanye nini?
Mwanafunzi:	Ashindane naye.
Mwalimu:	Kobe ni mnyama gani?
Mwanafunzi:	Ni mnyama mwenye utaratibu.

MAZOEZI

1. Zoezi la kwanza

-rudi	Alikuambia nini?	Aliniambia nirudi.
-enda	Alikuambia nini?	Aliniambia niende.
-toa hadithi	Alikuambia nini?	Aliniambia nitoe hadithi.
-pumzika	Alikuambia nini?	Aliniambia nipumzike.
-la	Alikuambia nini?	Aliniambia nile.

2. Zoezi la pili

-cheka	Alimwambia nini?	Alimwambia acheke.
-maliza kazi	Alimwambia nini?	Alimwambia amalize kazi.
-tangulia	Alimwambia nini?	Alimwambia atangulie.
-ja	Alimwambia nini?	Alimwambia aje.

3. Zoezi la tatu

mimi	Alishindana nami.
wewe	Alishindana nawe.
yeye	Alishindana naye.
sisi	Alishindana nasi.
ninyi	Alishindana nanyi.
wao	Alishindana nao.

4. Zoezi la nne

mtu	Yeye ni mtu gani?	Yeye ni mtu mwenye ujuzi.
watu	Wao ni watu gani?	Wao ni watu wenye ujuzi.
wakulima	Wao ni wakulima gani?	Wao ni wakulima wenye ujuzi.
mkulima	Yeye ni mkulima gani?	Yeye ni mkulima mwenye ujuzi.

5. Zoezi la tano

chuo	UCLA ni chuo gani?	Ni chuo chenye sifa.
vyuo	UCLA na USC ni vyuo gani?	Ni vyuo vyenye sifa.
shule	UCLA ni shule gani?	Ni shule yenye sifa.
shule (wingi)	UCLA na USC ni shule gani?	Ni shule zenye sifa.
gari	Ford ni gari gani?	Ni gari lenye sifa.
magari	Ford na Chevi ni magari gani?	Ni magari yenye sifa.

6. Zoezi la sita

mgomba	Mgomba ni mmea gani?	Ni mmea wenye ndizi.
migomba	Migomba ni mimea gani?	Ni mimea yenye ndizi.
mnanasi	Mnanasi ni mmea gani?	Ni mmea wenye mananasi.
minanasi	Minanasi ni mimea gani?	Ni mimea yenye mananasi.

7. Zoezi la saba

-soma	Mwalimu ana(tu)taka tusome.
-toa hadithi	Mwalimu ana(tu)taka tutoe hadithi.
-sikiliza vizuri	Mwalimu ana(tu)taka tusikilize vizuri.
-zungumza kwa Kiswahili	Mwalimu ana(tu)taka tuzungumze kwa Kiswahili.
-jibu kwa Kiswahili	Mwalimu ana(tu)taka tujibu kwa Kiswahili.

8. Zoezi la nane

-soma	Mwalimu anataka kusoma.
-toa hadithi	Mwalimu anataka kutoa hadithi.
-fundisha	Mwalimu anataka kufundisha.
-enda	Mwalimu anataka kwenda.

ZOEZI LA KUSOMA

Nyanya Anatoa Hadithi Nyingine: Marafiki Watatu na Simba

Hapo kale palikuwa na watu marafiki watatu. Marafiki hawa walisoma sana na wali-

kuwa na maarifa sana ya namna mbalimbali, lakini hawakuwa na hekima. Watu hawa watatu walikuwa na rafiki yao mmoja. Rafiki huyu hakusoma sana lakini alikuwa na hekima nyingi.

Wakati mmoja, mmoja wao aliwaambia wenzake[1] wasafiri ili waonyeshe uhodari wao. Wote wakakubali lakini wawili walikataa kumchukua rafiki yao wa nne kwa sababu hakuwa na maarifa. Rafiki wa tatu akasema afadhali wamchukue. Basi wale[2] wawili wakakubali.

Wakaenda mpaka porini. Hapo wakaona ngozi na mifupa ya simba mfu. Mmoja miongoni mwa wale marafiki wenye maarifa akasema sasa wataonyesha uhodari wao kwa kumtia uhai yule simba. Akasema yeye ataweka mifupa yake pamoja. Wa pili akasema

atamtia nyama, damu na ngozi nzuri, na wa tatu atamrudishia uzima wake. Mtu wa nne mwenye hekima na bila maarifa akasema kwamba simba atakuja kuwaua. Lakini hawa-kumsikiliza. Basi yeye akapanda juu ya mti.

Wale watatu wakamtia simba uhai. Yule simba akawa[3] hai na tena mkali sana. Aka-warukia na kuwaua wale watatu mara moja. Ukawa ndio mwisho[4] wa maarifa yao. Yule mwenzao alikaa kimya mpaka simba akaenda zake. Akashuka mtini na kurudi kwao.[5]

[1]*mwenzake/wenzake* 'his companion/s' (from *mwenzi* + *wake*); also *mwenzao/wenzao* 'their companion/s' (from *mwenzi* + *wao*). *Mwenzi/wenzi* 'companion/s' is normally used with a contracted possessive; another examples are *mwenzangu* 'my companion', and *mwenzetu* 'our companion'.

[2]*wale* 'those'. Demonstratives based on the root *-le* indicate objects at a distance (see Lesson 22, note 1). When preceding the noun they have the function of a definite article, thus *wale wawili* can be translated as 'the two'.

[3]*akawa* 'he then became'.

[4]*Ukawa ndio mwisho* 'and that was indeed the end' (agreement is with *mwisho*).

[5]*kwao* lit. 'at/to their place; at/to home' (from *ku-* locative prefix + *-ao* 'their'). Note the special use of this form; individuals normally do not own the homes they live in; property is conceived as property held in common, thus the Swahili equivalent of 'I am going home' or 'he is going home' is expressed with the plural possessive pronoun: *ninaenda kwetu* — lit. 'I am going to our place, or *anaenda kwao* — lit. 'he is going to their place').

Maswali

1. Wale marafiki watatu walikuwa na nini?
2. Rafiki yao alikuwa mwenye nini?
3. Waliona nini porini?
4. Walitaka kufanya nini na yule simba mfu?
5. Nani aliweka mifupa yake pamoja?

HABARI ZA SARUFI

1. More on the Subjunctive

• After verbs of 'telling', 'ordering' and 'wanting', the subjunctive is used in contexts where the subjects of the main verb (of telling, wanting, etc.) and the subordinate verb are different:

Alituambia tuondok**e**.　　'He told us to leave (he told us that we must leave / should leave / ought to leave).'

Nina(wa)taka wasom**e**.　　'I want them to study (I want that they study, etc.).'

• After *afadhali* 'it would be better' the subjunctive is used:

(Ni) **afadhali** niend**e**.　　　　'I better go.'
(Ni) **afadhali** waend**e**.　　'The old people better go.'

• After *ili* 'in order that' the subjunctive is often used:

Anafundisha hivi **ili** tujue Kiswahili vizuri.
'He is teaching these things **so that** we know Swahili well.'

• When the subject of the first verb is distinct from the subject of the second verb, the subjunctive is used. Contrast the following:

Ninataka **ku**soma.　　　'I want to study.'
Nina(m)taka asom**e**.　　'I want him to study.'

2. Nami, nawe, etc.

• After *na* 'with, by, etc.' the pronouns *mimi, wewe, yeye,* etc. have the following optional contracted forms:

nami	< na mimi	'by/with me'	nasi	< na sisi	'by/with us'
naye	< na yeye	'by/with him/her'	nao	< na wao	'by/with them'
nawe	< na wewe	'by/with you'	nanyi	< na ninyi	'by/with you (pl.)'

3. -Enye 'having, possessing'

• The form *-enye is* a very productive way of forming adjectives or other modifiers in Swahili:

Mzee **mwenye mvi** alifika.　　'A **white-haired** mzee arrived.'
　　　　　　　　　　　　　(lit. an old person having white-hair)

Yeye ni mtu **mwenye ujuzi**.　　'She is a **knowledgeable person**.'
　　　　　　　　　　　　　(lit. a person having knowledge)

UCLA ni shule **yenye sifa**.　　'UCLA is a school **with a good reputation**.'
　　　　　　　　　　　　　(lit. a school having a reputation)

• *-Enye* agrees with the noun it modifies; the prefixes used are variations of the *verbal* prefixes. The prefix shapes are identical to those used with possessives. There is one exception; the Class 1 form is *mwenye:*

Class	Noun	Possessive	-enye	
1	mtu	wangu	**mwenye**	(<mu-enye)
2	watu	wangu	wenye	(< wa + enye)
3	mti	wangu	wenye	(< u + enye)
4	miti	yangu	yenye	(< i + enye)
5	yai	langu	lenye	(< li + enye)
6	mayai	yangu	yenye	(< i + enye)
7	kitu	change	chenye	(< ki + enye)
8	vitu	vyangu	vyenye	(< vi + enye)
9	ndizi	yangu	yenye	(< i + enye)
10	ndizi	zangu	zenye	(< zi + enye)
11	ulimi	wangu	wenye	(< u + enye)
14	uhuru	wangu	wenye	(< u + enye)
15	kutaka	kwangu	kwenye	(< ku + enye)
16	mezani	pangu	penye	(< pa + enye)
17	mezani	kwangu	kwenye	(< ku + enye)
18	mezani	mwangu	mwenye	(< wa + enye)

ZOEZI LA NYUMBANI

Tafsiri

1. I must study now.
2. He told us we should study.
3. He wants you to study.
4. He wants to study.
5. Is she a good teacher? Yes, she has a lot of experience and knowledge. (Use *-enye* in constructing the Swahili equivalent.)
6. He talked with me in Swahili. (Use *-zungumza.*)
7. Yale is a school with a good reputation.
8. A banana plant is one which has/bears bananas.
9. He is a person with a great deal of courage.
10. What do you want me to do?

MSAMIATI

1. Maneno ya Mazungumzo na Mazoezi

dawa	medicine (N-Class)
-enye	having, possessing, with, etc. (cf. Note 3)
sifa	(good) reputation (i.e. praise, commendation) (N-)
mnanasi/mi-	pineapple plant (thus *nanasi* pineapple)
ujuzi	knowledge, experience (U-; cf. *-jua* 'know')
utaratibu	care, order, orderliness, carefulness, etc.

2. Maneno ya Zoezi la Kusoma

afadhali	better, preferable (cf. *(ni) afadhali* 'it would be better')
-chukua	take, carry

damu	blood
-enda zake	go one's way
hai	alive (cf. *uhai*)
hekima	common sense (N-)
hodari	brave, clever; skillful, etc. (cf. *uhodari* 'bravery; skill')
-kali	sharp, bitter, fierce, pungent (the English equivalent will depend somewhat on the noun modified by *-kali*, e.g. *kisu kikali* 'sharp knife', *mbwa mkali* 'fierce dog', *jua kali* 'scorching, hot sun', etc.)
-kataa	refuse, say no
kwao	their home, their place
maarifa	information, knowledge, facts (MA- only)
mara moja	at once
mfu/wa-	dead person (here used as an adjective modifying *simba*)
mfupa/mi-	bone
miongoni mwa	among (< *mi-* + *ongo* + *ni* plus *mwa;* locative agreement)
mwenzi/w-	companion
mwenzao	their companion (*mwenzi* + *wao*)
wenzake	his companions (*mwenzi* + *wake*)
ngozi	skin (N-)
pori/ma-	wilderness, bush, uninhabited place
rafiki/ma-	friend (*marafiki* 'a *group* of friends'; see *rafiki* N- 'friends')
-rudi	return (e.g. return to a place, return home; intransitive)
-rudisha	return (cause to return; transitive)
-rudishia	return to/for (e.g. return something to someone)
-ruka	fly, jump
-rukia	fly at, jump at
-shuka	come down, climb down, get down (cf. *kipandacho hushuka* 'what goes up comes down')
simba	lion (N-)
-tia	put, place, set into (e.g. *-tia uhai* 'give life to' cf. *-weka*)
-tunza	care for
-ua	kill
uhai	principle of life, state of being alive
uhodari	courage, skill
uzima	wholeness (cf. *-zima* 'whole, integral, entire, well, healthy)
wale	those; the (Cl. 2; see Lesson 22, Note 1)
-weka	put down (cf. *-tia* 'put in/into')
yule	that; the (Cl. 2; see Lesson 22, Note 1)

MTOTO WA SIMBA

22
Somo la Ishirini na Mbili

MAZUNGUMZO

1. Mazungumzo ya kwanza — Mwalimu anataka kujua majina ya vitu.

Mwalimu:	Ninataka mniambie majina ya Kiswahili ya vitu mbalimbali.
Mwanafunzi:	Vitu gani, mwalimu?
Mwalimu	Vitu mbalimbali humu darasani. Kwa mfano, ni nini mbele yako, Adija?
Mwanafunzi:	Hiki ni kitabu, mwalimu.
Mwalimu:	Vema, Adija, na kitu kile je? (*Mwalimu anaonyeshea kidole mlango wa darasa; wote wako mbali kidogo na mlango.*)
Mwanafunzi:	Ule ni mlango.
Mwalimu:	Ndio, umejibu sawasawa.

2. Mazungumzo ya pili — Marafiki watatu na simba.

Mwalimu:	Wale watu wa hadithi ya simba ni nani?
Mwanafunzi:	Ni marafiki watatu na yule pale ni rafiki yao.
Mwalimu:	Wanaenda wapi?
Mwanafunzi:	Wanaenda kule mbali ili waonyeshe uhodari wao.
Mwalimu:	Kuna nani nyuma ya wazee wenye kanzu?
Mwanafunzi:	Ni yule mwenye hekima. (*Katika mazungumzo haya wanafunzi na mwalimu wanatazama picha ya wale marafiki watatu katika Somo la Ishirini na Moja, n.k.*)

MAZOEZI

1. Zoezi la kwanza

Juma	Yule ni nani?	Yule ni Juma.
wanafunzi	Wale ni nani?	Wale ni wanafunzi.
mlango	Ule ni nini?	Ule ni mlango.
mifuko	Ile ni nini?	Ile ni mifuko.
daftari	Lile ni nini?	Lile ni daftari.
madirisha	Yale ni nini?	Yale ni madirisha.
ubao	Ule ni nini?	Ule ni ubao.
mbao	Zile ni nini?	Zile ni mbao.
kiti	Kile ni nini?	Kile ni kiti.
viti	Vile ni nini?	Vile ni viti.
motokaa	Ile ni nini?	Ile ni motokaa.

2. Zoezi la pili

vitabu	Unataka vitabu vipi?	Ninataka vitabu vile.
kitabu	Unataka kitabu kipi?	Ninataka kitabu kile.
kalamu	Unataka kalamu ipi?	Ninataka kalamu ile.
kalamu (wingi)	Unataka kalamu zipi?	Ninataka kalamu zile.

3. Zoezi la tatu

mfuko	Ule mfuko mbele ya Juma ni wa nani?	Ule mfuko ni wangu.
mifuko	Ile mifuko mbele ya Juma ni ya nani?	Ile mifuko ni yangu.
kitabu	Kile kitabu mbele ya Juma ni cha nani?	Kile kitabu ni changu.
vitabu	Vile vitabu mbele ya Juma ni vya nani?	Vile vitabu ni vyangu.

4. Zoezi la nne

ubao	Kitu kile nyuma yako ni nini?	Ule ni ubao.
madirisha	Vitu vile nyuma yako ni nini?	Yale ni madirisha.
dirisha	Kitu kile nyuma yako ni nini?	Lile ni dirisha.
mlango	Kitu kile nyuma yako ni nini?	Ile ni mlango.

5. Zoezi la tano

-onyesha uhodari	Wanaenda kule ili waonyeshe uhodari wao.
-pumzika kidogo	Wanaenda kule ili wapumzike kidogo.
-ona daktari	Wanaenda kule ili wamwone daktari.
-tolewa hadithi	Wanaenda kule ili watolewe hadithi.

6. Zoezi la sita

wewe	Kuna nini mbele yako?	Kuna meza mbele yangu.
yeye	Kuna nini mbele yake?	Kuna meza mbele yake.
ninyi	Kuna nini mbele yenu?	Kuna meza mbele yetu.
wao	Kuna nini mbele yao?	Kuna meza mbele yao.
Juma	Kuna nini mbele ya Juma?	Kuna meza mbele ya Juma.

7. Zoezi la saba

wewe	Ni nini nyuma yako mbali kule?	Ule ni mlango nyuma yangu.
yeye	Ni nini nyuma yake mbali kule?	Ule ni mlango nyuma yake.
ninyi	Ni nini nyuma yenu mbali kule?	Ule ni mlango nyuma yetu.
wao	Ni nini nyuma yao mbali kule?	Ule ni mlango nyuma yao.
Juma	Ni nini nyuma ya Juma?	Ule ni mlango nyuma ya Juma.

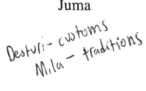

Desturi - customs
Mila - traditions

ZOEZI LA KUSOMA

Desturi za Arusi

Desturi za arusi ni nyingi duniani. Kwa mfano, Afrika ya Mashariki pekee ina desturi za aina nyingi za arusi. Kila kabila lina desturi zake. Kwa hivyo utawaona Waswahili wakisherehekea[1] arusi tofauti kuliko Wakikuyu au Wamasai.

Kwa kiasili mvulana akitaka[2] kumposa msichana huwaambia wazee wake, na wao hu-mpeleka mjumbe. Yule mjumbe hupelekwa ili apate kutoa posa za mvulana kwa wazazi wa msichana. Mvulana akikubaliwa huambiwa atoe mahari fulani kama ng'ombe au shili-ngi elfu mbili n.k. Baada ya hapo mipango ya arusi huanza.

Lakini kwa sababu ya dini kuu kama Kiislamu, Kihindi, Kikristo, Kiyahudi, na ka-dhalika, wale watu wa kabila mbalimbali hufunga ndoa za arusi zao kufuata sheria za dini hizi. Basi watu wa yale makabila tofauti huoana kanisani na huozwa na padri au kasisi, na huozwa msikitini na kadhi au shekhe kama ni Waislamu.

ARUSI YA KIISLAMU

Ijapokuwa watu wa makabila yote wanaweza kuoana kanisani na msikitini na kadha-lika, wengi hufanya sherehe za kienyeji baada au kabla ya kuoana kwa kidini. Siku hizi watu wengi wa mjini hufanya karamu moja badala ya kufanya arusi ndefu, yaani kuwa na sherehe ya siku nyingi. Mtu kuwa na arusi kubwa siku hizi lazima awe na pesa nyingi.

[1]The -ki- tense/aspect marker usually expresses an English present participle after verbs of perception, e.g. *niliwaona wakisoma* 'I saw them *studying*.' (See Lesson 28, Note 1.)

[2]The -ki- is also used to express simple conditions, e.g. *Wanafunzi wakisoma sana, watashinda mtihani.* 'If the students study hard, they'll pass the exam.' (See Lesson 28, Note 1.)

Maswali

1. Arusi za Waswahili ni kama arusi za Wamasai au Wakikuyu?
2. Mahari ni nini?
3. Waswahili hulipa mahari gani?
4. Kama Wakristo wakitaka kufunga ndoa lazima wafanye nini?
5. Mtu kuwa na arusi kubwa siku hizi lazima awe na nini?

ARUSI YA
KIKRISTU

HABARI ZA SARUFI

1. The -le Demonstrative

- The *-le* demonstrative is used to indicate objects which are at a distance from both speaker and hearer; contrast the two examples (see table below for all the forms):

kitabu **hiki**   '**this** book' (close to speaker)
kitabu **kile**   '**that** book' (far from both speaker and hearer)

- The normal position for this demonstrative is following the noun it modifies, but when it precedes the noun it has the function of a definite article:

kitabu **kile** '**that** book'   but   **kile** kitabu '**the** book'

Class	Noun	-le	
1	mtu	yule	
2	watu	wale	
3	mti	ule	
4	miti	ile	
5	tunda	lile	
6	matunda	yale	
7	kitu	kile	
8	vitu	vile	
9	ndizi	ile	
10	ndizi	zile	
11	ulimi	ule	
14	uhuru	ule	
15	kutaka	kule	
16	mezani	pale	(that definite location)
17	mezani	kule	(that general location)
18	mezani	mle	(that place inside)

2. Mbele y- and Nyuma y-

- To express 'in front of someone' and 'behind someone' use *mbele y-* and *nyuma y-* with appropriate possessive forms:

mbele yangu	'in front of me'	nyuma yangu	'behind me'
mbele yako	'in front of you'	nyuma yako	'behind you'
mbele yake	'in front of him/her'	nyuma yake	'behind him/her'
mbele yetu	'in front of us'	nyuma yetu	'behind us'
mbele yenu	'in front of you'	nyuma yenu	'behind you'
mbele yao	'in front of them'	nyuma yao	'behind them'

- A similar structure is used to express 'above someone' and 'beneath/below someone' using *juu* 'above, high, up, etc.' and *chini* 'down, below, under, etc.':

juu yangu	'above me'	chini yangu	'beneath me'

ZOEZI LA NYUMBANI

Tafsiri

1. I want you to tell him the name of that teacher.
2. What are those things in that classroom?
3. This is a book, but that right over there is a pen.
4. That companion of yours, what is his name?
5. Instead of going to the movie, I'll read the/that lesson.
6. He has to pay a large dowry.
7. He sent a representative so that he could make plans about the wedding.
8. He paid the dowry and then they married.
9. Where is my book? It is right in front of you.
10. Christians are usually married in church.

MSAMIATI

1. Maneno ya Mazungumzo na Mazoezi

juu	above, high, up, etc. (see Note 2 above)
chini	down, below, under, etc.
-kaa	sit, live, stay, remain, etc.
kanzu	long, usually white, gown worn by men
kidole/vi-	finger
mbele ya	in front of, beyond, etc.
mlango/mi-	door
nyuma ya	behind, in back of, etc.
-onyesha	show (see *-ona* 'see')
-onyeshea kidole	point; see *-onyeshea* 'show with, to, etc.'
picha	picture (N-)
sawasawa	correctly, o.k., alright, etc.

2. Maneno ya Zoezi la Kusoma

-alika	invite
-ambiwa	be told (see *-ambia*)
arusi	wedding (including ceremony and celebrations; N-)

asili	origin (N-; see *kwa kiasili* 'traditionally')
badala ya	instead of
dini	religion (N-; see *kidini*)
-fuata	follow (see *kufuata* 'according to')
-funga	tie, close, shut, etc.
-funga ndoa	tie the marriage, marry
kadhalika	likewise, similary, and so on (see *n.k.* below)
kadhi/ma-	Moslem judge
kanisa/ma-	church
karamu	feast (N-)
kasisi/ma-	pastor (usually Protestant)
kiasili	traditional, original way, see *kwa kiasili* 'traditionally'
kidini	religious way; see *kwa kidini* 'religiously'
kienyeji	native way, local way, local custom
kihindi	Indian way, custom, habit, religion, language
kiislamu	Moslem way, custom, habit, religion, language
kikristo	Christian way, custom, habit, religion
kiyahudi	Jewish way, custom, habit, religion
-kubaliwa	be accepted, be allowed (cf. *-kubali* 'agree')
kufuata	according to
kuliko	more than (see *tofauti kuliko* below*)*
mahari	dowry (N-)
Mkristo/Wa-	Christian
mpango/mi-	plan
mjumbe/wa-	representative
msichana/wa-	girl (young unmarried female)
msikiti/mi-	mosque
mvulana/wa-	boy (young unmarried male)
Mwislamu/Wa-	Moslem
n.k.	et cetera, likewise, so forth and so on (< *na kadhalika*)
ndoa	marriage (see *-oa* 'marry')
-oa	marry (said of a man)
-olewa	be married (said of a woman)
-oana	marry each other
-ozwa	be married by (someone, e.g. a judge, minister)
padri/ma-	priest
-peleka	send, see *-pelekwa* 'be sent'
pekee	alone, solitary
posa/ma-	proposal
-posa	engage, become engaged
shekhe/ma-	Moslem elder, ruler, sheikh, teacher
sherehe	celebration (N-)
-sherehekea	celebrate
sheria	law (N-)
-tazama	look at (cf. *-ona* 'see')
tofauti na	different from, see *tofauti kuliko* 'more different than'

23
Somo la Ishirini na Tatu

MAZUNGUMZO

1. Mazungumzo ya kwanza — Kusahau vitabu.

Mwalimu:	Fungueni vitabu vyenu.
Mwanafunzi:	Mwalimu, nilikisahau kitabu changu; sinacho changu leo.
Mwalimu	Basi, soma pamoja na Aisha.
Mwanafunzi:	Hakukileta chake pia.
Mwalimu:	Afadhali msisahau kuvileta kesho.

2. Mazungumzo ya pili — Desturi za arusi hapa Amerika.

Mwalimu:	Kule Afrika kuna desturi nyingi za arusi, na hapa je?
Mwanafunzi wa 1:	Hapa, pia, watu huoana kanisani na kadhalika.
Mwalimu:	Wote huoana kanisani?
Mwanafunzi wa 2:	La, wengine huoana kortini, na wengine hawaoi.
Mwanafunzi wa 3:	Hawana arusi yo yote; wanakaa pamoja tu.

MAZOEZI

1. Zoezi la kwanza

-fungua	Fungueni vitabu vyenu.
-funga	Fungeni vitabu vyenu.
-soma	Someni vitabu vyenu.
-leta	Leteni vitabu vyenu.

2. Zoezi la pili

-sahau vitabu	Afadhali usisahau vitabu vyako.
-(ku)ja kesho	Afadhali usije kesho.
-zungumza naye sasa	Afadhali usizungumze naye sasa.
-enda sasa	Afadhali usiende sasa.

3. Zoezi la tatu

watu	Niliwaona watu wote pale.
misikiti	Niliiona misikiti yote pale.
chakula	Nilikiona chakula chote pale.
vitabu	Niliviona vitabu vyote pale.
sherehe	Niliziona sherehe zote pale.
makanisa	Niliyaona makanisa yote pale.

chai	Niliiona chai yote pale.	
ugali	Niliuona ugali wote pale.	
mapadri	Niliwaona mapadri wote pale.	

4. Zoezi la nne

mwalimu	Kuna mwalimu kule?	La, hakuna (mwalimu) ye yote.
makasisi	Kuna makasisi kule?	La, hakuna (makasisi) wo wote.
mpango	Kuna mpango kule?	La, hakuna (mpango) wo wote.
mipango	Kuna mipango kule?	La, hakuna (mipango) yo yote.
dini	Kuna dini kule?	La, hakuna (dini) yo yote.
makanisa	Kuna makanisa kule?	La, hakuna (makanisa) yo yote.
kanisa	Kuna kanisa kule?	La, hakuna (kanisa) lo lote
chakula	Kuna chakula kule?	La, hakuna (chakula) cho chote
vyakula	Kuna vyakula kule?	La, hakuna (vyakula) vyo vyote.
nyama	Kuna nyama kule?	La, hakuna (nyama) yo yote.
ndizi	Kuna ndizi kule?	La, hakuna (ndizi) zo zote.
uhuru	Kuna uhuru kule?	La, hakuna (uhuru) wo wote.
mahali	Kuna mahali kule?	La, hakuna (mahali) po pote.

5. Zoezi la tano

kitabu	Una kitabu changu?	Ndiyo, ninacho.
vitabu	Una vitabu vyangu?	Ndiyo, ninavyo.
kalamu	Una kalamu yangu?	Ndiyo, ninayo.
kalamu (wingi)	Una kalamu zangu?	Ndiyo, ninazo.

6. Zoezi la sita

watoto	Yeye ana watoto wangapi?	Anao watatu.
mifuko	Yeye ana mifuko mingapi?	Anayo mitatu.
madaftari	Yeye ana madaftari mangapi?	Anayo matatu.
vitabu	Yeye ana vitabu vingapi?	Anavyo vitatu.
kalamu (pl.)	Yeye ana kalamu ngapi?	Anazo tatu.

ZOEZI LA KUSOMA

Karamu ya Arusi

Desturi za watu kule pwani ni kufanya karamu kubwa za arusi na kuwaalika watu wengi. Wenye arusi hutoka na kuwaalika jamaa wote. Ni lazima kila jamaa aalikwe. Mara nyingine mitaa yote hualikwa. Inawezekana[1] jumla ya watu mia tano kuhudhuria karamuni. Ukubwa wa karamu na urefu wa arusi unategemea uwezo wa wazee wa biarusi.

Mara nyingine sherehe za arusi huendelea kwa muda wa majuma mawili. Kila siku huwa na madhumuni yake. Kwa mfano, siku moja ni ya kutayarisha chakula cha karamu ya arusi na huitwa "siku ya kudondoa mchele." Nyingine ni ya kutengeneza mito ya

WAPIGAJI MUZIKI

biarusi (yaani ile ya kutumiwa nyumbani kwa bibi na bwana arusi baada ya arusi) na siku hiyo huitwa "kutia mito usufi." Na nyingine pia ni ya kumsafisha biarusi na kumtia manukato mazuri; na hiyo huitwa "kutia biarusi chooni." Sherehe nyingi hufanywa na wanawake tu, na wanawake huwa mbali na wanaume.

Wakati wa karamu watu huandaliwa wali wa biriani. Watu hukaa majamvini katika vikundi na kuzingira sinia za wali. Wanakula huku wakistareheshwa[2] na wapigaji ngoma.

Somo la Ishirini na Tatu

Wale hupiga ngoma na kuimba nyimbo za arusi. Kabla na baada ya kula, wanawake huinuka na kucheza ngoma kama chakacha na lelemama.

[1] *inawezekana* 'it is possible'; *i-*, the subject prefix, is a Class 9 prefix used impersonally.

[2] *huku wakistareheshwa* 'while being entertained'

Maswali

1. Wakati wa arusi watu wa pwani wana desturi gani?
2. Nani huwaalika watu?
3. Watu wangapi huhudhuria karamuni?
4. Wakati wa karamu, watu hula chakula gani?
5. Wapigaji ngoma hufanya nini?

HABARI ZA SARUFI

1. The Negative Subjunctive

- The negative subjunctive is formed by prefixing *-si-* to the verb stem following the subject prefix; note the following examples with *afadhali* and the variation in translation of the examples:

Afadhali ni**si**ende.	'I better not go/it is better that I not go/if I don't go.'
Afadhali u**si**ende.	'You better not go/it would be better that you not go.'
Afadhali tu**si**ende.	'We better not go/it might be better that we not go.'

2. -Ote 'whole, all'

- With singular nouns, *-ote* is used to express English 'whole'. With plural and mass nouns, *-ote* is used to express English 'all'. This form governs the same prefixes as the possessive forms (see table below; note the exceptional nature of Class 1).

mahali pote	'the whole place'	watu wote	'all the people'
mtu wote	'the whole person'	vitabu vyote	'all the books'
kitabu chote	'the whole book'	maziwa yote	'all the milk'

3. The -o- of Reference

- The *-o-* form in Swahili functions in a number of ways; its general meaning is one of reference. With the exception of Class 1, which is *-ye-* in form, the *-o* takes the same prefixes as the possessives. We see some functions of *-o* here, and others in coming lessons. See the table in Note 4 below for the shapes of *-o* for all classes.

- In combination with *-ote* it is used to express 'any, any at all, any whatsoever':

Mtu **ye yote** anaweza kuja.	**'Any one (at all)** is able to come.'
Hana mwalimu **ye yote**.	'He doesn't have **any** teacher.'
Hakuna vitabu **vyo vyote**.	'There aren't **any** books **at all**.'
Sina (**lo lote**) la kusema.	'I don't have **anything** to say.
	(*lo lote* refers to *neno* 'word' which is not expressed)

- When suffixed to -na 'have/with', it functions as a referential object pronoun; study the following examples:

Una kitabu? Sina**cho**.	'Do you have a/the book? I don't have *one/it.'*
Una watoto wangapi?	How many children do you have?'
Nina**o** wawili.	'I have two of **them**.'
Nilikuwa na**zo**.	'I had three of **them** (i.e. some N-Class noun).

- When used along with a noun object, it marks the noun as definite or specific; compare the following and note the parallel between -o and object prefixes in usage:

Ninaona kitabu.	'I see a/the book.'
Nina kitabu.	'I have a/the book.'
Nina**ki**ona kitabu.	'I see **the** book.'
Nina**cho** kitabu.	'I have **the** book.'

4. The -o- and -ote Shapes

Class	Noun	-o	-ote	-o -ote
1	mtu	-ye-	wote	ye yote
2	watu	-o-	wote	wo wote
3	mti	-o-	wote	wo wote
4	miti	-yo-	yote	yo yote
5	tunda	-lo-	lote	lo lote
6	matunda	-yo-	yote	yo yote
7	kitu	-cho-	chote	cho chote
8	vitu	-vyo-	vyote	vyo vyote
9	ndizi	-yo-	yote	yo yote
10	ndizi	-zo-	zote	zo zote
11	ulimi	-o-	wote	wo wote
14	uhuru	-o-	wote	wo wote
15	kutaka	-ko-	kote	ko kote
16	mezani	-po-	pote	po pote
17	mezani	-ko-	kote	ko kote
18	mezani	-mo-	mwote	mo mwote

Note the difference between the -o, the -o -ote and the -o of reference forms in Classes 1, 2, 3, 11, and 14.

ZOEZI LA NYUMBANI

Tafsiri

1. All the students were here yesterday.
2. There aren't any students here today.
3. He will have them tomorrow (*them* refers to books).
4. They should not close their books now.
5. Is Juma here? No, there is no one here at all.
6. It is possible that he will eat the whole banana.
7. They are preparing all the bananas.
8. He has *the* trays of cooked rice.
9. He had it yesterday (*it* refers to money).
10. Do you have any children? Yes, I have three of them.

MSAMIATI

1. Maneno ya Mazungumzo na Mazoezi

afadhali	better; it would be better, etc. (see grammar notes)
-funga	close, shut, fasten, tie
-fungua	open, unfasten, untie
korti/ma-	court
-leta	bring
-sahau	forget

2. Maneno ya Zoezi la Kusoma

-andaliwa	be served (as of food)
bibi arusi	bride
biarusi	bride (abbreviated form)
biriani	a type of cooked dish of rice and other ingredients, often meat
bwana arusi	bridegroom
chakacha	kind of dance
choo/vyoo	bathroom, latrine, lavatory
-dondoa	pick up bit by bit, grain by grain
-endelea	continue, go on
hiyo	that referred to (N-; see Somo la 24)
-hudhuria	attend, be in attendance
huku	while; around here (see Zoezi la Kusoma, footnote 2)
-imba	sing (see *wimbo/nyimbo* 'song')
-inuka	stand up, get up, rise up
-ita	call
-itwa	be called
jamaa	family (N-); family member
jamvi/ma-	mat
juma/ma-	week (see *wiki*)
jumla	sum, total, a lot, total number, total amount (see *kwa jumla*)
kikundi/vi-	small group
kundi/ma-	group
kuzingira	to surround, surrounding
kwa jumla	altogether
lelemama	kind of dance
madhumuni	purpose (N-)
manukato	perfume (N-)
mbali	far
mchele/mi-	uncooked rice, rice grain (usually singular)
mpigaji/wa-	drummer (see *-piga* 'hit')
mtaa/mi-	neighborhood, section of town; street
mto/mi-	pillow; river
-safisha	clean (see *safi* 'clean')
sinia	tray (N-)
-starehesha	entertain
-stareheshwa	be entertained

-tayarisha	prepare, get something ready
-tumiwa	be used (see *-tumia* 'use')
ukubwa	size, bigness (see *-kubwa* 'big')
urefu	length, tallness, length (see *-refu* 'tall, long')
usufi	kapok (a natural cotton-like material of the kapok tree)
uwezo	ability (see *-weza* 'be able')
wali	cooked rice (U-; see *mchele* 'rice grain'; *mpunga/mi-* 'rice plant, growing rice'
-wezekana	be possible (see *-weza* 'able')
wimbo/nyimbo	song (U- /N-; see *-imba* 'sing')
-zingira	surround, go round

MJINI UNGUJA

24

Somo la Ishirini na Nne

MAZUNGUMZO

1. Mazungumzo ya kwanza — Kualikwa karamuni.

Mwalimu:	Wiki hii ijumaa tutakuwa na karamu; ninyi nyote mnaalikwa.
Mwanafunzi:	Itakuwako wapi?
Mwalimu	Itakuwa kwetu saa za jioni.
Mwanafunzi:	Tuje saa ngapi?
Mwalimu:	Saa kumi na mbili mpaka saa tano; afadhali mje mapema; msichelewe!

2. Mazungumzo ya pili — Desturi fulani za arusi hapa.

Mwalimu:	Kule pwani ya Afrika ya Mashariki vitu vingi hufanywa ili kutayarisha ndoa.
Mwanafunzi:	Vitu kama hivyo hufanywa hapa pia.
Mwalimu:	Kule arusi inawezekana kuendelea kwa muda wa majuma mawili.
Mwanafunzi:	Hapa ni siku moja tu, lakini kuna siku ya kumpa biarusi zawadi nyingi.
Mwalimu:	Siku hiyo huitwa nini?
Mwanafunzi:	Hiyo huitwa "shower" kwa Kiingereza.

MAZOEZI

1. Zoezi la kwanza

-ondoka	Tuondoke saa ngapi?	Tuondoke saa moja.
-enda	Twende saa ngapi?	Twende saa mbili.
-ja	Tuje saa ngapi?	Tuje saa tatu.
-anza	Tuanze saa ngapi?	Tuanze saa nne.

2. Zoezi la pili

-enda	Nenda sasa; usiende kesho!
-ja	Njoo sasa; usije kesho!
-soma	Soma sasa; usisome kesho!
-andika	Andika sasa; usiandike kesho!

3. Zoezi la tatu

-chelewa (wewe)	Usichelewe kesho!
-chelewa (ninyi)	Msichelewe kesho!

-fanya kazi (ninyi)	Msifanye kazi kesho.
-fanya kazi (wewe)	Usifanye kazi kesho!

4. Zoezi la nne

-alika	Watu wanaalikwa na nani?
	Wanaalikwa na wenye arusi.
-fanya	Sherehe nyingi za arusi zinafanywa na nani?
	Zinafanywa na wanawake.
-tengeneza	Mito inatengenezwa na nani?
	Inatengenezwa na wanawake.
-dondoa	Mchele unadondolewa na nani?
	Unadondolewa na wanawake.

5. Zoezi la tano

Juma	Huyu ni nani?	Huyo ni Juma.
wenye arusi	Hawa ni nani?	Hao ni wenye arusi.
mchele	Huu ni nini?	Huo ni mchele.
michele	Hii ni nini?	Hiyo ni michele.
kikundi	Hiki ni nini?	Hicho ni kikundi.
vikundi	Hivi ni nini?	Hivyo ni vikundi.
jamvi	Hili ni nini?	Hilo ni jamvi.
majamvi	Haya ni nini?	Hayo ni majamvi.
choo	Hiki ni nini?	Hicho ni choo.
vyoo	Hivi ni nini?	Hivyo ni vyoo.
sherehe	Hii ni nini?	Hiyo ni sherehe.
sherehe	Hizi ni nini?	Hizo ni sherehe.
wali	Huu ni nini?	Huo ni wali.
wimbo	Huu ni nini?	Huo ni wimbo.
nyimbo	Hizi ni nini?	Hizo ni nyimbo.

ZOEZI LA KUSOMA

Hadithi, Mashairi, na Vitendawili

Zamani hadithi zilikuwa njia moja kuu ya kufundisha watu mila na desturi za makabila yao. Hata leo ni njia kuu muhimu ijapokuwa kuna shule ya kisasa. Kuna hadithi za kila aina, za kusikitisha, za kuchekesha, n.k. Hadithi hazikusimuliwa kwa watoto tu, bali kwa watu wazima pia.

Hadithi nyingine huimbwa pia. Hizo huitwa tenzi. Tenzi ni kama mashairi marefu. Kwa kawaida, zamani mashairi yaliandikwa kuimbwa. Mashairi yalikuwa na madhumuni mengi. Kwa mfano ukitaka[1] kumwambia mtu jambo lo lote na hutaki kumwambia jambo hilo kwa maneno tu, utamwambia kwa shairi. Basi, kama ni jambo la mapenzi, utamwimbia shairi la mapenzi, na kama ni la kutukana utamwimbia shairi la kutukana.

Watu hutungiana mashairi katika sherehe zo zote. Kama ni arusi, kuna mashairi na nyimbo za arusi, na watu huwaimbia bwana na biarusi na wazee wao. Siku hizi mashairi huandikwa magazetini pia na watu huandika juu ya siasa, uchumi, elimu, na kadhalika.

Watu hawatumii hadithi na mashairi tu; kuna vitendawili, na methali pia. Vitendawili ni kama mchezo. Mtu hutoa fumbo na mwingine hufumbua kama hivi: mtoaji kitendawili huanza kwa kusema, "Kitendawili." Wasikilizaji hujibu, "Tega." Hapo mtoaji hutoa kitendawili, kwa mfano, "Kamba yangu ndefu lakini haiwezi kufunga kuni." Na wasikilizaji hujaribu kufumbua mpaka wapate jibu kama hapa jibu ni "Njia." Wanaendelea kupeana vitendawili hivyo mpaka wachoke.

Methali ni kama msemo, kwa mfano katika hadithi ya sungura na kobe, kobe angeweza[2] kumwambia sungura "Haraka haraka haina baraka" badala ya kumwambia "Pole pole ndio mwendo."

Basi, hiyo ni mifano michache kutoka utamaduni wa Kiswahili.

[1]*ukitaka* 'if you/one wants'; the *-ki-* tense has several functions, but here it marks a simple condition.

[2]*angeweza* 'he could have'; *-nge-* is used to indicate a supposition, usually a contrary to fact condition.

Maswali

1. Watu hufundishwa nini kwa hadithi?
2. Tenzi ni nini?
3. Kuna mashairi gani?
4. Mashairi mengi ya magazetini ni juu ya nini?
5. Toa mfano wa kitendawili.

HABARI ZA SARUFI

1. More on Commands

- Positive singular commands are formed by using the verb stem:

  Soma Kiswahili! 'Study Swahili!'
  Fanya kazi! "Work!"

- Plural commands are formed by suffixing *-ni* and changing the final *-a* of the verb stem to *-e*:

  Som**eni** Kiswahili! 'Study (you. pl.) Swahili!'
  Fany**eni** kazi! 'Work (you pl.)!'

- There are three irregular imperatives: *njoo* (< *-ja* 'come'), *nenda* (< *-enda* 'go'), and *lete* (< *-leta* 'bring'):

Singular	**Plural**
nenda 'go!'	nendeni 'go (you pl.)!'
njoo 'come!'	njooni 'come (you pl.)!'
lete 'bring!'	leteni 'bring (you pl.)!'

- Negative commands are usually formed by using the negative subjunctive:

Usisome sasa!	'Don't study now!'
Msisome sasa!	'Don't study now (pl.)!'
Usije kesho!	'Don't come tomorrow!'
Msije kesho!	'Don't come tomorrow (pl.)!'

2. Further Uses of the Subjunctive

- Use the subjunctive to ask permission, express obligations, and to make requests:

Nitafsiri sentensi hii?	'May I translate this sentence?'
Tuje saa ngapi?	'What time are we to come?'
Niende karamuni?	'May I go to the feast?'
Tuondoke sasa?	'Should we leave now/Are we to leave now?'

- In the reading exercise for this lesson, the subjunctive is used after *mpaka* 'until, up to, as far as' to express *result* clauses in English that are introduced by the conjunction 'until':

Hujaribu **mpaka** wapate jibu.	They try **until** they get the answer.
Atafundisha **mpaka** wafahamu.	She'll teach **until** they understand.'

3. The -O of Reference Used as a Demonstrative

- There is a third demonstrative in Swahili in contrast to only two in English. The two that have been introduced earlier are very similar in function to their corresponding demonstratives in English (see Lessons 19 and 22). The demonstrative introduced in this lesson, often called the "aforementioned" demonstrative, is used:

  a. To refer to *nouns already mentioned* in the context:

  Desturi kama **hizo** hazipatikani hapa.
  'Customs like **those** (previously mentioned) are not found here.'

  b. To point out something closer to the hearer than the speaker:

Unataka kitabu kipi?	Ninataka **hicho**.
'Which book do you want?'	'I want **that one** (close to you).'

- Contrast the meanings of the three demonstratives:

kitabu **hiki**	kitabu **hicho**	kitabu **kile**
'this book'	'that book'	'that book'
(close to speaker)	(close to hearer)	(at a distance from both)

- The various forms of this demonstrative for the different classes are listed on the following page; they are based on the form of the demonstrative in the first column but the final vowel is replaced by the *-o* of reference forms:

Class	Noun	'this'	'that'$_1$	'that'$_2$
1	mtu	huyu	huyo	yule
2	watu	hawa	hao	wale
3	mti	huu	huo	ule
4	miti	hii	hiyo	ile
5	tunda	hili	hilo	lile
6	matunda	haya	hayo	yale
7	kitu	hiki	hicho	kile
8	vitu	hivi	hivyo	vile
9	ndizi	hii	hiyo	ile
10	ndizi	hizi	hizo	zile
11	ulimi	huu	huo	ule
14	uhuru	huu	huo	ule
15	kutaka	huku	huko	kule
16	mezani	hapa	hapo	pale
17	mezani	huku	huko	kule
18	mezani	humu	humo	mle

- Compare the meanings of the demonstratives used to refer to various aspects of *place*; note that some have both *temporal* and *spatial* meanings:

hapa	'here' (specific location close to speaker)
huku	'around here' (general location towards speaker); 'while' (time)
humu	'in here' (close to speaker)
hapo	'there' (specific place referred to); 'then' (time referred to)
huko	'there' (general place referred to)
humo	'in there' (place referred to)
pale	'there' (specific location at a distance)
kule	'there' (general location at a distance)
mle	'in there' (internal location at a distance)

ZOEZI LA NYUMBANI

Tafsiri

1. What time am I to come?
2. Any time at all.
3. That book (one referred to) is mine.
4. Don't be late.
5. Come at noon, don't come at 1:00.
6. I don't have any money at all, can you help me?
7. The story was told by grandmother.
8. The class is being taught by Sarah.
9. That book (you're talking about) was read by the whole class.
10. He was saddened by all of that (i.e., what you were talking about).

MSAMIATI

1. Maneno ya Mazungumzo na Mazoezi

-endelea	continue, go on and on (see *-enda* 'go')
kupa	to give
kwetu	at our place, at our home
mapema	early
-wezekana	be possible (see *-weza* 'be able')
zawadi	present, gift (N-)

2. Maneno ya Zoezi la Kusoma

-a kisasa	modern, up-to-date
badala ya	instead of
bali	but, but rather, but to the contrary
baraka	blessing (N-)
-chekesha	cause to laugh, amuse (see *-cheka* 'laugh')
-choka	be tired
fumbo/ma-	puzzle, riddle, mystery, anything puzzling
-fumbua	figure out a mystery, puzzle, etc.
-funga	tie, shut, fasten, etc.
gazeti/ma-	newspaper
haraka	haste (N-)
-imba	sing
-imbia	sing to
-imbwa	be sung
jambo/mambo	matter, affair, thing (abstract), business, etc.
kama hivi	such as the following, as following
kamba	rope (N-)
kisasa	the modern way (adv.); see *-a kisasa* above
kitendawili/vi-	riddle
kuni	firewood (N-, plural; see *ukuni* 'stick of firewood')
lete	bring! (irregular imperative; < *-leta* 'bring'))
mapenzi	love (MA-)
methali	proverb (N-)
mchezo/mi-	game
mila	custom, tradition (N-)
msemo/mi-	saying (see *-sema* 'say')
msikilizaji/wa-	listener (see *-sikiliza* 'listen')
mtoaji/wa-	one who offers, gives, etc. (see *-toa* 'give')
mtu mzima/wa-	adult
nenda	go! (irregular imperative; < *-enda* 'go')
njoo	come! (irregular imperative; < *-ja* 'come')
-ondoka	leave

-peana	give to one another (see *-pa* 'give', *kupa* 'to give')
sentensi	sentence (N-)
shairi/ma-	poem
sherehe	celebration (N-)
siasa	politics
-sikitisha	cause sorrow, sadden someone
-simulia	narrate, tell
-simuliwa	be narrated, be told
-tega	set a trap (in the context of the story: set a riddle)
-tukana	insult
-tunga	compose
-tungiana	compose for one another
ukuni/kuni	stick of firewood/firewood
utenzi/tenzi	type of lengthy poem, an epic poem (U-/N-)

25
Somo la Ishirini na Tano

MAZUNGUMZO

1. Mazungumzo ya kwanza — Mwanafunzi haelewi sarufi.

Mwalimu:	Mwalimu, tafadhali nieleze sarufi ya sentensi hii.
Mwanafunzi:	Huielewi?
Mwalimu	Ndiyo.
Mwanafunzi:	Ulikuwa wapi nilipoieleza?
Mwalimu:	Nisamehe; sikuwapo ulipoifundisha.

2. Mazungumzo ya pili — Utoaji wa kitendawili.

Mwalimu:	Wakati anapotaka kutoa kitendawili, mtu husema nini?
Mwanafunzi:	Husema "Kitendawili!"
Mwalimu:	Na wasikilizaji husema nini?
Mwanafunzi:	Wao husema "Tega!"
Mwalimu:	Niambie maana ya "kitendawili" kwa Kiingereza.
Mwanafunzi:	Maanake ni "riddle" kwa Kiingereza.

MAZOEZI

1. Zoezi la kwanza

-enda	Walikuwa wapi (wakati) nilipoenda
-(ku)ja	Walikuwa wapi (wakati) nilipokuja?
-fundisha	Walikuwa wapi (wakati) nilipofundisha?
-cheka	Walikuwa wapi (wakati) nilipocheka?

2. Zoezi la pili

mimi	Tafadhali, nieleze sentensi hii.
yeye	Tafadhali, mweleze (mueleze) sentensi hii.
sisi	Tafadhali, tueleze sentensi hii.
wao	Tafadhali, waeleze sentensi hii.

3. Zoezi la tatu

mimi	Tafadhali, niambieni mlikuwa wapi.
yeye	Tafadhali, mwambieni mlikuwa wapi.
sisi	Tafadhali, tuambieni mlikuwa wapi.
wao	Tafadhali, waambieni mlikuwa wapi.

4. Zoezi la nne

sasa au wakati	Unaposoma, (wewe) husoma wapi?
wo wote	Ninaposoma, (mimi) husoma hapa.
jana	Uliposoma, ulisoma wapi?
	Niliposoma, nilisoma hapa.
kesho	Utakaposoma, utasoma wapi?
	Nitakaposoma, nitasoma hapa.

5. Zoezi la tano

yeye	Nilipomwona nikamwambia.
wao	Nilipowaona nikawaambia.
sisi	Alipotuona akatuambia.
mimi	Aliponiona ataniambia.

6. Zoezi la sita

ndiyo (neg. future)	Hutaenda chuoni leo?	Ndiyo, sitaenda.
ndiyo (neg. present)	Huelewi Kifaransa?	Ndiyo, sielewi.
ndiyo (pos. future)	Utaenda chuoni leo?	Ndiyo, nitaenda.
ndiyo (pos. perfect)	Umeelewa Kifaransa?	Ndiyo, nimeelewa.
hapana (neg. future)	Hutaenda chuoni leo?	Hapana, nitaenda.
hapana (neg. present)	Huelewi Kifaransa?	Hapana, ninaelewa.
hapana (pos. future)	Utaenda chuoni leo?	Hapana, sitaenda.
hapana (pos. perfect)	Umeelewa Kifaransa?	Hapana, sielewi.

ZOEZI LA KUSOMA

Mashairi

Leo tusome mifano ya mashairi. Tutazame kwanza mfano wa shairi la mapenzi. Shairi hili liliandikwa na mshairi mtukufu, Bwana K. Amri Abedi. Bwana Abedi alikuwa Mswahili kutoka Unguja; aliandika mashairi mengi kuhusu mapenzi na dini. Mfano m-moja, jina lake ni *Ukitaka Moyo Wangu*, ni hili:

> *Ukitaka Moyo Wangu*
>
> *Ukitaka moyo wangu, ni tayari kukupao*
>
> *Nawe wako uwe kwangu, usiwe kwa mungineo*
>
> *Hapa t'akufanya wangu, niwe wako wa pekeo*
>
> *Mpumbavu apendao, pendo upande mmoja.*

Shairi jingine la mapenzi ni hivi: (halina jina na hatujui mwandishi wake):

Mahaba ni sumu, ni sumu katili

Mahaba ni tamu, kwa watu wawili.

Mashairi hayo mawili ni mafupi sana. Lakini mashairi mengi ni marefu sana yenye mistari kama kumi na miwili hivi au zaidi. Mashairi mengi ni vigumu kusoma kwa ajili

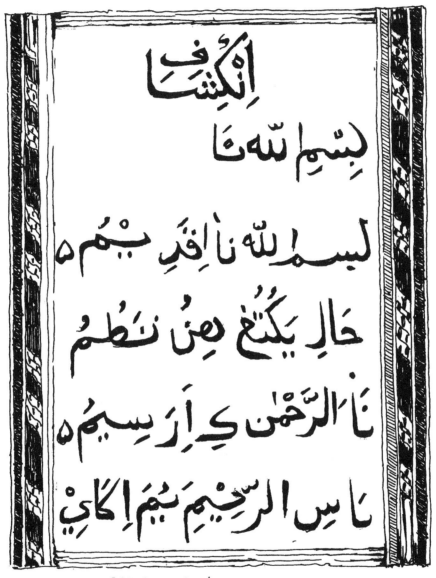

SHAIRI LA AL INKISHAFI

ya maneno mengi magumu ya zamani na ya Kiarabu. Katika mifano hiyo miwili kuna maneno machache sana ya Kiarabu (*katili* ni mfano mmoja) lakini sarufi ya shairi la kwanza ni ngumu kidogo. Kulingana na Kiswahili sanifu ni tofauti kidogo (tazama Msamiati mwisho wa somo hili kwa maelezo ya sarufi ngumu na maneno magumu).

Somo la Ishirini na Tano

Kwa kawaida mashairi hutungwa kufuata kanuni na sheria za mashairi. Shairi lisilo-fuata[1] sheria na kanuni hizo huitwa *guni*. Mashairi hayo mawili yanafuata sheria. Tunaona katika la kwanza kwamba kila mstari una mizani sawa, yaani kila mstari una silabi kumi na sita, la pili lina silabi kumi na mbili kila mstari. Mizani ya mashairi hupimwa kwa silabi. Shairi la kwanza lina silabi kumi na sita; la pili lina kumi na mbili:

```
U - ki - ta - ka   mo - yo   wa - ngu   ni   ta - ya - ri   ku - ku - pa - o
1    2    3    4     5    6     7    8     9    10   11   12   13   14   15   16
Ma - ha - ba   ni   su - mu   ni   su - mu   ka - ti - li
1    2    3     4    5    6     7    8    9    10   11   12
```

Pia mashairi hayo yanafuata sheria za vina; kwa mfano katika shairi la pili, vina vya kati (vya silabi ya sita) na vya mwisho ni hivi: -a -b / -a -b.

Vina vya shairi la kwanza ni sawa na vina hivyo, ila mstari wa mwisho, na huo una kina tofauti, yaani: -a -b / -a -b / -a - b / -b -c.

Wakati washairi wanapoandika mashairi, wengi hufuata kanuni hizo; ijapokuwa hi-vyo wengi wengine huandika guni. Zamani mashairi yaliandikwa kwa maandiko ya Kia-rabu. Siku hizi washairi hutumia herufi za Kizungu (yaani za Kirumi).

[1] *lisilofuata* li-si-lo-fuata 'it-negative-which-follow' "which does not follow".

Maswali

1. Mashairi ya somo hili ni ya namna gani?
2. Katika shairi la kwanza mshairi ni tayari kumpa nani moyo wake?
3. Nani aliandika shairi la pili?
4. Mshairi anapotunga mashairi hufuata nini?
5. Kila mstari wa mashairi huwa na silabi ngapi?

HABARI ZA SARUFI

1. The Relative -po- to Express 'when'

- Use *-po-* affixed to the verb stem following the tense marker and before any object marker to express 'when'; such clauses may be introduced with *wakati* 'time, time when, when':

    (Wakati) ali**po**kuja sikuwapo.   '**When** he came I wasn't here.'

    NB. The *-po* 'here' on *sikuwapo* is an pronoun referring to place (see Lesson 23, Note 3); the *-po-* used to express English 'when' is a separate function of *-po-*.

- The adverbial *-po-*, used to express English 'when' clauses, can only be used with the *-na-*, *-li-*, and *-ta-* tenses. However, when *-po-* co-occurs with the future tense, an extra syllable *-ka-* is used as well; compare:

Ni**ta**kuja.	'I will come.'
Ni**takapo**kuja...	'When I will come...'

2. Imperatives with Objects

When commands are marked with an object, the subjunctive verb stem is used:

Pika chakula!	'Cook some food!'
Kipike	'Cook it!'
Pikeni chakula!	'Cook (pl.) some food!'
Kipikeni!	'Cook (pl.) it!'
Uliza swali!	'Ask the question!'
Mwulize Juma swali!	'Ask Juma the question!'

3. Answering Negative Questions with Ndiyo

In answering questions that are asked in a negative form, the answer *ndiyo*, which is generally glossed 'yes' but which more accurately can be glossed as 'it is so', affirms the negation of the question, or affirms the affirmation of a positive question. The negation *hapana* 'no, there is not' (see *hakuna*) functions like *no* in English. Compare the following, especially the first and third examples:

Je, huelewi swali langu?	Ndiyo, sielewi.
'Don't you understand my question?'	'Yes (that's so), I don't understand it.'
Umeelewa swali?	Ndiyo, nimeelewa.
'Do you understand the question?'	Yes (that's so), I understand it.'
Je, husomi Kiarabu?	Hapana, sisomi.
'Don't you study Arabic?'	No, I don't study.
Amesoma Kiarabu?	Hapana, hajasoma.
'Has she studied Arabic?'	No, she hasn't yet.'

ZOEZI LA NYUMBANI

Tafsiri

1. Should I translate this sentence?
2. Before I translate it, please explain it to me.
3. Tell them (plural command) that when I come tomorrow, I will help them.
4. When I study, I usually study in the library.
5. Explain to him the meaning of that sentence (referred to).
6. When I arrived at 8:45 a.m. he wasn't here.
7. Should we study lesson 20 for the exam? Yes, study it well.
8. Please, all of you study tonight.
9. When he arrives tomorrow, tell me.
10. Please forgive us, we weren't here when Juma arrived.

MSAMIATI

1. Maneno ya Mazungumzo na Mazoezi

-elewa	understand (see *-elea* 'be clear', *-eleza* 'explain')
maanake	it's meaning (see *maana* 'meaning, cause, reason'
mueleze	explain to him/her (variant of *mweleze*)
-samehe	forgive
sarufi	grammar

2. Maneno ya Zoezi la Kusoma

Al Inkishafi	a famous, classical, religious *utenzi* (see illustration p. 177)
ajili	sake, account (see *kwa ajili*)
-a kati	in the middle
-a kirumi	in the Roman/Latin style (see *kirumi*)
-a kizungu	in the European style (see *kizungu*)
elezo/ma-	explantion (usually in the plural)
-fuata	follow (see *kufuata* 'following, according to')
guni	free verse
herufi	letter, letter of alphabet
ila	except
jina/ma-	name, heading, title
kanuni	rule, canon, general rule
kati	middle, center, among, between (N-)
katili	cruel (invariable adj.; see *mkatili/wa-* cruel person)
kina/vina	rhyme, rhyming
kirumi	Latin, in the Latin/Roman style
kizungu	a European language, in the European style
kuhusu	concerning (*-husu* 'concern, etc.')
kulingana na	in comparison with/to
kwa ajili ya	on account of
maandiko	writing (see *-andika* 'write')
mahaba	love, friendship
mizani	measure in a line of poetry; scale for weighing (N-)
moyo/mi-	heart
mpumbavu/wa-	fool
mshairi/wa-	poet
mstari/mi-	line
mtukufu/wa-	exalted person, honorable person
mwandishi/w-	writer, author
pendo/ma-	act of loving, liking, affection/manner of loving, etc.
-pimwa	be measured (cf. *-pima* 'measure')
sanifu	'standard' as in the expression *Kiswahili Sanifu* 'Standard Swahili'
sawa	equal, same
sawa na	equal to
sheria	law (N-)
silabi	syllable (N-)
sumu	poison (N-)

tamu	sweet (invariable adjective)
vigumu	difficult (an adverb; in the context here it modifies *kusoma*, thus it is difficult to read; contrast with *magumu*, an adjective, in the same sentence.)

3. Maneno magumu na kadhalika katika shairi la kwanza:

ukitaka	if you want
kukupao	to give you (the final *-o* here and those suffixed to *mungineo* and *pekeo* are for rhyming and scansion purposes only; it has no grammatical meaning here.)
nawe	and you, as for you (*na wewe*)
wako	= *moyo wako*
uwe kwangu	may it be mine (may it be for me)
usiwe	don't you be (negative subjunctive of verb *-wa* 'be')
mungineo	= *mwingine*
t'akufanya	= *nitakufanya* 'I will make you' (the subject prefix has been dropped to fit the 16-syllable measure; the initial /t/ is strongly aspirated in pronunciation, thus the apostrophe.)
niwe	so that I am, so that I become (subjunctive of *-wa* 'be')
pekeo	= *peke* 'condition of being alone'
apendao	= *apendaye* 'one who loves' (Standard Swahili: *a-penda-ye* 'he-loves-who')
mpumbavu apendao	*ni mpumbavu apendaye* 'it is a fool who loves
pendo upande mmoja	*wakati pendo ni upande mmoja* 'when love is one-sided/unrequited'

MJI WA SHELA NJE YA LAMU

26
Somo la Ishirini na Sita

MAZUNGUMZO

1. Mazungumzo ya kwanza — Kueleza maana ya maneno.

Mwalimu:	Juma, tueleze maana ya neno hili kwa Kiswahili: *kiongozi*.
Mwanafunzi:	Kiongozi ni mtu anayetawala nchi; kwa mfano Rais Nyerere alikuwa kiongozi wa kwanza wa Tanzania; aliongoza nchi ya Tanzania.
Mwalimu	Na Adija, neno hili, yaani *kitabu*, lina maana gani?
Mwanafunzi:	Kitabu ni kitu unachokisoma; si kama barua lakini ni chenye jalada gumu na karatasi nyingi.

2. Mazungumzo ya kwanza — Ni nani aliyeandika mashairi?

Mwalimu:	Ni nani aliyeandika shairi la kwanza katika somo la ishirini na tano?
Mwanafunzi:	Aliyeandika ni Amri Abedi.
Mwalimu:	Mashairi yote aliyoyaandika ni ya mapenzi?
Mwanafunzi:	La, kuna mengine aliyoyaandika juu ya dini.
Mwalimu:	Wewe hupenda mashairi gani?
Mwanafunzi:	Napenda yaliyoandikwa kuhusu mapenzi.
Mwalimu:	Lile shairi lililoandikwa na Bwana Abedi ni la mapenzi au la dini?
Mwanafunzi:	Ni la mapenzi.

MAZOEZI

1. Zoezi la kwanza

sasa	Ni nani anayesoma sasa?	Ni Juma anayesoma sasa.
jana	Ni nani aliyesoma jana?	Ni Juma aliyesoma jana.
juzi	Ni nani aliyesoma juzi?	Ni Juma aliyesoma juzi.
kesho	Ni nani atakayesoma kesho?	Ni Juma atakayesoma kesho.

2. Zoezi la pili

yule	Yule anayekaa kule ni nani?
wale	Wale wanaokaa kule ni nani?
mzee	Mzee anayekaa kule ni nani?
wazee	Wazee wanaokaa kule ni nani?

3. Zoezi la tatu

kitabu	Kitabu nilicho(ki)taka kiko chini ya meza.
vitabu	Vitabu nilivyo(vi)taka viko chini ya meza.
mfuko	Mfuko nilio(u)taka uko chini ya meza.
mifuko	Mifuko niliyo(i)taka iko chini ya meza.
shairi	Shairi nililo(li)taka liko chini ya meza.
mashairi	Mashairi niliyo(ya)taka yako chini ya meza.

4. Zoezi la nne

kitabu	Alichukua kitabu kipi?	Kile nitakachotaka kesho.
kalamu	Alichukua kalamu ipi?	Ile nitakayotaka kesho.
kalamu (wingi)	Alichukua kalamu zipi?	Zile nitakazotaka kesho.
shairi	Alichukua shairi lipi?	Lile nitakalotaka kesho.

5. Zoezi la tano

mimi	Mimi hupenda mashairi yaliyoandikwa na Amri Abedi.
wewe?	Wewe hupenda mashairi yaliyoandikwa na Amri Abedi?
yeye	Yeye hupenda mashairi yaliyoandikwa na Amri Abedi.
sisi	Sisi hupenda mashairi yaliyoandikwa na Amri Abedi.
ninyi?	Ninyi hupenda mashairi yaliyoandikwa na Amri Abedi?
wao	Wao hupenda mashairi yaliyoandikwa na Amri Abedi.

6. Zoezi la sita

kitabu	Wewe hupenda kile kitabu kilichoandikwa naye?
vitabu	Wewe hupenda vile vitabu vilivyoandikwa naye?
mashairi	Wewe hupenda yale mashairi yaliyoandikwa naye?
shairi	Wewe hupenda lile shairi lililoandikwa naye?
mistari	Wewe hupenda ile mistari iliyoandikwa naye?
mstari	Wewe hupenda ule mstari ulioandikwa naye?

ZOEZI LA KUSOMA

Miji ya Afrika ya Mashariki

Katika Afrika ya Mashariki miji ya kwanza ilikuwa pwani. Miji hii ilianza kwa sababu ya biashara; pia kwa sababu wafanya biashara walipofunga majahazi bandarini, na kushuka na kufanya biashara na mambo mengine. Baadaye miji mingine ya bara ilianza kukua. Miji hii ilikua pia kwa sababu ya biashara baina ya miji ya pwani na bara.

Wakati wa ukoloni miji mingi ilianza katika sehemu mbalimbali za nchi. Miji hii ilikua na kuendelea kukua kama miji mingi mingine duniani. Miji hiyo ina shida na taabu kama miji mikubwa mingine. Kwa mfano, watu wengi wanahamia mijini kutoka ma-shambani ili watafute kazi. Kazi zinazopatikana mijini haziwezi kuwatosha watu wote

MJI WA KIASILI

wanaozihitaji. Kwa hivyo kuna watu wengi mijini wanaozungukazunguka bila ya kazi. Miji mikubwa ina jinai na uhalifu kama ya Ulaya na Amerika.

Miji mikubwa ya nchi, kama Nairobi, ndiyo yenye makao makuu ya serikali. Kwa hivyo bunge la Kenya liko Nairobi. Miji mikubwa ya Afrika ya Mashariki ina majumba marefu na maduka na maofisi makubwa. Masoko ni tofauti, na vitu vinavyouzwa katika masoko hayo, si kama vile vya masoko ya mashambani. Kwa mfano, kuna vitu kutoka nchi mbalimbali za dunia vinavyouzwa katika masoko ya miji. Kwa hivyo tunaona kwamba maisha katika miji mikubwa ya Afrika yanafanana na maisha katika miji mikubwa mingine duniani.

Somo la Ishirini na Sita

Maswali

1. Miji ya kwanza ya Afrika ya Mashariki ilianza wapi?
2. Kwa sababu gani?
3. Watu wa mashambani wanahamia mijini ili kufanya nini?
4. Taabu moja ya miji yote duniani kote ni nini?
5. Toa mfano mmoja wa vitu vinavyouzwa katika masoko ya miji.

HABARI ZA SARUFI

1. Relative Pronouns and Relative Clauses

• In the previous lessons we have already seen several uses of the relative pronoun *-o-* in Swahili: the *h-... -o* demonstrative, object markers with *-na* (e.g. *Una watoto? Ndiyo, ninao watatu*), and with *-o -ote*. In the preceding lesson we saw the relative pronoun *-po-* used to express adverbial 'when' clauses. In this lesson we find *-o-* used to construct relative clauses which in English are introduced by *who, which, what* and *that*. The *-o* relative form agrees with the noun it refers to; within the verb it follows the tense marker and precedes the object pronoun if present:

Juma ni mwalimu ana**ye**tufundisha.	'Juma is the teacher **who** is teaching us.'
Ni nani ali**ye**andika shairi la kwanza?	'Who is it **who** wrote the first poem?'
Ali**ye**andika ni Amri Abedi.	'The one **who** wrote it is Amri Abedi.'
Lile shairi lili**lo**andikwa naye ni zuri.	'The poem **which** was written by him is good.'

• The form of the future with the relative pronoun follows the pattern of *-po-* (see Lesson 25) where the future tense *-taka-* is used, instead of *-ta-* in verbs with the *-o-* relative:

Alichukua kitabu ni**taka**chotaka kesho.
'He took the book which I **will** want tomorrow.'

• For the shape of the relative pronoun with the various classes see Lesson 23, Note 4, p. 163; they are also listed in the appendix, see p. 231.

ZOEZI LA NYUMBANI

Tafsiri

1. I know that person who is coming.
2. The poem which he wrote is a good one.
3. I want the book which he will bring at 11:00.
4. The guy who came yesterday is sick today.
5. A book is something you read.
6. The city he moved to is not Los Angeles.
7. The business he does here is selling books.
8. A teacher is a person who teaches.
9. There are a lot of students at UCLA who study hard.
10. On the other hand (see Msamiati) there are a lot of students here who study very hard.

MSAMIATI

1. Maneno ya Mazungumzo na Mazoezi

barua	letter (N-)
-chukua	take, carry, convey, etc.
jalada/ma-	cover of a book
juzi/ma-	day before yesterday
-ongoza	lead (see *kiongozi/vi-* 'leader')
-tawala	rule

2. Maneno ya Zoezi la Kusoma

-a kisasa	modern
bandari	harbor, port (N-)
biashara	business, commerce (N-)
bunge/ma-	parliament, legislative body
-fanana	resemble, be alike, be like each other
-funga	tie up, fasten, dock in port
-hamia	move to
-hitaji	need, require (cf. *mahitaji* 'requirements')
jahazi/ma-	dhow (Arab type sailing vessel)
jinai	crime (N-)
jumba/ma-	building (amplicative of *nyumba* 'house')
kao/ma-	headquarters (usually MA-)
kisasa	cf. *-a kisasa*
-kua	grow up, grow, increase in size
maisha	life (MA-)
mfanya biashara/wa-	merchant, trader, business person
ofisi/ma-	office
-patikana	be available, be obtainable
shida	trouble, hardship, distress, difficulty (N-)
-shuka	get down (from a conveyance), disembark
taabu	trouble, distress, etc. (N-)
-tafuta	look for
tofauti	different
-tosha	suffice, be sufficient
uhalifu	lawlessness
Ulaya	Europe
-zunguka	go around, go about, surround, etc.
-zungukazunguka	go around and around, wander about

3 Maneno Maalum

kwa upande mwingine	on the other hand

MSIKITI

27
Somo la Ishirini na Saba

MAZUNGUMZO

1. Mazungumzo ya kwanza — Wao ambao hawajafanya mtihani.

Mwalimu:	Jana nilikuwa mgonjwa; sikuandika mtihani.
Mwanafunzi:	Pole, bwana; afadhali uufanye leo usiku.
Mwalimu	Asante, mwalimu, nimeshapoa.
Mwanafunzi:	Je, kuna wengine ambao hawajafanya mtihani?
Mwalimu:	Eeh, kuna mmoja mwingine ambaye hajaufanya.

2. Mazungumzo ya pili — Kuuliza maana ya maneno

Mwalimu:	Je, mwalimu, *mtu mzima* maana yake nini?
Mwanafunzi:	Ni mtu ambaye ni mkubwa, si mtoto tena; ameshakua.
Mwalimu:	Na maanake nini *maskini*?
Mwanafunzi:	Maskini ni mtu ambaye hana pesa au mali yo yote.

3. Mazungumzo ya tatu — Kuanza kwa miji

Mwalimu:	Miji ya kwanza ya Afrika ya Mashariki ilianza wapi?
Mwanafunzi:	Ile ambayo iko pwani ilianza kwanza.
Mwalimu:	Toa mfano mmoja wa mji ambao ulianza wakati wa ukoloni.
Mwanafunzi:	Mfano mmoja, ambao uko bara, ni Nairobi.

MAZOEZI

1. Zoezi la kwanza

-i (present neg.)	Je, kuna wengine ambao hawafanyi mtihani? Eeeh, kuna mmoja mwingine ambaye haufanyi.
-ku- (past neg.)	Je, kuna wengine ambao hawakufanya mtihani? Eeeh, kuna mmoja mwingine ambaye hakuufanya.
-me- (perfect)	Je, kuna wengine ambao wamefanya mtihani? Eeeh, kuna mmoja mwingine ambaye ameufanya.
-ta- (future)	Je, kuna wengine ambao hawatafanya mtihani? Eeeh, kuna mmoja mwingine ambaye hataufanya .

2. Zoezi la pili

mfanyakazi	Mfanyakazi ni mtu gani? Mfanyakazi ni mtu ambaye hufanya kazi.
wafanyakazi	Wafanyakazi ni watu gani? Wafanyakazi ni watu ambao hufanya kazi.
mwalimu	Mwalimu ni mtu gani? Mwalimu ni mtu ambaye hufundisha.
walimu	Walimu ni watu gani? Walimu ni watu ambao hufundisha.
mpishi	Mpishi ni mtu gani? Mpishi ni mtu ambaye hupika.
wapishi	Wapishi ni watu gani? Wapishi ni watu ambao hupika.

3. Zoezi la tatu

mfuko	Nataka mfuko ambao uko nyumbani.
mifuko	Nataka mifuko ambayo iko nyumbani.
shairi	Nataka shairi ambalo liko nyumbani.
mashairi	Nataka mashairi ambayo yako nyumbani.
barua	Nataka barua ambayo iko nyumbani.
barua (wingi)	Nataka barua ambazo ziko nyumbani.

4. Zoezi la nne

maskini	Maana ya maskini ni nini? Ni mtu ambaye hana pesa au mali.
tajiri	Maana ya tajiri ni nini? Ni mtu ambaye ana pesa na mali.
kobe	Maana ya kobe ni nini? Ni mnyama ambaye huenda polepole.
sungura	Maana ya sungura ni nini? Ni mnyama ambaye huenda mbio sana.

5. Zoezi la tano

kalamu	Hii ni kalamu ambayo nilinunua mwaka jana.
gari	Hili ni gari ambalo nilinunua mwaka jana.
nyumba (wingi)	Hizi ni nyumba ambazo nilinunua mwaka jana.
mfuko	Huu ni mfuko ambao nilinunua mwaka jana.

ZOEZI LA KUSOMA

Miji ya Nairobi na Mombasa

Kama tulivyosoma[1] katika makala yaliyopita, Nairobi ni mji mkuu wa Kenya. Lakini Mombasa ni mji wa zamani zaidi kuliko Nairobi. Jambo hili litafahamika vizuri zaidi tukitazama[2] historia ya miji hii miwili.

KUVAA BUI BUI

Mombasa ni mji mmoja kati ya miji ya kwanza ambayo ilikua pwani. Mombasa yenyewe ina sehemu mbili. Moja ni mji wa kale, yaani sehemu ambayo iko upande wa bandari ya zamani. Mji wa kale una majumba mengi ya mawe yaliyojengwa zamani na Waswahili na watu waliokuja kutoka sehemu mbalimbali za Asia kama Arabuni, Bara Hindi na kadhalika. Wengi wao walileta mila, na desturi, na utamaduni wao; kwa hivyo majumba mengi ya mji wa kale wa Mombasa yanafanana na majumba ya Arabuni na Bara Hindi. Watu wengi ambao wamekaa katika mji wa kale ni Waswahili. Mji wa kale una mitaa mbalimbali na kila mtaa una jina lake kwa mfano Makadara, Kibokoni, Kuze na kadhalika. Mji mpya pia una mitaa yake kama Makupa, Chuda, n.k. Lakini mji mpya una majumba ya kisasa na maduka kama supa maketi. Sehemu hiyo ya mji ilianza kukua karne hii haswa wakati walipofika Wazungu.

Nairobi ni mji mkubwa. Pia ni mji mkuu wa Kenya ijapokuwa ulikua katika karne hii. Ulianza wakati Waingereza walipojenga reli ya Uganda, ambayo inaenda kutoka Mombasa mpaka Kampala, Uganda. Kabla ya kujengwa, Nairobi ilikuwa pori tu. Nairobi ilianza kwa sababu wafanyakazi wa reli walihitaji mahali pa kupumzika na mahali hapo walipojenga, yaani Nairobi, ni karibu katikati ya Mombasa na Kampala.

Nairobi ilianza kukua sana baada ya Vita vya Pili vya Dunia. Kwa sababu hiyo ni mji wa kisasa, ambao unafanana na miji mikuu ya Ulaya. Karibu maofisi yote ambayo ni ya serikali yako Nairobi. Utawaona wafanyakazi wanaume na maofisi hayo wamevaa[3] nguo za kisasa kama suti, n.k. na wanawake ambao hufanya kazi hapo wamevalia kisasa pia. Si kawaida kuwaona wamevaa mabuibui kama wanawake wa Mombasa.

[1]*kama tulivyosoma* 'as we read/have read' (-vyo- is a relative of manner; see Somo la 28.)

[2]*tukitazama* 'if we look at' (See Lesson 28 for information on the *ki-* tense.)

[3]Note the use of *-me-* in this sentence to focus attention on "present result"; other speakers and writers of Swahili might use the *-ki-* tense in such cases (see Lesson 28).

Maswali
1. Taja tofauti moja baina ya miji ya Nairobi na Mombasa.
2. Nairobi ilianza lini?
3. Mji wa kale ni sehemu ya Mombasa ambayo iko wapi?
4. Nairobi ilianza kwa sababu gani?
5. Utaona wanaume na wanawake wa Nairobi wamevalia vipi?

HABARI ZA SARUFI

1. The amba- Relative

• The *amba-* relative is used in cases where the so-called "infixed" relative (e.g. nina*yo*taka, nili*yo*taka, nitaka*yo*taka) cannot be used, that is, with verbs marked with tenses other than *-na-, -li-* and *-ta(ka)-*:

Watu **ambao** husoma kila siku watashinda mtihani.
'People **who** study every day will pass the exam.

Kuna watu **ambao** hawajaanza kusoma.
'There are people **who** haven't begun to study?'

Nataka barua **ambazo** ziko nyumbani.
I want the letters **which** are at home.

- The *amba-* relative can also be used with the *na-, -li-* and *-ta(ka)-* tenses; thus, for example, 'people who will read' can be rendered:

Watu **ambao** watasoma...   or   Watu watakaosoma...
'People who will read...'

Kitabu **ambacho** ninataka...   or   Kitabu nina**cho**taka...
'The book that I want...'

Mazao **ambayo** aliuza...   or   Mazao ali**yo**uza...
The crops which he sold...'

- Note in the examples using the *amba-* relative that the relative pronoun, *-o* is suffixed to *amba-* and agrees in person, number and class with its antecedent:

Kitabu amba**cho** kiko kule ni changu.
'The book which is over there is mine.'

Ile amba**yo** iko pwani ilianza kwanza.
'Those which are on the coast started first.'

2. Agreement with proper names

- Proper nouns, for example, the names of cities, govern N-Class (9/10) concords. Contrast the following examples from the *Zoezi la Kusoma*:

Nairobi ilikuwa pori tu.   'Nairobi was just a wilderness.'
Mombasa yenyewe **i**na sehemu mbili.   'Mombasa itself has two sections.'

but

Mji **m**kuu **u**likuwa karne hii.   'The capital city grew this century.'

3. Infinitives as Nouns

- Infinitives, that is, verb stems with the prefix *ku-* are verbal nouns, and, as such, govern agreements as other nouns:

Kuanza **kw**a miji.   'The beginning of towns.'
Kukimbia ni **ku**zuri **kw**a afya.   'Running is good for the health.'

ZOEZI LA NYUMBANI

Tafsiri

1. There are some/others who will not come.
2. Who is it who hasn't come yet?
3. When I got up this morning, I ate breakfast and then I got dressed.
4. An automobile is a vehicle which has four wheels. (magurudumu 'wheels')
5. A bicycle is a vehicle which has only two wheels.
6. A teacher is someone who usually teaches.
7. The people who are over there are his students.
8. The person who has on the African shirt is her friend.
9. What is it that you want?
10. What do you want? I want the book that is on the table.

MSAMIATI

1. Maneno ya Mazungumzo na Mazoezi

amba-	who, which, what, that (see *Habari za Sarufi*)
bara	upcountry, inland areas; continent (as in *Bara Hindi*; N- and JI/Ma-)
mali	wealth, property, possessions (N-)
maskini	poor person (N-class animate)
mpishi/wa-	cook
nimeshapoa	It's alright, I'm feeling o.k. now; I'm already feeling better (a response to *pole*)
pole	expression of condolence when someone is sick, etc.
tajiri/ma-	rich person

2. Maneno ya Zoezi la Kusoma

afya	health (N-)
Arabuni	Arabia
bandari	harbor (N- or JI/MA-)
Bara Hindi`	India
buibui	black cloth worn by Moslem women (N- or JI/MA-)
-fahamika	be understood (see *-fahamu* 'understand')
-fanana	be similar, resemble
gurudumu/ma-	wheel
haswa	especially (see *hasa* 'especially')
-jenga	build (*-jengwa* 'be built')
jiwe/ma-	stone
karne	century (N-)
katikati	middle, center, among, between (see *kati*)
makala	written article, treatise (N- or MA-)
Mzungu/wa-	European, white person
n.k.	na kadhalika
-pya	new
reli	railroad (N-)
supa maketi	super market (N-)
suti	suit (N-Class)
-taja	mention, say the name, name (verb)
-valia	wear, put on, have on (clothing)
vipi?	how, in what way, in what manner? (see *namna gani?*)
zaidi	more

28

Somo la Ishirini na Nane

MAZUNGUMZO

1. Mazungumzo ya kwanza — Mtihani

Mwalimu:	Mwisho wa wiki ijayo tutakuwa na mtihani.
Mwanafunzi:	Tutakuwa na marudio?
Mwalimu	Tukiwa na nafasi, kutakuwa na marudio.
Mwanafunzi:	Kama tukitaka kuongea nawe, tuje ofisini kwako?
Mwalimu:	Ndiyo, lakini nipigie simu ofisini kwanza; nambari yangu ni 825-0634 (nane-mbili-tano—sifuri-sita-tatu-nne).
Mwanafunzi:	Je, mtihani utakuwa rahisi?
Mwalimu:	Ndiyo, lakini kwa wale wasiosoma ni mtihani mgumu.

2. Mazungumzo ya pili — Nairobi na Mombasa

Mwalimu:	Kama tulivyosoma katika makala ya somo la ishirini na saba, Nairobi ni mji gani wa Kenya?
Mwanafunzi:	Kama tulivyosoma ni mji mkuu wa Kenya.
Mwalimu:	Eleza namna Mombasa ilivyoanza.
Mwanafunzi:	Ilianza kwa ajili ya biashara; ni mahali penye bandari nzuri.

MAZOEZI

1. Zoezi la kwanza

Juma/-ja	Juma yuko hapa?	Hapana, (kama) akija nitakuambia.
Juma na Adija	Juma na Adija wako hapa?	Hapana, (kama) wakija nitakuambia.
-ona	Juma na Adija wako hapa?	Hapana, nikiwaona nitakuambia.
Juma	Juma yuko hapa?	Hapana, nikimwona nitakuambia.

2. Zoezi la pili

-ja	Uliwaona?	Ndiyo, niliwaona wakija ofisini.
-enda	Uliwaona?	Ndiyo, niliwaona wakienda ofisini.
-ondoka	Uliwaona?	Ndiyo, niliwaona wakiondoka ofisini.
-ongea na Juma	Uliwaona?	Ndiyo, niliwaona wakiongea na Juma.

3. Zoezi la tatu

mimi	Nikiwa na nafasi, kutakuwa na marudio.
wewe	Ukiwa na nafasi, kutakuwa na marudio.
yeye	Akiwa na nafasi, kutakuwa na marudio
sisi	Tukiwa na nafasi, kutakuwa na marudio.

ninyi	Mkiwa na nafasi, kutakuwa na marudio.
wao	Wakiwa na nafasi, kutakuwa na marudio.

4. Zoezi la nne

wewe	Unasoma?
	La, kama nilivyosema, sina nafasi siku hizi.
yeye	Anasoma?
	La, kama alivyosema, hana nafasi siku hizi.
wao	Wanasoma?
	La, kama walivyosema, hawana nafasi siku hizi.
ninyi	Mnasoma?
	La, kama tulivyosema, hatuna nafasi siku hizi.

5. Zoezi la tano

-soma	Soma namna alivyosema.
-andika	Andika namna alivyosema.
njoo	Njoo namna alivyosema.
nenda	Nenda namna alivyosema.

6. Zoezi la sita

-fanya	Fanya kama anavyofanya.
-soma	Soma kama anavyosoma.
-sema Kiswahili	Sema Kiswahili kama anavyosema.

7. Zoezi la saba

-sema	Usiseme Kiswahili kama anavyosema.
-andika	Usiandike Kiswahili kama anavyoandika.
-soma	Usisome Kiswahili kama anavyosoma.

5. Zoezi la nane

yeye	Asiyesoma, hatashinda mtihani.
wao	Wasiosoma, hawatashinda mtihani.
wewe	Usiyesoma, hutashinda mtihani.
ninyi	Msiosoma, hamtashinda mtihani.

ZOEZI LA KUSOMA

Utalii

Nchi za Afrika ya Mashariki zimebarikiwa na kila aina za sanaa za maumbile. Tuki-
enda sehemu ya pwani tunaweza kuona ufuko mzuri na safi sana. Tukienda bara tuna-
weza kuona milima na maumbile ya kupendeza machoni. Kwa hivyo, kama mnavyojua
bila shaka, nchi za Kenya na Tanzania zinatembelewa na wageni wengi kutoka nchi mba-
limbali haswa nchi za Ulaya na Amerika.

Wageni hawa, yaani watalii, ni muhimu kwa uchumi kwa nchi hizo kwa sababu wanaleta fedha za nje za kigeni. Basi, wageni hupokewa kwa ukarimu mwingi wakifika Kenya na Tanzania. Kuna mahoteli na misafara ya kila aina kote nchini ili wageni wasipate taabu yo yote.

CHUI

Kama tunavyojua, Kenya na Tanzania zina wanyama wa mwitu wa aina nyingi kama simba, chui, tembo, na punda milia na wengine wengi. Ni wanyama hao wanaovutia wageni wengi. Ni ajabu kwa wageni kuona wanyama wakitembea huru katika maskani yao kama huko Serengeti[1] ambako wanyama ni wengi mno, hasa maelfu ya nyumbu, punda milia, na swala. Ni ajabu kuona nyumbu hao wote ambao ni wengi kuliko wanyama wote wengine kule.

TEMBO

Wageni pia hupenda kutembelea watu wa sehemu mbalimbali za nchi hizi mbili na kuona wanavyoishi na mila na desturi zao. Wengine pia hupenda kuona na kujaribu kupanda Mlima wa Kenya na Mlima wa Kilimanjaro. Kilimanjaro ni mlima mrefu zaidi kuliko yote bara ya Afrika. Wengine hupenda kutembelea miji ya pwani, haswa miji ya zamani kama Malindi na Lamu, ambayo ni miji ya pwani ya Kenya. Kwa hakika, ukitembelea Kenya au Tanzania utajua kwa nini wageni wanazipenda mno nchi hizo.

[1]Serengeti ni bustani kubwa ya kitaifa ambayo iko Tanzania. Ni mahali kama pori penye wanyama wengi sana kama nyumbu, swala, punda milia, twiga, chui, duma, na simba.

KILIMANJARO

Maswali

1. Ukisafiri kwenda Serengeti utaona wanyama gani?
2. Wageni ni muhimu kwa kitu gani cha Afrika ya Mashariki?
3. Taja sababu mbili za watalii kusafiri Afrika ya Mashariki?
4. Eleza kwa nini watalii hupenda kutembelea pwani.
5. Wageni hupokewa kwa sababu ya pesa tu?

HABARI ZA SARUFI

1. The -ki- Tense/Aspect Marker

• The verbal marker *-ki-* basically indicates action *going on* at a time specified in the context, usually the main verb; generally it can be translated by a present participle in English (a verb ending in *-ing*, e.g. *running*), but other translations using 'while', 'when', 'as' and 'upon + *verb*-ing' are possible:

Niliwaona wa-**ki**-kimbia.
(I saw them they-**while**-running)
'I saw them running/as they were running/when they were running.'

Wageni hupokewa vizuri wa-**ki**-fika kule.
(guests are received well they-**while**-arriving there)
'Guests are well received upon arriving/when they arrive/as they arrive there.'

- The same marker is used to express simple conditions; these are frequently, but not necessarily, introduced by *kama*. When used in this way, the verb with -*ki*- comes first; in translation 'if' or 'whenever' can be used (these -*ki*- clauses are distinct from 'when' clauses using -*po*-; see Lesson 25, Note 1):

> (Kama) wa-**ki**-fika niambie.
> (if they-**while**-arriving tell me)
> 'If/whenever they arrive tell me.'

- With monosyllabic verbs the *ku*- of the infinitive is not used; e.g. *a-ki-ja* 's/he coming, ifs/he comes' (not *a-ki-kuja)

2. The -vyo- of Manner

- The relative marker -*vyo*- is used to express manner, how, the way, the extent of some occurrence; it is frequently introduced by adverbs such as *kama* 'like, as, if, etc.', *namna* 'how, sort, kind, type, etc.':

> Fanya (kama) nina**vyo**sema; usifanye (kama) nina**vyo**tenda.
> 'Do **as** I say; not **as** I behave.'

> Andika namna ali**vyo**sema.
> 'Write **how/the way** she said.'

3. Relatives with negative -si-

- The negative particle -*si*- and the relative pronoun -*o*- are used to express negative relative clauses. These are tenseless and can refer to present, past, or future time depending on context:

> Kwa wale wa-*si*-*o*-soma ni mtihani mgumu.
> For those **who do not** study/**did not** study/**will not** study, the exam is difficult.'

- To refer to specific time in negative relative clauses, use the *amba*- relative with the appropriate negative tense:

> Kwa wale **ambao hawatasoma** ni mtihani mgumu.
> 'For those **who will not study**, it's a difficult exam.'

> Kwa wale **ambao hawasomi** ni mtihani mgumu.
> 'For those **who don't study**, it's a difficult exam.'

ZOEZI LA NYUMBANI

Tafsiri

1. Don't run the way you are running now.
2. I saw them running.
3. If you run fast, you will see him.
4. I will behave as I was told.
5. If you study hard you will pass the exam.
6. Tell them how he did it.
7. Tell him how you did it.
8. If they all come, you must tell me.
9. He saw me coming.
10. Those who don't come to class, will not do well.

MSAMIATI

1. Maneno ya Mazungumzo na Mazoezi

marudio	review; see *rudi* 'return', *-rudia* 'return to, go back over/to'
nambari	number (N-)
-pigia simu	telephone someone, make a call to; *-piga simu*, make a call
sifuri	zero, cipher, nought
wiki ijayo	next week (*i-ja-yo* 'it which comes')

2. Maneno ya Zoezi la Kusoma

ajabu	wonder, something amazing, incredible
-a kitaifa	national (see *taifa/ma-* 'nation')
-a kupendeza	pleasing
-a mwitu	wild (see *mwitu* 'forest')
-bariki	bless
-barikiwa	be blessed
bustani	garden, park (N-)
chui	leopard (N- animate)
duma	cheetah (N- animate)
fedha	money, silver (N-)
hakika	certainty, reality, fact, etc. (see *kwa hakika* below)
hoteli/ma-	hotel, restaurant
huru	free (invariable adjective)
jicho/macho	eye
(-a) kigeni	foreign (see *mgeni/wa-* 'guest, stranger, foreigner')
kwa hakika	certainly, indeed, for sure
maskani	abode, dwelling place, home (N-)
maumbile	nature, natural condition, natural state (MA-)
mlima/mi-	mountain (see *kilima/vi-* 'hill'; *Kilima-njaro*)
mno	very much, especially so, etc.
msafara/mi-	trip, safari, expedition
mtalii/wa-	tourist
mwitu/mi-	forest (*msitu/mi-* 'forest' also commonly used)
nje	outside
nyumbu	gnu, wildebeest (N- animate)
-pendeza	be pleasing, please
-pokea	receive, see *-pokewa* 'be received'
punda milia	zebra (*punda* 'donkey', *milia* 'stripes'; N- animate)
sanaa	works of art, beautiful things
swala	antelope, gazelle (N- animate)
taabu	trouble (N-)
-tembea	walk, see *-tembelea* 'visit'
tembo	elephant (N- animate)
-tenda	behave, act, do
twiga	giraffe (N- animate)
ufuko	beach, sandy area of shore (U-)
ukarimu	hospitality (U-)
utalii	tourism (U-)
-vutia	attract

Masomo Zaidi

The following readings are graded structurally to follow the main lessons; for example, the first reading *Kucheza Bao* is designed to be used after students have mastered the grammatical structures of Lessons One through Six. The readings are listed below and labeled accordingly. The new vocabulary used in these readings can be found in the *Msamiati* at the end of the manual.

1. Kucheza Bao

Hawa ni nani? Ni vijana na wazee. Wanacheza bao. Bao ni mchezo wa Bara la Afrika na watu wengi wanapenda kucheza bao. Katika picha hii tunaona kwamba mzee mmoja na kijana mmoja wanashindana.

2. Kucheza Mpira

Hawa ni nani? Hawa ni vijana wa Vyuo Vikuu vya Nairobi na Dar es Salaam. Wanafanya nini? Wanacheza mchezo wa mpira. Wanashindana sasa. Mchezaji mmoja anapiga teke mpira. Wengine wanakimbia.

3. Duka la Nguo

Huyu ni nani? Huyu ni mwenye duka. Jina lake ni Bwana Saidi bin Abdalla. Anakaa wapi? Anakaa Malindi lakini yeye si mzaliwa wa Malindi; ni mzaliwa wa Lamu. Yeye anauza nguo katika duka lake; ni mwuzaji wa nguo. Anafanya kazi sasa? Hapana, ni jioni na sasa anapumzika tu.

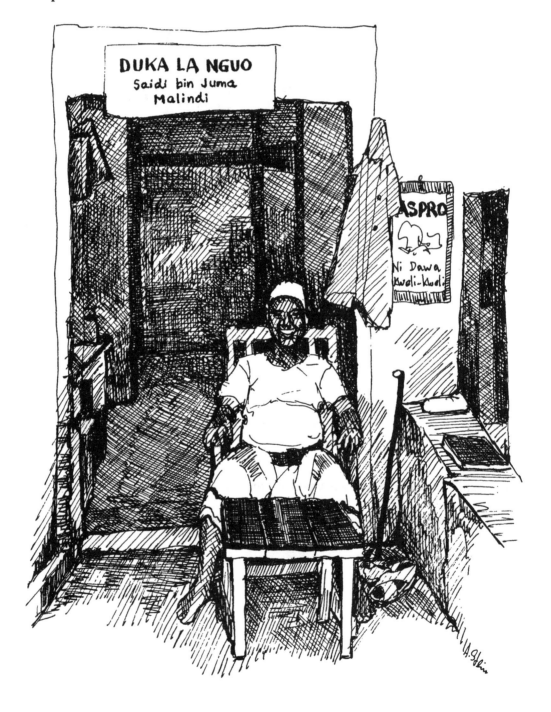

4. Kuimba Kanisani

Huyu ni nani? Huyu ni kijana; yeye ni mwimbaji katika kanisa la Kikatoliki. Jina lake ni

nani? Jina lake ni Deogratias Magunda; anakaa Kampala. Yeye ni Mwislamu? Hapana, si

Mwislamu; ni Mkristo. Sasa anaimba katika kanisa; ni mwimbaji wa kanisa. Yeye ni

Mkristo gani? Ni Mkatoliki.

5. Kusali Tasbihi

Huyu ni Mzee Hasani Mbaye. Yeye ni Mswahili wa Mombasa. Sasa anapumzika nyu-
mbani na kusali. Anavuta tasbihi. Yeye ni Mkatoliki? Hapana, yeye si Mkristo. Mzee Ha-
sani ni Mwislamu. Waislamu wanatumia tasbihi pia, lakini si kama tasbihi ya Wakatoliki.

6. Kupiga Gurudumu

Mohamedi ni mvulana. Yeye ni mwanafunzi wa darasa la tatu. Anasoma sasa? Hapana,

hasomi sasa. Anacheza mpira? Hapana, hachezi mpira. Anapiga gurudumu kwa fimbo.

Anakimbia sana na kupiga gurudumu.

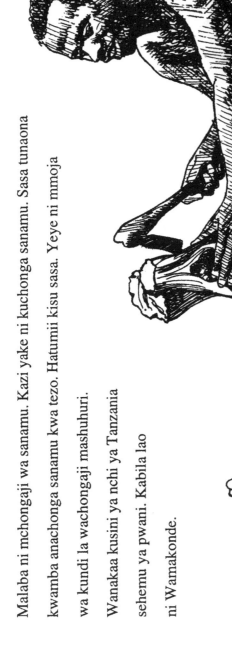

7. Kuchonga Sanamu

Malaba ni mchongaji wa sanamu. Kazi yake ni kuchonga sanamu. Sasa tunaona

kwamba anachonga sanamu kwa tezo. Hatumii kisu sasa. Yeye ni mmoja

wa kundi la wachongaji mashuhuri.

Wanakaa kusini ya nchi ya Tanzania

sehemu ya pwani. Kabila lao

ni Wamakonde.

8. Kurudi Kutoka Sokoni

Zabibu ni msichana wa Lamu, Kenya. Yeye pia ni mwanafunzi lakini hasomi darasa la tatu kama Mohamedi. Anasoma katika darasa la pili. Anakwenda sokoni sasa? Hapana, haendi huko; sasa anarudi kutoka sokoni; anarudi nyumbani. Ana nini kikapuni? Ana vitabu katika kikapu? La, hana vitabu, ana chakula.

9. Msukaji Mifuko na Vikapu

Kazi ya mwanamume huyu ni kusuka vikapu na mifuko. Yeye si mkulima; halimi. Ana-uza vitu vyake sokoni kila siku, kwa hivyo ana pesa za kutosha za kununua vyakula na mahitaji yake na ya jamaa yake. Lakini hana za kutosha za kununua motokaa.

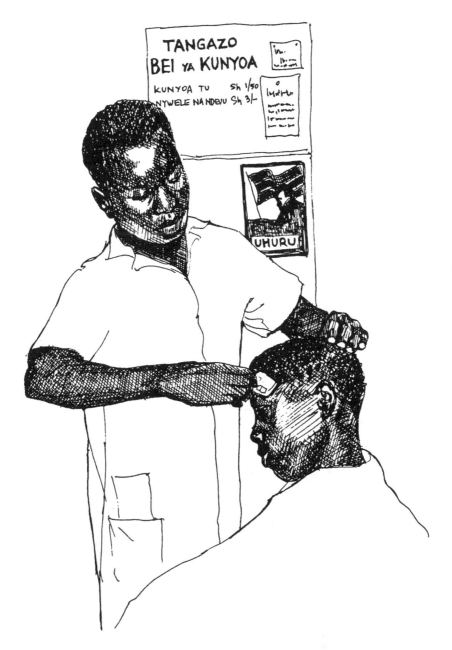

10. Kinyozi

Kesho kijana huyu ataanza kusoma shuleni. Kwa hivyo ananyolewa na kinyozi sasa. Baada ya kunyoa nywele za mvulana huyu kinyozi atarudi nyumbani; atafunga duka lake na kurudi nyumbani. Ni saa sita mchana na yeye ana njaa sana. Baada ya kula na kupumzika kidogo atarudi kazini saa nane mchana. Hatafunga duka tena mpaka saa kumi na mbili jioni.

11. Kutengeneza Nguo

Mfanyakazi huyu ni opareta wa mtambo wa kutengeneza nguo katika kiwanda huko Mji wa Dar es Salaam. Yeye anaanza kufanya kazi asubuhi na mapema, saa moja. Sasa ni saa tisa alasiri na ataondoka kazini hivi karibuni. Hatarudi nyumbani mara moja; ataenda kwanza kuzungumza na rafiki zake.

12. Kusuka Nywele

Huko Afrika ya Mashariki ni desturi kwa wanawake kusukwa nywele. Hapa tunaona kwamba mwanamke mmoja anamsaidia rafiki yake. Sasa anamsuka nywele za rafiki yake. Wana furaha kwa sababu muda wa kusuka nywele ni wakati wa kuzungumza na kupumzika baada ya masaa ya kufanya kazi kulima.

13. Kushonewa Gauni

Mwanamke huyu alinunua yadi sita za nguo dukani. Mwenyeduka alimwuzia nguo kwa shilingi arobaini tu. Alinunua nguo tu; hakununua gauni zenyewe. Mshonaji wa mwenyeduka alimshonea gauni moja na sasa anamshonea nyingine. Atakuwa na mbili na atakuwa na furaha.

14. Kuchunga Wanyama

Huyu kijana jina lake anaitwa Kipuri. Yeye ni Mmasai wa Tanzania. Wamasai ni kabila la wachungaji. Maisha yao ndiyo kuwachunga wanyama wao. Ng'ombe, kondoo, na mbuzi ni msingi wa maisha yao. Sasa tunaona kwamba huyu Kipuri yeye yuko malishoni anawachunga mbuzi na kóndoo wa jamaa yake. Ng'ombe hawako malishoni. Ndugu zake wengine wamewapeleka kwenda kwenye maji. Ng'ombe wanahitaji maji kuliko mbuzi na kondoo.

15. Kupalilia Shamba la Pamba

Mzee huyu na mke wake wako katika shamba lao la pamba. Jana asubuhi walikuwako pia kwa sababu kuna magugu mengi shambani. Yeye hana plau lakini zamani alikuwa na moja nzuri. Sasa imevunjika. Kwa hivyo wanapalilia kwa majembe. Kwa sababu ya mvua nyingi magugu yanamea sana. Kwa hivyo pamba haimei vizuri. Kama wanaweza kutoa magugu yote watakuwa na mavuno mazuri ya pamba. Sasa wamechoka sana lakini hawajamaliza kupalilia shamba lote.

16. Kulima kwa Plau

Wananchi wengi wa Afrika wanalima bado kwa kutumia majembe na hawajaanza bado kutumia plau. Hawajaanza kwa sababu mashamba yao ni madogo; hawana mashamba makubwa kwa sababu yamegawanywa katika vipande vidogo vingi. Kwa hivyo ni vigumu sana kutumia plau. Lakini wananchi hawa wana shamba kubwa sana; kwa hivyo wanalima sasa kwa plau. Plau yenyewe inavutwa na ng'ombe.

17. Kulima kwa Trekta

Ijapokuwa wakulima wengi hawana pesa za kutosha za kununua trekta, hawana taabu kama wao ni wanachama wa chama cha ushirika cha ukulima. Chama kinaweza kununua trekta na kinaweza kuwasaidia wanachama wake. Dereva wa trekta wa chama atawalimia mashamba yao. Baada ya kuvuna na kuyauza mavuno wanachama hukilipa chama kwa trekta na kwa mshahara wa dereva.

18. Kuvua Samaki

Watu wa pwani ya Bahari Hindi, na pia watu wa maziwa ya bara ya Afrika ya Mashariki wengi wao ni wavuvi. Wanawauzia watu wa miji na vijiji samaki nyingi. Hapa pichani tunaona baada ya kuvua samaki tangu asubuhi na mapema, wavuvi wamesharudi. Watu wengine wamekuja kuona wametega samaki namna gani, kama samaki ni ndogo, au kubwa, nyingi au chache. Watu wengi hawa ni wanunuzi, lakini wachache tu wamekuja kutazama tu. Ijapokuwa ngalawa na mashua zao ni ndogo, wametega samaki kubwa nyingi.

19. Wanawake Hufanya Kazi Sana

Kupika chakula na kazi nyingi za ukulima huwa ni kazi za wanawake. Pichani humu wanawake hawa wanafanya kazi hizi: kutwanga mahindi na kusafisha pamba. Mwana-mke mmoja anatwanga mahindi kwa kinu na mchi. Kinu hiki kilichongwa kwa gogo la mti, na mchi huu ni mti mdogo tu. Baada ya kuyatwanga mahindi atapika ugali kwa unga. Yeye hutumia unga wa mahindi; wengine hupenda unga wa muhogo. Msichana huyu anamsaidia mamake; wote wanasafisha pamba. Pamba hii hupelekwa kwenye kiwanda cha kutengeneza nguo.

20. Kujistarehesha

Maisha huko Afrika si kazi tu. Watu wanajua kujistarehesha. Baada ya kufanya kazi wanaume wengi huenda kwa marafiki zao ili wazungumze nao na kucheza bao. Siku ya jumamosi na jumapili wengine huenda

kuona mashindano ya mpira. Hupenda sana mashindano hayo na hutaka sana timu yao ishinde. Kama haishindi hawana furaha. Wenyeji wa miji wenye pesa huenda kuona sinema. Si lazima walipe pesa nyingi, kwa hivyo wengi huenda. Na wakati wa sikukuu kuna ngoma na kila kabila lina kundi lao kama Warundi hawa wa Burundi.

21. Kutayarisha Chakula

Mama yuko nje ya nyumba yake amekaa chini anatayarisha chakula. Anamenya viazi. Ni lazima apike chakula upesi kwa sababu leo usiku watoto wake wote wanataka kwenda mjini kuona sinema fulani (bila shaka moja ya Kiitaliani ya "cowboy"). Kwa hivyo anafanya haraka wasichelewe. Lakini mpaka sasa ameshavimenya viazi vichache tu; hajavimenya vyote: anavyo viwili vitatu tu katika sufuria. Afadhali afanye haraka.

22. Kupatana Bei

Mwanamke mmoja anajaribu kupatana na mwuzaji ili apate bei nafuu, "Ni bei gani mtungi huu, bwana mkubwa?" Mwuzaji anaitika, "Shilingi mia moja, tu." "Kumbe! Mwizi, we, bwana! Ni mtungi mdogo, tafadhali nipunguzie bei! Nitalipa shilingi hamsini tu," mama anasema. "Rafiki yangu," anasema mwuzaji,

"ni mtungi mzuri sana, niliutengeneza mimi mwenyewe, toa shilingi themanini, ni bei yangu ya mwisho." Sasa mama anarudia na kusema, "Ati, bwana, shilingi themanini, mimi si tajiri, nipunguzie bei kidogo tena; natoa shilingi sitini na tano, hizo ni zangu za mwisho, sinazo nyingine." "Haya, basi, kama hunazo zaidi, nipe hizo, lakini nasema hivi, sipati faida yo yote," mwuzaji anasema. Amechoka na hataki agombane naye."

23. Kupika Mikate

Mama yuko jikoni sasa anapika mkate wa kusukuma (yaani "chapati") ili jamaa zake wa-we na chakula kizuri. Anapopika mikate hiyo yeye hutumia jiko linaloitwa sigiri. Sigiri ni jiko la makaa. Kwa sababu jiko liko chini inambidi mama akae chini kibaoni. Hapa ame-zingirwa na vyombo vyake vyote ambavyo atavitumia. Ana sinia atakayoitilia mikate na beseni atakalotumia kufunikia mikate ili isiingiwe na uchafu na isipoe kwa haraka. Mama ni mpishi ambaye ana ujuzi mwingi na mikate yake huwa mitamu sana.

Notes: *wawe na* 'so that they have' < kuwa 'to be'; *inambidi* ' it is necessary for her/him' *-bidi* is used impersonally with the person who is under obligation expressed as an object prefix.

24. Kazi za Wanawake

Kazi za wanawake ni nyingi. Wengi husema wanawake hufanya kazi kuliko wanaume lakini hawalipwi mishahara ambayo ni ya haki. Mwanamke huyu husuka vikapu ambavyo huviuza nyumbani kwake. Amekaa juu ya kitanda kilichosukwa pia, na anajitayarisha kusuka kikapu atakachouza kesho jioni baada ya kufanya kazi zote za nyumbani. Kama angelipwa kwa saa mwanamke huyu angekuwa tajiri mno sasa. Lakini ni mwanamke kwa hivyo kazi anazozifanya nyumbani kwa bahati mbaya hazihesabiwi kama kazi.

Note: angelipwa ... angekuwa tajiri 'if she were paid ... she would be rich'

25. Kulea Wasichana

Wasichana kule Afrika hufundishwa kazi zinazofanywa na wanawake na mambo ambayo ni ya kike kutoka udogoni mwao. Kama Waswahili wanavyosema: "Mtoto umleavyo ndivyo akuavyo." Kwa hivyo hufundishwa kuteka maji ambayo ameyatia mtungini anaoubeba kichwani. Kubeba mtungi kichwani kuna faida kwa sababu mtu anaweza kufanya kazi nyingine kwa mikono kama msichana huyu anavyobeba mtungi na kuni anazoziokota.

Notes: *umleavyo = unavyomlea; akuavyo = anavyokua*

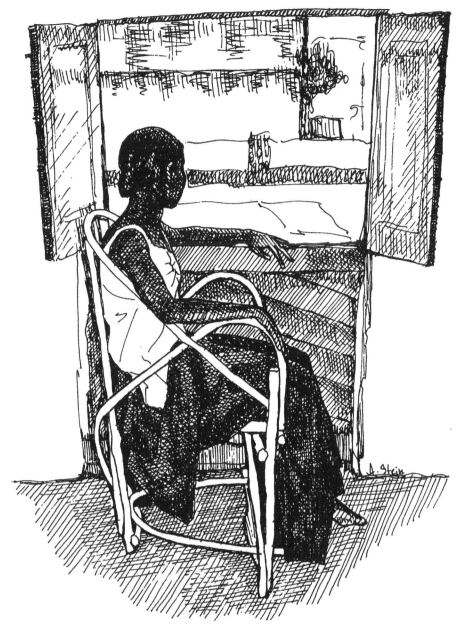

26. Mapenzi

Mawazo ya msichana huyu yako mbali sana. Tunafikiri hivyo kwa alivyokaa kimya akiangalia nje. Pengine anamngojea mpenzi wake na anaangalia nje ili amwone kama akija. Hii ni desturi ya wapenzi wengi wakiwa katika mapenzi. Mapenzi ni kitu ambacho, kinapokupata, kinaweza kukufurahisha au kukusikitisha. Ukifuata msemo huu: "Usiache mbachao kwa msala upitao" utaona kwamba mapenzi ni jambo la kujitahadhari kwani ni rahisi kumwacha mpenzi wa zamani kwa mwingine.

Notes: *upitao* = *unaopita*; *wakiwa* 'they-being, when they are' < *kuwa* 'to be'

Vitendawili

1. Nyumba yangu haina mlango.
2. Nina watoto wangu ambao daima wanafukuzana lakini hawakamatani.
3. Ninapompiga mwanangu hucheza.
4. Nina saa ambayo haijapata kusimama tangu kutiwa ufunguo.
5. Nzi hatui juu ya damu ya simba.
6. Mzazi ana miguu bali mzaliwa hanayo.
7. Nimewafungia wanangu milango wakati wanapopigana.
8. Mti umeangukia huko mbali, bali matawi yake yamefika hadi hapa.
9. Po pote ninapoenda ananifuata.
10. Daima yupo njiani anakwenda, bali bado hajafika mwisho wa safari yake.

?

Majibu Baina ya hayo yanayofuata, chagua jibu sawa:

1. Kuku na yai	chicken and egg
2. Jua	sun
3. Kivuli	shadow
4. Yai	egg
5. Moyo	heart
6. Habari ya kifo	news of a death
7. Moto	fire
8. Magurudumu ya motokaa	wheels of a car
9. Ngoma	drum
10. Bisi	popcorn

Methali

Akili ni mali.

Akili ni nywele, kila mtu ana zake.

Bendera hufuata upepo.

Damu nzito kuliko maji.

Dawa ya moto ni moto.

Debe tupu haliachi kuvuma.

Haba na haba hujaza kibaba.

Hapana siri ya watu wawili.

Haraka haraka haina baraka.

Hasara humfika mwenye mabezo.

Heri kufa macho kuliko kufa moyo.

Kuishi kwingi ni kuona mengi.

Kulea mimba si kazi, kazi kulea mwana.

Kwenda mbio si kufika.

Mtoto wa nyoka ni nyoka.

Mvunja nchi ni mwana nchi.

Njia ya mwongo fupi.

Paka akiondoka, panya hutawala.

Penye mafundi, hapakosi wanafunzi.

Penye nia ipo njia.

Penye wazee haliharibiki neno.

Penye wengi pana Mungu.

Radhi ni bora kuliko mali.

Samaki mmoja akioza, huoza wote.

Subira huvuta heri.

Sumu ya neno ni neno.

Ukitaja nyoka, shika fimbo mkononi.

Ulimi hauna mfupa.

Ulimi unauma kuliko meno.

Usaiache mbachao kwa msala upitao.

Vita havina macho.

Wawili si mmoja.

Wema hauozi.

Appendix

Pronominal Concords

Class	Noun	Pos. Sbj.	Neg. Sbj.	Object	'Have'	'Which'	Possessives[2]	'Having'[3]
1	mtu	a- /yu-[1]	ha-/hayu-	-m-/-mw-	ana	yupi	w-angu	mwenye
2	watu	wa-	hawa-	-wa-	wana	wepi[4]	w-angu	wenye
3	mti	u-	hau-	-u-	una	upi	w-angu	wenye
4	miti	i-	hai-	-i-	ina	ipi	y-angu	wenye
5	Øtunda	li-	hali-	-li-	lina	lipi	l-angu	lenye
6	matunda	ya-	haya-	-ya-	yana	yapi	y-angu	yenye
7	kitu	ki-	haki-	-ki-	kina	kipi	ch-angu	chenye
8	vitu	vi-	havi-	-vi-	vina	vipi	vy-angu	vyenye
9	ndizi	i-	hai-	-i-	ina	ipi	y-angu	yenye
10	ndizi	zi-	hazi-	-zi-	zina	zipi	z-angu	zenye
11	ulimi	u-	hau-	-u-	una	upi	w-angu	wenye
14	uhuru	u-	hau-	-u-	una	upi	w-angu	wenye
15	kutaka	ku-	haku-	-ku-	kuna	kupi	kw-angu	kwenye
16	mezani	pa-	hapa-	-pa-	pana	wapi	p-angu	penye
17	mezani	ku-	haku-	-ku-	kuna	kupi	kw-angu	kwenye
18	mezani	m(u)-	ham(u)-	-m(u)-	m(u)na	—	mw-angu	mwenye

Notes:

1. The prefix *yu-* (see Class 1 in the Positive Subject column) is normally only used as a subject prefix in Standard Swahili with the locatives *-po, -ko,* and *-mo,* for example *yuko* 's/he is here'.

2. The prefixes used for the possessive *-angu* 'my/mine' in the Possessives column are also used with *-ako* 'your/yours', *-ake* 'hers/his', *-etu* 'our/ours', *-enu* 'your/yours (pl.)', and *-ao* 'their/theirs' and *-a* 'of'.

3. The prefixes for *-enye* 'having' are also used for *-enyewe* 'oneself'.

4. The Class 2 form for *-pi* 'which' is *wepi* to avoid confusion with *wapi* 'where'.

Class	Noun	'This'	'That'[1]	'That₂'	Relative	Amba-	'Any at all'[2]	Emp. 'Be'[3]
1	mtu	huyu	yule	huyo	-ye-	ambaye	ye yote	ndiye
2	watu	hawa	wale	hao	-o-	ambao	wo wote	ndio
3	mti	huu	ule	huo	-o-	ambao	wo wote	ndio
4	miti	hii	ile	hiyo	-yo-	ambayo	yo yote	ndiyo
5	Øtunda	hili	lile	hilo	-lo-	ambalo	lo lote	ndilo
6	matunda	haya	yale	hayo	-yo-	ambayo	yo yote	ndiyo
7	kitu	hiki	kile	hicho	-cho-	ambacho	cho chote	ndicho
8	vitu	hivi	vile	hivyo	-vyo-	ambavyo	vyo vyote	ndivyo
9	ndizi	hii	ile	hiyo	-yo-	ambayo	yo yote	ndiyo
10	ndizi	hizi	zile	hizo	-zo-	ambazo	zo zote	ndizo
11	ulimi	huu	ule	huo	-o-	ambao	wo wote	ndio
14	uhuru	huu	ule	huo	-o-	ambao	wo wote	ndio
15	kutaka	huku	kule	huko	-ko-	ambako	ko kote	ndiko
16	mezani	hapa	pale	hapo	-po-	ambapo	po pote	ndipo
17	mezani	huku	kule	huko	-ko-	ambako	ko kote	ndiko
18	mezani	humu	mle	humo	-mo-	ambamo	mo mote	ndimo

Notes:

1. There are two demonstratives in Swahili that are glossed as 'that'. The first, *-le,* is used to indicate objects at a distance from both speaker and listener, whereas the second, namely *h-...-o,* is used to indicate objects mentioned previously in the context, or things that are closer to the listener than speaker.

2. The forms in the eighth column are also used for *-ote* 'all, whole' where appropriate.

3. The *ndi-* is used as the emphatic form of the verb BE. Contrast *yeye ni mwalimu* 's/he is a teacher' with *yeye ndiye mwalimu* 'she is indeed/certainly the teacher'. Also see the examples under the heading "Emphatic Relative" on page 234 following.

Adjectival Concords

		-zuri[1]	-baya[2]	-wili[3]	-kubwa[4]	-pya	-eusi[5]	-ingine[6]
1	mtu	mzuri	mbaya	—	mkubwa	mpya	mweusi	mwingine
2	watu	wazuri	wabaya	wawili	wakubwa	wapya	weusi	wengine
3	mti	mzuri	mbaya	—	mkubwa	mpya	mweusi	mwingine
4	miti	mizuri	mibaya	miwili	mikubwa	mipya	myeusi	mingine
5	tunda	zuri	baya	—	kubwa	jipya	jeusi	jingine[7]
6	matunda	mazuri	mabaya	mawili	makubwa	mapya	meusi	mengine
7	kitu	kizuri	kibaya	—	kikubwa	kipya	cheusi	kingine
8	vitu	vizuri	vibaya	viwili	vikubwa	vipya	vyeusi	vingine
9	ndizi	nzuri	mbaya	—	kubwa	mpya	nyeusi	nyingine
10	ndizi	nzuri	mbaya	mbili	kubwa	mpya	nyeusi	nyingine
11	ulimi	mzuri	mbaya	—	mkubwa	mpya	mweusi	mwingine
14	uhuru	mzuri	mbaya	—	mkubwa	mpya	mweusi	mwingine
15	kutaka	kuzuri	kubaya	—	kukubwa	kupya	kweusi	kwingine
16	mezani	pazuri	pabaya	pawili	pakubwa	papya	peusi	pengine
17	mezani	kuzuri	kubaya	—	kukubwa	kupwa	kweusi	kwingine
18	mezani	mzuri	m(u)baya	—	m(u)kubwa	m(u)pya	mweusi	mwingine

Notes:

1. Other adjectives which pattern like -*zuri* 'good' are -*gumu* 'hard, difficult', -*dogo* 'small', -*zima* 'whole, entire', -*zito* 'heavy' and -*ngapi* 'how many' (also *ngapi* in Classes 9/10). They all begin with *voiced* consonants. An exception is -*refu* 'long, tall' which has the form *ndefu* in Classes 9 and 10 where *r* of the stem becomes *d*: *watu warefu* 'tall people' but *meza ndefu* 'long table'.

2. Other adjectives which pattern like -*baya* 'bad' are -*bovu* 'rotten, bad', -*bivu* 'ripe', -*bichi* 'raw'.

3. The numeral for 'two' varies in the shape of the root or stem, thus -*bili* in Class 10, but -*wili* in the other classes. Other numbers, specifically 1 to 5 and 8 govern concord and behave like other adjectives.

4. Other adjectives which pattern like -*kubwa* 'big' begin with *voiceless* consonants: -*chache* 'few', -*fupi* 'short', -*kavu* 'dry', -*pana* 'wide', -*tatu* 'three', -*tamu* 'sweet', and -*tano* 'five'. An exception is -*pya* 'new' in Classes 9/10 which have the form *mpya*, and *jipya* in Class 5, but is otherwise regular: *mtu mpya, watu wapya, kitu kipya, vitu vipya*, etc.

5. The adjectives -*eupe* 'white', -*ekundu* 'red', and -*epesi* 'light, thin' follow the pattern for -eusi 'black'.

6. The adjective -*ingi* 'many, much' follows the pattern for -*ingine* 'other, another, some'.

7. The Class 5 form of -*ingine* is usually *jingine*, but *lingine* is also heard. There is other variation heard depending on the dialect, e.g. *mungine* is heard in Mombasa instead of *mwigine*.

If you compare the adjectives in the above table horizontally you will note the regularity in the form of the prefix. There is variation, but it follows a pattern, thus adjectives that begin with consonants pattern differently than those beginning with vowels (in the last two columns on the right). Most "exceptions" in adjectival concord are in Classes 9/10. They are not diffiucult to learn if general patterns are kept in mind, for example, adjectives that begin with "voiced" sounds, represented by -*baya* are in one set and those that begin with "voiceless" sounds, represented by -*kubwa* are in another. The few individual exceptions, *ndefu*, *mpya* in Classes 9/10, and *jipya, jingine* in Class 5 can be easily memorized.

There are several ways in Swahili of expressing adjectival concepts in addition to the above. Many English adjectives are expressed by using -*a* followed by a noun, usually marked with *ki-* but not always. The form -*enye* with appropriate agreement prefixes followed by a noun, including infinitives, can also be used, as can relative constructions. Examples of each type follow:

-a juu   high, upper
-a Kiislamu   Islamic

-a haki   just, fair
-a kike   female

-a binafsi   private
-a kitaifa   national

-enye kupendeza   pleasing
-enye akili   intelligent

-enye kunukia   scented
-enye joto   hot

-enye sifa njema   reputable
-enye baridi   cold

mlango uliovunjika   broken door
chakula kisicholika   inedible food

mito isiyopitika   impassable rivers
motokaa iliyoharibika   ruined car

Appendix

Tense/Aspect Markers

Positive:	-na-	ninasoma	'I am studying'
	hu-	mimi husoma	'I usually study'
	-me-	nimesoma	'I have studied'
	-mesha-	nimeshasoma	'I have already studied'
	-li-	nilisoma	'I studied'
	-ka-	nikasoma	'(and then) I studied'
	-ta-	nitasoma	'I will study'
	-ki-	nikisoma	'I-studying, if I study'
Negative	-i	sisomi	'I don't study, I am not studying'
	-ku-	sikusoma	'I didn't study, I have not studied'
	-ja-	sijasoma	'I haven't studied yet'
	-ta-	sitasoma	'I will not study'

Subjunctive

Positive	-e	nisome	'may I study, I ought to study, etc.'
	-si-...-e	nisisome	'I must not study, I am not to study, etc.'

Supplementary List[1]

-a-	nasoma	'I study[2]
-nge- or -ngali-	ningesoma/ningalisoma	'if I would/were to study'[3]
-singe- or -singali-	nisingesoma/nisingalisoma	'if I would not/were not to study'[4]
-sipo-	nisiposoma	'if I don't study'[5]

Examples of Compound Tenses[6]

-li-...-ki-	nilikuwa nikisoma	'I was studying'
-ta-...-ki-	nitakuwa nikisoma	'I will be studying'
-li-...-me-	nilikuwa nimesoma	'I had studied'
-ta-...-me-	nitakuwa nimesoma	'I will have studied'
hu-...-ki-	huwa nikisoma	'I am usually studying'
hu-...-me-	huwa nimesoma	'I usually have studied'
-ku-...-ki-	sikuwa nikisoma	'I wasn't studying'
-li-...-i	nilikuwa sisomi	'I wasn't studying, I never studied'

Notes:

1. This is a list of tense/aspect markers which are not actively introduced in these lessons.
2. The -a- tense/aspect is a kind of present tense; the subject prefixes in combination with this form undergo change. Note: n-a-soma 'I study', w-a-soma 'you study', a-soma 's/he studies', tw-a-soma 'we study', mw-a-soma 'you (pl.) study', w-a-soma 'they study', ch-a-anguka 'it (Class 7) falls', z-a-anguka 'they (Class 10) fall', etc.
3. Various grammars give conflicting descriptions of these forms; see such grammars for details, e.g. Sharifa Zawawi 1971, *Kiswahili kwa Kitendo*. New York: Harper & Row (new edition, The Red Sea Press). The -nge- and -ngali- forms are used to convey supposition, or contrary to fact conditions.
4. It is also possible to negate -nge- and -ngali- by using only the negative subject prefixes, e.g. *singesoma* 'if I were not to study', *hatungesoma* 'if we were not to study.'
5. The -sipo- marker can be viewed as the negative of the -ki- tense/aspect marker.
6. This is just a short list of possible compound tenses. See E.O. Ashton 1944, *Swahili Grammar*. London: Longmans, Green and Co. or other grammars for details.

Monosyllabic Verbs

There is a small set of verbs in Swahili which consist of a single syllable while the great majority of verbs are formed by two or more syllables. Such single syllable verbs, commonly known as *monosyllabic verbs,* behave differently when combined with certain tense/aspect markers and other verbal constructions. The set of monosyllbic verbs includes:

ku-cha Mungu	to fear God	ku-nya	to defecate, urinate, etc.
ku-cha	to dawn, rise (sun)	ku-nywa	to drink
ku-chwa	to set (sun)	ku-wa	to be
ku-fa	to die	ku-wa na	to have (be with)
ku-ja	to come	kw-enda	to go
ku-la	to eat	kw-isha	to come to an end

Two bisyllabic verb stems, *-enda* 'go' and *-isha* 'be finished' are listed because they often behave like monosyllabic verbs.

When monosyllabic verb stems are used with certain tense/aspect markers the *ku-* of the infinitve is also used. This is not the case with bisyllabic or polysyllabic verb stems.

The tense/aspect markers that require the *ku-* of the infinitive are the *-na-* Present, *-li-* Past, *-ta-* Future, *-me-* Present Perfect, *-nge-* Suppositional Condition (pos. and neg.) and *-ngali-* Suppositional Condition (pos. and neg.). The infinitival marker is also used with positve and negative relative verb forms, and with *-sipo-* which is used to negate the conditional function of the *-ki-* tense, thus:

wa**na**kuja	they are coming	wa**nao**kuja	they who are coming
wa**li**kuja	they came	wa**lio**kuja	they who came
wa**ta**kuja	they will come	wa**takao**kuja	they who will come
hawa**ta**kuja	they will not come	wa**sio**kuja	they who don't come
wa**me**kuja	they have come	wa**sipo**kuja	if they do not come
wa**nge**kuja	(if) they would come		
wa**ngali**kuja	(if) they would have come		
wa**singe**kuja	(if) they would not come		
wa**singali**kuja	(if) they would not have come		

The marker *ku-* in not used in this way with the other tense/aspect markers, e.g. *-A-, -ki-, -ka-, -ku-* and *hu-*. Nor is it used in the present negative nor with the positive or negative subjunctive forms, thus:

wa**a**ja	they come
wa**ki**ja	if they come, they-coming
wa**ka**ja	(and) they came
hawa**ku**ja	they did not come (*-ku-* is the past negative marker here)
huja	they usually come
hawa**ji**	they are not coming
wa**je**	they should/ought to/must come
wa**si**je	they should not/ought not/must not come

but: hawa**ja**ja or hawa**ja**kuja 'they have not yet come'

When object pronouns are used with monosyllabic verb roots, *-ku-* is never used regardless of the tense:

wame**ya**la (matunda)	they have eaten them (the fruit)
nina**zi**la (ndizi)	I am eating them (bananas)

The verb *ku-pa* 'to give', formally a monosyllabic verb, is always used with an object prefix and thus is never seen with the *ku-* of the infinitive: *ananipa* 'she is giving me', *watakupa* 'they will give you', *tunaipa serikali kodi* 'we are giving the government taxes'.

Relative Verb Forms[1]

1. The 'Infixed' Relative

wanasoma	wanaosoma	'they who study'
walisoma	waliosoma	'they who studied'
watasoma	watakaosoma	'they who will study'

2. The Suffixed Relative

wasoma	wasomao*	'they who study'

3. The -amba Relative

wao husoma	ambao husoma	'they who usually study'
wamesoma	ambao wamesoma	'they who have studied'
hawasomi	ambao hawasomi	'they who do not study'
hawajasoma	ambao hawajasoma	'they who have not yet studied'

4. The General Negative Relative

wasiosoma	'those who don't study, didn't study, will not study'

5. Relative Counterparts of the Verb 'BE'

mimi ni mwalimu	mimi niliye (ni) mwalimu*	'I who am a teacher'
yule si mwalimu	yule asiye (ni) mwalimu*	'the/that one who is not the teacher'
alikuwa mwalimu	aliyekuwa mwalimu	's/he who was a teacher'
watakuwa walimu	watakaokuwa mwalimu	'they who will be teachers'

6. Relative Counterparts of the Verb 'HAVE'

nina pesa	niliye na pesa*	'I who have money'
yule hana pesa	yule asiye na pesa*	'the/that one who hasn't any money'
alikuwa na pesa	aliyekuwa na pesa	's/he who had money'
watakuwa na pesa	watakaokuwa na pesa	'they who will have moeny'

7. The Relative of Manner

(kama) wanavyosoma	'as/how they study'
(kama) walivyosoma	'as/how they studied'
(kama) watakavyosoma	'as/they will study'

8. The ndi- Emphatic Relative*

yeye anasoma	yeye ndiye anayesoma	'she is the one who is studying'
wanasoma kitabu hiki	hiki ndicho kitabu wanacho(ki)soma	'this is indeed the book they are studying'

[1]Forms not included in the lesson material of this manual are marked by an asterisk.

Tafsiri ya Mazungumzo

Somo la Kwanza (I)

1. *Greetings between two people*

T: Hello, *bwana (or* Hello, *ndugu).*
S: Hello, teacher.
T: How are things?
S: Fine (good, etc.)

2. *How are things (this) morning?*

T: Hello, *bibi.*
S: Hello, teacher.
T: How are things this morning?
S: Very well (very good).

3. *How are things (this) afternoon?*

S1: Hello, *bwana/bibi/ndugu.*
S2: Hello, *bwana/bibi/ndugu.*
S1: How are things this afternoon?
S2: Very well, and how about you?
S1: Just fine!

Somo la Pili (2)

Greetings among many people

T: Hello, students, are you well?
S: Hello, teacher, we are well?
T: How are you (plural)?
S: Very well; lit. (the) news (is) very good.
T: How are the studies?
S: Just fine.
T: Thank you (plural)?

Somo la Tatu (3)

Greetings about others

1. *Is s/he well?*

T: Hello, *bwana/bibi/ndugu*, are you well?
S: Hello, teacher, I'm well.
T: How are things this afternoon/morning?
S: Good/very good/fine.
T: Is Bwana Juma well?
S: Yes, teacher, he is well.

2. *Are they well?*

T: Hello, Mariamu.　　S: Hello, teacher.
T: How are (your) studies?　S: Very well.
T: Are mother and father well?
S: Yes, they are very well.

3. *S/he is sick.*

S: Teacher, how are you, how are things this evening.
T: Very well.
S: Is Catherine well?
T: She is well, but is a little sick.

Somo la Nne (4)

1. *Goodbye!*

S: *Hodi, hodi*!
T: Come in, *bwana/bibi.*
S: *Shikamoo*, teacher.
T: *Marahaba*, student.
S: How are you, teacher?
T: Very fine.
　After conversing a little about a brother at home:
S: Goodbye, teacher.
T: Goodbye until (we) see each other.

2. *Goodbye (plural)!*

S: *Hodi*!
T: Come in (pl.); hello, how are you!
S: We are well.
　After talking together a lot:
S: Goodbye, teacher.
T: Goodbye, students.

3. *Who is (this) person?*

S1: Who is the Swahili teacher?
S2: Mwalimu Deo is the teacher.
S1: *Dada*, is he strict?
S2: No, he's not strict.
S1: Is he an old person?
S2: No, he's not old, he's a young person.

Somo la Tano (5)

1. *Asking names.*

T: Hello, *mzee.*
M: Hello, *bwana*/teacher.
T: How are things this morning?
M: Just fine, and how about you?
T: I'm fine/healthy, thanks.
M: What is your name, teacher?
T: My name is Juma Ali.
M: Thank you, teacher.

Tafsiri ya Mazungumzo

2. Conversing about the teacher

C: *Shikamoo*, mzee.

M: *Marahaba*, child. Who is he?

C: He is a teacher.

M: What is his name?

C: His name is Abdul Ali.

M: The name of the teacher is Abdul Ali?

C: Yes, *mzee*, it's Bwana Abdul Ali.

Somo la Sita (6)

1. Where (are you) from?

T: Where do you come from?

S: I come from N.Y. State.

T: Where do you live now?

S: I live in the dormitory; what about you, where do you live?

T: I live in W.L.A.

S: What street?

T: Wilshire Boulevard.

2. Where (do you) study?

J: Where are you studying now?

A: I am now studying at UCLA.

J: What sort of classes are you taking/What are you studying?

A: I am studying Swahili and linguistics.

J: What about Bill, is he studying Swahili now?

A: Yes, he's also studying Swahili.

J: Who is teaching Swahili?

A: Mwalimu T. and Mwalimu S.

J: Why are you studying Swahili?

A: I want to travel to Tanzania to do research.

Somo la Saba (7)

1. Native born from where?

T: How are you, students?

S: Fine, teacher.

T: Are all of you fine?

S: Yes, all of us are.

T: Say, is Mwalimu S. an American?

S: No, she is not an American, she is a Kenyan.

T: Where is she native of?

S: She is a native of Mombasa, Kenya.

2. Living here.

T: Very well, I want to know where you come from, *bwana/bibi/ndugu* _____.

S: As for me, teacher, I come from L.A.

T: Are you a native of L.A.?

S: No, I'm not a native of L.A., but my family and I, we live here now.

Somo la Nane (8)

1. I don't study French.

T: Bwana Juma!

S: Yes, teacher?

T: Is it true you are also studying French?

S: No, teacher, I am not studying French; I'm only/just studying Swahili.

T: And what about Mariamu, is she studying French?

S: No, she is not studying French.

T: What is she studying?

S: She is just/only studying Swahili.

2. I am not from L.A.

T: Bibi Mariamu!

S: Yes, *mzee*?

T: Do you come from Los Angeles?

S: No, *mwalimu*, I'm not from L.A., I come from San Diego.

T: And what about you (pl.), do you come from San Diego, also?

S: No, we don't come from San Diego, we come from Sacramento.

T: And what about them, do they come from Sacramento?

S: No, they don't come from Sacramento.

T: If they don't come from Sacramento, where do they come from?

S: They come from L.A.

Somo la Tisa (9)

1. Coming and going by car

T: *Ndugu/bwana/bibi*!

S: Yes, teacher?

T: Do you come here to UCLA by car?

S: No, teacher.

T: You have a car, don't you?

S: No, I don't have a car.

T: Do you come to school by bus?

S: No, I don't come by bus, I come by bike.

T: O.K. then, what about you Adija, how/by what means do you come here?

Somo la Kumi (10)

1. *Working.*

T: And you, Fatuma!/And what about you
Fatuma!

S: Yes, *mwalimu*?

T: After studying today, what time will you work?

S: I'll go to work at noon.

T: Where do you work?

S: I work in downtown L.A.

T: Will you go to town by bus?

S: No, *mwalimu*, I won't go by bus, I have a car.

2. *What's the date?*

T: And you A., will you work today?

S: I'm not working now, but I will begin in
March.

T: What date?

S: The tenth.

Somo la Kumi na moja (11)

Paying school fees

T: Aisha!

S: Yes, *mwalimu*.

T: You're a student here at the university, is that
not so/isn't that right?

S: Yes, *mwalimu*, I'm studying here.

T: Are your parents paying your school fees for
you?

S: No, I am working.

T: Will you be working today?

S: No, I'll go to work tomorrow morning at
10:30, after studying Swahili.

T: What time will you get there?

S: At 11:15.

Somo la Kumi na mbili (12)

How much are school fees?

T: Hasani!

S: Yes, mwalimu?

T: You are a student here at UCLA, is that not so?

S: That's correct, *mwalimu,* I'm studying here.

T: How much are the school fees?

S: They are about $230 a quarter.

T: That's $700.

S: It's about $700 a year.

T: Are your parents helping you by paying your
fees?

S: No, they are not helping me, I depend on
myself; I'm working.

Somo la Kumi na tatu (13)

Having an opportunity

T: Say, did you have a chance to study before
coming to class this morning?

S: No, I didn't study; I didn't have time.

T: Why didn't you have time?

S: I was sick last night; therefore/so I was late
getting up this morning.

T: Will you have time to study today?

S: Yes, I'll study tonight around 9:00.

T: Very good, there will be an exam tomorrow.

Somo la Kumi na nne (14)

1. *Where's Juma?*

T: Kathy, you're late.

S: Yes, *mwalimu*, I'm late because the bus was
late.

T: And what about Juma, where is he?

S: I don't know; perhaps he is outside.

2. *Where's the book?*

T: Brian, do you have your book?

S: No, *mwalimu*.

T: Where is it?

S: I don't know, *mwalimu*; it's not here.

T: Is it at home?

S: I don't know; perhaps it is lost.

3. *Where's the watch?*

T: Say, Kathy, what time is it?

S: I don't know, *mwalimu*; I don't have my watch
today.

T: Where is it?

S: It's in my bag; it's broken.

Somo la Kumi na tano (15)

1. *Juma hasn't arrived at school yet?*

T: Where is Juma?

S: I don't know; he's not here.

T: Have you seen him this morning?

S: No, I haven't seen him yet; he hasn't arrived at
school yet.

T: Was he here last week?

S: He wasn't here last Friday, and he didn't come
on Thursday either.

T: Is he sick?

S: Undoubtedly/no doubt.

Tafsiri ya Mazungumzo

2. *The teacher hasn't returned yet*

J: Is *mwalimu* in the office?

A: No, he's not here; he's gone to class, he hasn't returned yet.

J: What time will he return?

A: Perhaps he'll be here at noon.

3. *Where was the student's book?*

T: Do you have your book today?

S: Yes, *bwana.*

T: Where was it yesterday?

S: It was at home.

Somo la Kumi na sita (16)

1. *Where is your watch?*

T: Adija, where is your watch?

S: It's on my wrist.

T: And what about yours, Hasani?

S: Mine is at home.

2. *Whose car?*

T: Did you come here by car, Juma?

S: Yes, *mwalimu.*

T: Is it your car?

S: No, it's not mine.

T: Whose is it?

S: It belongs to my parents.

T: Is it a good car?

S: No, it's not in good shape.

3. *Where was the nice shirt made?*

J: Ali, your shirt is nice; it has a nice color.

A: Thank you, Juma.

J: Where was it made?

A: It was made in Kenya by my friend.

J: Was the cloth for the shirt made there too?

A: Yes, it was made by the *Umoja wa Wanawake* organization.

Somo la Kumi na saba (17)

I was sick yesterday.

T: Bwana Michael!

S: Yes, *mwalimu?*

T: How come you haven't given me your exercise?

S: *Ala!* I've already given you all the exercises, haven't I/isn't that so?

T: No, I don't have exercise 16.

S: Aah, *mwalimu*, I haven't done the exercise yet. I was sick last night; I didn't have a chance to write it.

T: When will you do it?

S: I'll bring it tomorrow.

T: O.K., I'll want it tomorrow.

Somo la Kumi na nane (18)

1. *Going where at the end of the quarter/semester?*

T: Where will you go at the end of the term?

S: I'll travel to N.Y.

T: I don't like N.Y.

S: Why/ for what reason?

T: It's buildings are tall and you can't see the sky.

S: But N.Y. has a lot of culture.

T: Here in L.A. there is a lot of culture too; and besides (furthermore) there aren't many tall buildings (lit. houses).

S: But then how come the air is so dirty?

2. *Large cities*

S: Say, *mwalimu*, are there large cities in East Africa?

T: Yes, there are many large ones.

S: How many are there?

T: There in Kenya there are two or three, such as the capital city Nairobi and Mombasa town.

S: What about Tanzania?

T: Tanzania also has large cities, such as Dar es Salaam.

Somo la Kumi na Tisa (19)

1. *Borrowing a book*

P1: I want to borrow your book, which one is yours?
(P1 is pointing her finger at two books.)

P2: This is mine. *(P2 is pointing at his book.)*

P1: And what about this one? *(P2 is pointing at the another book.)*

P2: This is the library's.

P2: I don't want the library's, I want to borrow yours.

2. *What do you do?*

P1: You usually come to school by car, yes?

P2: That's right, I usually come by car.

P1: Is this car yours?

P2: No, it belongs to my parents.

P1: What do you usually do after school?

P2: I normally go home.

P1: Do you go home to sleep?

P2: No, I generally cook some food first; later/then I study my lessons.

P1: Do you do these things every day?

P2: Yes.

Somo la Ishirini (20)

1. *A certain student's illness*

T: Say, Juma, where were you yesterday?
S: I was sick; I wasn't able to come to school.
T: My sympathies. What did you have?
S: I had a fever.
T: Did you go see a doctor?
S: Yes, he examined me, gave me an injection, and then I returned home to sleep.
T: Is it necessary to go see him again?
S: He gave me some medicine. It's not necessary that I go see him again.

2. *Doing what on Saturday and Sunday*

T: What did you do Saturday and Sunday?
S: I did a lot of things.
T: Did you study Swahili?
S: Yes, I studied a little Saturday morning, and after studying I went to play ball.

Somo la Ishirini na moja (21)

1. *Going to see the doctor again*

T: Is it necessary for you to see the doctor again?
S: Eeh, yes, he told me I am to (should) return tomorrow.
T: What kind of medicine does he want you to use?
S: I just have to rest and drink lots of water; he didn't give me any medicine.
T: Is he a good doctor?
S: Yes, he has a good reputation and a great deal of knowledge/experience. He cares for people very well.

2. *Story telling in Africa.*

T: Who tells stories in Africa?
S: A great many times it's grandmother or grandfather.
T: What must the children do if they want to be told stories?
S: They must remain quiet.
T: Yes, that's right, and in the story of the hare and the tortoise, the hare wanted the tortoise to do what?
S: That he compete with him.
T: What kind of animal is the tortoise?
S: He's a methodical careful animal.

Somo la Ishirini na mbili (22)

S: What time should we come?
T: From 6:00 to 11:00; it's better if you come early; don't be late.

1. *Teacher wants to know the names of things*

T: I want you to tell me the Swahili names of various objects.
S: What sort of things, *mwalimu*?
T: Various things here in the classroom. For example, what is that in front of you, Adija?
S: This is a book, mwalimu.
T: Very good, Adija, and what about that? *(The teacher points to the classroom door; they all are some distance from the door.)*
S: That is a door.
T: Yes, you have answered correctly.

2. *Three friends and the lion*

T: Who are the three people in the lion story?
S: They are three friends and that person there is their friend.
T: Where are they going?
S: They are going there some distance in order to show their skill/bravery. *(In this conversation students and teacher are looking at a picture of the 3 friends in Lesson 21, etc.)*

Somo la Ishirini na tatu (23)

1. *Forgetting books*

T: Open (pl.) your books!
S: *Mwalimu*, I forgot my book; I don't have mine today.
T: Well, read along with Aisha.
S: She didn't bring hers either.
T: It would be a good idea that you not forget them tomorrow.

2. *Wedding customs here in America*

T: There in Africa there are many wedding customs, what about here?
S: Here also, people marry each other in church, and so on.
T: Does everyone marry in church?
S: No, some marry in court, and some have no wedding at all.

Somo la Ishirini na nne (24)

1. *Being invited to a feast*

T: This Friday we will have a feast (party); all of you are invited.
S: Where will it be?
T: It will be at my *(lit.* our) place in the evening.

Tafsiri ya Mazungumzo

2. *Certain wedding customs here*

T: There on the E.A. coast many things are done in order to prepare a wedding.

S: Such things are done here too.

T: There it's possible for a wedding to go on for two weeks.

S: Here it's just one day, but there is a day for giving the bride a lot of presents.

T: What is that day called?

S: It's (*lit.* that is) called a "shower" in English.

Somo la Ishirini na tano (25)

1. *A student doesn't understand grammar*

S: *Mwalimu*, please explain to me the grammar of this sentence.

T: You don't understand it?

S: Yes, that's right.

T: Where were you when I explained it?

S: Forgive me; I wasn't here when you taught it.

2. *Telling/presenting a riddle*

T: When someone wants to tell a riddle, what do they say?

S: They say (One says) *"kitendawili"*.

T: And what do the listeners say?

S: They say *"tega"*.

T: Tell me the meaning of *kitendawili* in English.

S: Its meaning is "riddle" in English.

Somo la Ishirini na sita (26)

1. *Explaining the meaning of words*

T: Juma explain to us the meaning of the following word in Swahili: *kiongozi*.

S: A *kiongozi* is someone who rules a country; for example, Pres. Nyerere was the first leader of Tanzania, he lead Tanzania.

T: And Adija, this word, that is *kitabu*, what meaning does it have?

S: A *kitabu* is something which you read; it's not a letter, but it is something with a hard cover and many pages.

2. *Who is it who wrote the poetry*

T: Who is it who wrote the first poem in lesson 25?

S: The one who wrote it is Amri Abedi.

T: Are all the poems which he wrote about love?

S: No, there are others which he wrote about religion.

T: What sort of poems do you like?

S: I like those which are about love.

T: The poem which was written by Mr. Abedi, is it a love poem or one on religion?

S: It's on love/a love poem.

Somo la Ishirini na saba (27)

1. *Those who haven't yet done the exam*

S: Yesterday I was sick; I didn't do the exam.

T: I'm sorry (to hear that); you better do it tonight.

S: Thank you, *mwalimu,* I'm feeling better.

T: Are there others who haven't done the exam?

S: Yes, there's one other (someone else) who hasn't done it yet.

2. *Asking the meaning of words*

S: *Mwalimu, mtu mzima*, what does it mean?

T: It's a person who is big; he's no longer a child; he has already grown (up).

S: And what's the meaning of *maskini*?

T: A *maskini* is a person who has no money or any other possessions at all.

3. *The beginning of towns*

T: Where did the first towns of E.A. begin?

S: Those which are on the coast started first.

T: Give an example of a town which began during the colonial period.

S: One example, which is upcountry, is Nairobi.

Somo la Ishirini na nane (28)

1. *An examination*

T: At the end of next week we will have an exam.

S: Will we have a review?

T: If we have time there will be a review.

S: If we want to talk with you, may we come to your office?

T: Yes, but call me at the office first, my number is 825-0634.

S: Will the exam be easy.

T: Yes, but for those who don't study it's a hard exam.

2. *Nairobi and Mombasa*

T: As we read in the article in Lesson 27, Nairobi is what sort of city in Kenya?

S: As we read, it's the capital of Kenya.

T: Explain how Mombasa began.

S: It began because of trade; it's a place with a good harbor.

Msamiati

In the following Swahili-English and English-Swahili glossaries Swahili nouns are given in their singular form followed by their plural prefix, e.g., *mtu/wa-* 'person'. In order to find a particular noun, users will have to know its singular form. For further information on noun class prefix shapes see Lesson 14. For nouns whose plural form is identical to the singular—nouns belonging to the N- Class—usually only the singular form is given. In some few cases full plural forms are listed if the shape of the plural form might not be transparent for the beginning student. Class membership on nouns can be inferred from the plural shapes and thus is not specifically marked unless affiliation is unclear, as is the case, for example, with some nouns which begin with the syllable *ma* which are N- Class nouns. When noun class membership is marked, capital letters are used, e.g. M-, MA-, N-, etc. Animate nouns, such as *mama* 'mother', *baba* 'father', *rafiki/ma-* 'friend', and *kinyozi/vi-* 'barber', which govern M-/WA- class agreements are not marked as such. Verbs and adjectives, and similar words which vary in form by the addition of prefixes, are listed as roots or stems, e.g. *-soma* 'read, study', *-kubwa* 'big, large'. Generally speaking, derived verb forms, such as *prepositional* and *passive* verb forms (see Lessons 11 and 16 respectively), are not listed unless their meaning diverges significantly from the meaning of the basic verb stem; thus, *-nunua* 'buy' is listed but not *-nunulia* 'buy for'. Numerals are not listed (except the higher numbers), but can be found in the pagination of the manual at the bottom of each page. Some words are given with references to places in the manual where more detail and further information on usage can be found. In the Swahili-English section all the words used in the manual plus some more commonly used words are included. The English-Swahili section includes all of these plus other more commonly used items which are intended to help students who might need these in doing written assignments.

This glossary is not intended to replace a dictionary. It neither includes all possible meanings or senses for entries nor does it have the detail that a complete dictionary would have. Dated but still useful dictionaries are Frederick Johnston's *A Standard Swahili-English Dictionary* and *A Standard English-Swahili Dictionary*, published by Oxford University Press, 1939. An up-to-date English-Swahili dictionary is available from the Institute of Kiswahili Research, University of Dar es Salaam. There is also a dictionary available online through the African Studies Program at Yale University (The Internet Living Swahili Dictionary at http://www.yale.edu/swahili).

Some abbreviations used in this list are *adj.* (adjective), *adv.* (adverb), *App.* (Appendix), *dem.* (demonstrative), *imp.* (imperative), *inf.* (infinitive), *intrans.* (intransitive), *Loc.* (Locative), *n.* (noun), *pl.* (plural), *pro.* pronoun, *rel.* relative, *sb.* (somebody), *sg.* (singular), *sth.* (something), *trans.* (transitive), *us.* (usually), and *v.* (verb).

Kiswahili - Kiingereza

A

-a of, declined as *wa, ya, za, cha, vya, la, pa*, etc.

-a baridi cold *adj.*

-a binafsi private *adj.*

-a haki just, fair *adj.*

-a juu high, upper *adj.*

-a kale ancient, antique *adj.*

-a kati middle, in the middle *adj.*

-a Kiafrika African *adj.*

-a kiasili traditional *adj.*, see *asili* origin

-a kienyeji traditional, local, native *adj.*, see *mwenyeji* native born

-a kigeni foreign *adj.*, see *mgeni/wa-* guest, stranger, foreigner

-a Kiislamu Islamic *adj.*

-a Kiitaliano Italian *adj.*

-a kijadi traditional *adj.*

-a Kikatoliki Catholic *adj.*

-a kike female *adj.*, see *mke* wife

-a Kimarekani American *adj.*

-a Kirumi Roman, Latin *adj.*

-a kisasa modern, up-to-date *adj.*

-a kitaifa national *adj.*, see *taifa/ma-* nation

-a kiume male *adj.*, see *mume/waume* husband

-a Kizungu European *adj.*, see *mzungu/wa-* European

-a kudumu permanent *adj.*, see *-dumu* last

-a kulia right *adj.*, see *kula* to eat

-a kupendeza pleasing *adj.*

-a kushoto left

-a kutosha enough *adj.*, see *-tosha* be sufficient

-a kwanza first *adj.*, see *-anza* begin

-a lami paved *adj.*, e.g. roads; see *lami* tar, asphalt

-a moto hot, warm *adj.*

-a mwisho last *adj.*, see *mwisho* end

-a mwitu wild *adj.*, see *mwitu* forest

-a nani? whose?

-a pekee unique, solitary *adj.*

-a pili second *adj.*, see *-wili* two

-a zamani old, former, ancient *adj.*

abe see *labeka*

abiria/ma- passenger

-abudu worship

-acha leave be, let, allow; leave off, quit, stop, **-achana** separate, divorce

ada fee (N-)

adabu good manners, behavior

adhabu punishment, **-adhibu** punish

-adhimisha celebrate, commemorate a anniversary, birthday, etc.

adui/(ma-) enemy (MA- or N-)

afadhali better, preferable, see (*ni*) *afadhali* it would be better

afisa/(ma-) officer, official (MA- or N-)

afisi office, also *ofisi*

Afrika Africa

afya health

-aga say goodbye, take leave, **-agana** say goodbye to one other

-agiza order, place an order, **agizo/ma-** instruction, order

ahadi promise *n.*, **-ahidi** promise *v.*

aina kind, type

ajabu wonder, something amazing, incredible

ajali accident

ajili sake, account, purpose, see *kwa ajili*

-ajiri hire, employ

-ake his, her, hers; see *-angu, -ako, -etu, -enu, -ao*

akili intelligence, brains

akina folk, *akina mama*, women folk, also *kina*

-ako your, yours; see *-angu, -ake, -etu, -enu, -ao*

ala! oh! *exclamation*

alama sign, symbol

alasiri afternoon, around 3 - 4 p.m.

alfajiri dawn, very early in the morning, around dawn

Alhamdulilahi praise be to God

alhamisi Thursday

-alika invite

ama or

amani peace, solitude

amba- who, which, what, that, see Lesson 27

-ambia say to, tell

-ambukiza infect (with disease)

Amerika America, also *Marekani*

-amini believe, trust

-amka wake up, get up, **-amsha** wake sb up

-amkia greet, see *maamkio* greetings; also **-salimia**, **-amkiana** greet one another, **amkio/ma-** greeting

-amua decide, arbitrate, make up one's mind

-andaa prepare, lay out, serve (esp. food)

-andaliwa be served (as of food)

-andika write

-angalia look at, watch out for, be careful, pay attention, take care

-angu my, mine, see *-ako, -ake, -etu, -enu, -ao*

-anguka fall, **-angusha** drop, cause to fall

-anika set out to dry or air

anwani address

-anza begin, **-anzia** start from, begin with, **-anzisha** initiate, cause to start/begin

-ao their, theirs, see *-angu, -ako, -ake, -enu*

Arabuni Arabia

ardhi land

-arifu inform

arobaini forty

arusi wedding, wedding ceremony and celebrations; also *ndoa, harusi*

asante thanks, thank you (sg.), also *ahsante, akhsante*, **asanteni** thanks, thank you (pl.)

-asi rebel

asili origin, source, ancestry, see *kwa kiasili* traditionally

asilimia percentage, < *asili* source + *mia* hundred

askari/ma- policeman, soldier, guard

asubuhi morning; *asubuhi na mapema* early in the morning

-athiri affect

ati expression of surprise or doubt

au or; also *ama*

-azima borrow, lend

-azimia intend, resolve

B

baada ya after. See Note 4, Lesson 4

baadaye afterwards, later

baadhi ya some of

baba father, respectful title for a married male

baba mdogo father's brother, paternal uncle; see *mjomba* maternal uncle

Baba Taifa Father of the Nation

baba wa kambo stepfather

babu/ma- grandfather; ancestors (in the pl.)

badala ya instead of

-badili change, **-badilika** be changed, undergo change, **-badiliko/ma-** change *n.*, **-badilisha** change sth, make a change

bado yet, still
bafu bathroom
bahari sea, ocean
bahasha envelope
bahati luck
baina ya between, among
-bainisha distinguish
baisikeli bicycle
bakuli/(ma-) bowl (MA- or N-)
bali but, but rather, but on the contrary, see *lakini*
balozi/ma- consul, ambassador
-bana squeeze
bandari/(ma-) harbor, port (N- or MA-)
bao type of board game with 32 or 64 holes and seeds or pebbles as counters
bao/ma- large board, plank
bara/(ma-) mainland, up-country, inland; continent (N- or MA-)
Bara Hindi India
barabara road, highway, main thoroughfare
barafu ice
baraka blessing
baridi cold
baridi yabisi rheumatism
-bariki bless, **-barikiwa** be blessed
barua letter
basi well, then, well then
basi/ma- bus
-baya bad
bayolojia biology, also *baiolojia*
be see *labeka*
-beba carry (in the arms or on the head)
bega/ma- shoulder
bei price, *bei ya jumla* wholesale price, *bei ya rejareja* retail price
bendera flag
benki bank
beseni/(ma-) basin (N- or MA-)
betri battery
bezo/ma- scorn, scornful word or action
biashara business, commerce, trade
bibi arusi/ma- bride, also *biarusi*
bibi/ma- ms., mrs., miss, lady
biblia Bible
-bichi raw, unripe, green
bidhaa merchandise, goods, commodities (N- pl.)
-bidi oblige, be an obligation for, e.g. *inambidi aende* it is necessary for him/her to go
bila without
bila shaka without doubt, undoubtedly
bilauri drinking glass
bin son of
binadamu human being, also *mwanadamu*
binamu paternal cousin

bingwa/ma- capable person, expert, champion
binti/ma- daughter
biriani cooked dish of rice and other ingredients, often meat
birika/ma- teapot, kettle
-bisha hodi call *hodi* to seek entrance. See Note 1, Lesson 4
-bivu ripe
biya beer
bisi popcorn
bomba pump
-bomoka collapse, fall down
bonde/ma- valley
bora best, better
bora kuliko better than
-bovu rotten, bad
buibui/(ma-) black cloth worn by Moslem women as a veil (N- or MA-)
buluu blue
bunduki gun
bunge/ma- parliament, legislature, congress
-buni guess
bure free, for free, for nothing; useless
-burudisha refresh, cool
bustani garden, park
bwalo dinning hall
bwana arusi/ma- bridegroom
bwana/ma- mr., sir; husband, gentleman (as an address)
bweni/ma- dormitory

C

-cha dawn, come up (the sun); fear God
-chache few
-chafu dirty
-chagua select, choose, pick out
chai tea (N- sg.)
chakacha kind of dance (N-)
chaki chalk (N-)
chakula/vy- food, **chakula cha asubuhi** breakfast, also *chamshakinywa*; **chakula cha jioni** dinner, supper, **chakula cha mchana** lunch, see *kula* to eat
chama/vy- society, organization, party, association, **chama cha siasa** political party, **chama cha ushirika** cooperative
chamshakinywa/vy- breakfast, see *-amsha* wake up, *kinywa* mouth
-chana comb *v.*
chandarua/vy- mosquito net
-changamfu cheerful, full of life, lively *adj.*
-changanya mix, mingle, blend
-chanja vaccinate, make incision, cut into; split

-chapa print

chapati type of fried, flat bread (N-)

chatu python (N- animate)

-cheka laugh, **-chekesha** cause to laugh, amuse

-chelewa be late

-chemka boil, be boiling, **-chemsha** boil sth

cheo/vy- status, rank

cheti/vy- chit, note, certificate, ticket

-cheza play, dance *cheza ngoma* dance and sing, see *ngoma*

-chimba dig, excavate

chini down, on the ground, **chini ya** below, under

-chinja slaughter

-choka be(come) tired

-choma burn; roast meat, cook on open fire; stab, see *-ungua* be burnt

chombo/vy- vessel, container, dish, utensil, tool, furniture

-chonga carve

choo/vyoo toilet, bathroom, latrine, lavatory, see *msala/mi-, bafu, -enda haja* go to the bathroom (polite), **choo kidogo** urine, also *mkojo/mi-,* **choo kikubwa** excrement, stool, also *mavi, kinyesi*

-chora draw, scribble

chui leopard

chuki hate *n.*, **-chukia** hate *v.*

-chukua take, carry, convey

-chuma pick (e.g. fruit, vegetables)

chuma/vy- iron, metal

chumba/vy- room, **chumba cha kulalia** bedroom, also *chumba cha kulala*, **chumba cha kulia** dining room, also *chumba cha kula*

chumvi salt (N-)

-chunga herd cattle, take care of cattle

-chungu bitter *adj.*

chungu/vy- pots

chungwa/ma- orange

chuo/vy- school (traditionally a Koranic school), college

chuo kikuu/vy- university, pl. *vyuo vikuu*

chupa bottle (N-)

-chwa set, come down (the sun)

D

dada elder sister, but also sister in general

daftari/ma- notebook

daima always

dakika minute/s

daktari/ma- doctor

damu blood (N-, us. sg.)

darasa/ma- class room, class (also N-)

dau/ma- sailboat

dawa medicine (N- and MA-)

debe/ma- tin container (large square 4 gallon size)

demokrasi democracy

deni debt

dereva/ma- driver

deski desk

desturi custom

dhahabu gold

dhaifu weak *inv. adj.*

dhambi sin

-dhani think, suppose

-dharau despise, scorn

-dhuru harm

digri degree

dini religion

dirisha/ma- window

-dogo little, small *adj.*

dola dollar

donda/ma- ulcer, large sore; *donda ndugu* tropical ulcer

-dondoa pick up bit by bit, grain by grain

duara circle

duka/ma- store, shop

duma cheetah

-dumu last, endure, be permanent, **-dumisha** perpetuate, preserve, cause to last long

dunia world, earth

E

eeh! yes *affirmative exclamation*

-ekundu red, bright in color *adj.*

-elekea go in a certain direction, be headed to, face a certain direction, **-elekeza** direct, guide, show the way

-elewa understand, **-eleza** explain, make clear, **elezo/ma-** explanation (us. in the pl.)

elfu/ma- thousand

elimu education, knowledge, **-elimika** be educated, **-elimisha** educate sb

elimu ya jamii sociology

elimu ya maktaba library science

elimu ya mimea botany

elimu ya nafsi psychology, also *saikolojia*

elimu ya siasa political science

-ema good, us. in a moral sense, see *njema*

-embamba thin, narrow

embe/ma- mango

-enda go, **-enda haja** go to the bathroom (polite form), **-enda madukani** go shopping, **-enda zake** go one's way, **-endea** go to/for/toward

-endelea continue, go on and on, make progress

-endesha drive, operate (us. followed by *gari,
motokaa, baisikeli,* etc.)

eneo/ma- area, range, sphere of influence

-enu your, yours, pl.; see *-angu, -ako, -ake, -etu,
-ao*

-enye having, possessing, with. See Note 3,
Lesson 21

-enyewe self, oneself. See App., p. 230

-epesi quick, fast; light

-epuka avoid, also *-epa*

eropleni airplane, see *ndege* bird, airplane

-etu our, ours, see *-angu, -ako, -ake, -enu, -ao*

-eupe white, light in color

-eusi black, dark in color

F

-fa die, also *kufa.* See App., p. 233, **-fa macho**
become blind (lit. die the eyes), **-fa moyo** lose
heart, despair

-faa be of use (to), suitable, appropriate

-fagia sweep, see *ufagio/fagio* broom

-fahamu understand, know, **-fahamika** be
understood

fahari pride (in a positive sense)

fahirisi index, table of contents

faida profit, gain

faini fine

falsafa philosophy

familia family

-fanana resemble, be alike, be like each other, be
similar

-fanya do, make; **-fanyia** do to/for, make for,
-fanya haraka hurry, hurry up, **-fanya kazi**
work, do work

-fariji comfort

-fariki pass away, die (polite), see *-fa* die

fasihi literature

-fasiri translate, also *tafsiri n. and v.*

-faulu succeed

fedha money, silver

-ficha hide, conceal

-fika arrive

-fikiri think, **fikira** thought (N-), also *fikara*

fimbo staff, cane, walking stick

fisi hyena

fizikia physics

fomu form, document

foronya pillowcase

-fua nguo wash clothing, do laundry

-fuata follow, see *kufuata* according to

-fuga breed, keep, rear, tame, domesticate
(animals)

-fukuza chase away, **-fukuzana** chase each other

fulana undershirt (from flannel)

fulani so-and-so, certain; used when the name of
a person is unknown

-fumbua figure out a mystery, puzzle,
fumbo/ma- puzzle, riddle, mystery

fundi/ma- skilled worker, craftsman

-fundisha teach, educate, instruct

-funga tie, close, shut, fasten, **-funga ndoa** marry,
tie the knot, **-fungua** open, unfasten, untie

fungu/ma- pile, portion, heap

-fungua see *-funga*

-funika cover, **-funikia** cover with, for

-fupi short *adj.*

-furahi be happy, **furaha** happiness, joy,
-furahisha make sb happy

G

-ganda freeze, stick together or to a surface

gani? what kind? what sort?

gari/ma- vehicle, **gari la moshi** train

gauni dress, gown

gavana/ma- governor

-gawa divide, **-gawanya** distribute, share with

gazeti/ma- newspaper

gereza/ma- jail, also *jela*

-geuka be changed, be altered, **-geuza** transform,
change sth, turn over

ghafula suddenly, also *kwa ghafula, ghafla*

ghali expensive

gharama expense

ghorofa story, storey (of a building), also *orofa*

gilasi drinking glass, also *bilauri*

giza darkness

gogo/ma- log

-goma strike, refuse to work

-gombana quarrel with, argue with

-gonga hit, knock

-gongana collide

goti/ma- knee

gugu/ma- weed

-gumu hard, tough

-gundua discover, uncover, find out, see
ugunduzi research

guni free verse

gunia/ma- bag, sack

gurudumu/ma- wheel

-gusa touch

H

h-... this *dem.* (*huyu, hawa, huu, hii,* etc.). See
Note 3, Lesson 24 for complete list

h-...-o that *dem.*; (*huyo, hao, huo, hiyo,* etc.). See
Note 3, Lesson 24 for complete list; see *-le* that

haba little (in quantity), few

habari news, *habari gani?* what's the news/how are things

habari za sarufi grammar notes

hadharani publicly, in public

hadhi status

hadi to, up to, until

hadithi story, narration, **-hadithia** tell, narrate

hafifu weak, light, flimsy, low quality *inv. adj.*

hai alive *inv. adj.*; see *uhai*

haja need; also *kuwa na haja* to have to go to the bathroom, *-enda haja* go to the bathroom

haki justice, right

hakika certainty, reality, fact, see *kwa hakika*, **-hakikisha** make sth certain

halafu later, and then, afterwards

halali legal, lawful (*inv. adj.*) also *-a halali*

hali condition, situation, state, *u hali gani?* How are you? **hali kadhalika** likewise, **hali ya hewa** weather

-hama move from; **-hamia** move to, **-hamisha** transfer, move sb/sth

hamaki anger, also *hasira*; see *-kasirika* be angry

hamsini fifty

hamu desire, craving

hapa here (specific location close to speaker)

hapana no, also *la*

hapo then, there (specific time/place referred to), **hapo kale** then long ago, once upon a time, **hapo mwanzoni** there/then in the beginning, **hapo zamani** then long ago, once upon a time

-hara have diarrhea, **-hara damu** have dysentery

haragwe/ma- bean

haraka haste; quickly, fast *adv.*

-haribu spoil, damage, ruin, **-haribika** be ruined, damaged, harmed

hasa especially, also *haswa*

hasara loss, damage

hasira anger, also *hamaki*, see *-kasirika*

haswa especially, also *hasa*

hata up to, even

hatari danger

hati document, certificate

hatua step, procedure

haya alright, o.k.

hazina treasure

hebu well, then, an expression to draw attention

hekalu temple

hekima common sense, wisdom

hereni earring

heri happiness, blessings, good fortune

herufi letter, letter of alphabet

-hesabu count, **-hesabiwa** be counted, be estimated, **hesabu** mathematics, accounts

-heshimu respect, honor *v.*, **heshima** respect, honor, dignity

hewa air, atmosphere

-hifadhi preserve, guard, protect

hila trick

hindi/ma- corn (maize) grain, see *muhindi/mi-* corn plant

-hisi feel, also *-ona* see, feel, *-sikia* hear, feel

historia history

-hitaji need, require, see *mahitaji* requirements

hivi about, approximately *adv.*; these (VI-) *dem.*

hivi karibuni recently, shortly

hivyo thus, so, in that way *adv.*; those (VI-) *dem.*

hodari brave; clever, intelligent; skillful, see *uhodari* bravery; skill

hodi hello. See Note 1, Lesson 4 for usage; see *-bisha hodi*

homa fever, **homa ya malaria** malaria

hospitali hospital

hoteli/ma- hotel, restaurant

hotuba speech

-hudhuria attend, be in attendance

huko there (at a indefinite place mentioned previously), there (where you are)

huku while *adv.*; around here (where I am) *dem.*

humo in there (place referred to)

humu in this place, in here, here inside

huru free *inv. adj.*, see *uhuru* freedom

-hurumia have pity on, **huruma** kindness, sympathy, pity

-husu concern, be of concern to, regard, **-husiana** be related to, be in relation to

huzuni sadness, sorrow

I

-iba steal

ibada worship

idara department

idhaa broadcast (radio)

ijapokuwa even though, see *ingawa*

ijumaa Friday

ila except, also *isipokuwa*

ili in order that, so that

imani creed, belief, ideology, conviction

imara strong, firm, durable, stable *n.* and *adj.*, **-imarisha** strengthen sb/sth, make strong

-imba sing, see *wimbo/nyimbo* song

ingawa although, even though, also *ingawaje*

-ingi much, many

-ingia go in, enter, **-ingiza** cause to enter

-ingine other, another, some

injinia/ma- engineer, also m(u)handisi

insha written composition, essay

-inua raise up, lift up
-inuka stand up, get up, rise up
irio a type of food (from Kikuyu)
-isha finish, come to an end, see *mwisho* end,
  -ishia finish up/with, see *-maliza* finish sth
-ishi live, also *-kaa*
ishirini twenty
isimu ya lugha linguistics, also *isimu*
isipokuwa except, also *ila*
-ita call
-itika respond, affirm

J

-ja come. See Note 3, Lesson 9
-jaa be filled, **-jaza** fill sth
jabali/ma- rock, boulder, see *jiwe* stone
-jadiliana debate, discuss
jahazi/ma- dhow (Arab type sailing vessel)
jaji/ma- judge
jalada/ma- cover of a book
-jali care, have concern, be concerned
jamaa family; family member, relative
jambo/mambo matter, thing (abstract), affair,
  business
jamhuri republic
jamii society
jamvi/ma- mat
jana yesterday
jangwa/ma- desert
jani/ma- leaf; *plural*: grass, vegetation, leaves
-jaribu try, make an effort
jasho/ma- sweat, perspiration, *-toka jasho* sweat,
  perspire
-jaza see *-jaa*
je question particle; indicates a question follows;
  has various translations. See Note 3, Lesson 3
jela jail, also *gereza*
jemadari/ma- general, commanding officer
jembe/ma- hoe
-jenga build, **-jengwa** be built, **jengo/ma-**
  building, also *jumba/ma-*
jeshi/ma- army
-ji- oneself, himself, etc., *reflexive pro.* See p. 78
-jibu answer a question, **jibu/ma-** answer, reply
jicho/macho eye
-jifunza learn
jiko/majiko *or* **meko** kitchen, stove, hearth;
  hearth stones (*meko*)
jimbo/ma- state, province
jina/majina name, heading, title
jinai crime
jino/meno tooth
jiografia geography

jiolojia geology
jioni evening, about 4 p.m. to 6 p.m.
jirani/ma- neighbor
-jistarehesha entertain oneself
-jitahadhari be careful, be on guard
-jitahidi make an effort, try hard
-jitegemea rely on oneself, be self reliant, be self
  sustaining
jivu/ma- ash
jiwe/mawe stone
joto/ma- heat
-jua know, **-julikana** be known, **-julisha** inform,
  make known
jua/ma- sun (pl. rare)
juhudi effort, endeavor
juma/ma- week, also *wiki*
jumamosi Saturday
jumanne Tuesday
jumapili Sunday
jumatano Wednesday
jumatatu Monday
jumba/ma- building, see *nyumba* house,
  chumba/vy- room
jumbe/ma- headman, chief
jumla sum, total, a lot, total number, total
  amount, see *kwa jumla* altogether
juu above, high, up, **juu ya** about, concerning
juzi/ma- day before yesterday

K

-kaa live; stay; sit; **-kaa kitako** sit down
kaa crab
kaa/ma- charcoal (us. pl.)
-kaanga fry
kabati cupboard
kabiji cabbage, also *kabichi*
kabila/ma- tribe, ethnic group
kabisa fully, completely, totally *adv.*
kabla ya before (followed by infinitive)
kaburi/ma- grave
kadha wa kadha so forth, so on
kadhaa various, several, from Arabic; see
  mbalimbali
kadhalika and so on, et cetera, likewise
kadhi/ma- Moslem judge, religious leader
kadi card
-kagua inspect
kahawa coffee (N-, us. sg.)
kaka elder brother, also brother in general; also
  title of respect for family friend
kalamu pencil, pen
kale the past, olden times, former ages, antiquity

-kali strict, hard, tough, sharp, bitter, fierce, pungent, etc. (sense depends on the noun, e.g. *kisu kikali* sharp knife, *mbwa mkali* fierce dog, *jua kali* scorching, hot sun, *homa kali* high fever)

kama if, as, like, such as, about, around

kama hivi such as the following, as following

-kamata catch, **-kamatana** catch each other

kamati committee

kamba rope

kamili complete, perfect *inv. adj.*

kampuni company

-kamua milk, squeeze out liquid, **-kamuliwa** be squeezed, be milked

kamusi dictionary

kamwe not at all; not in the least, also *hata kidogo*

Kanada Canada

kando side, edge, **kandoni** aside, on the side

kanga cloth used as a wrapper by women

kanisa/ma- church

kanuni rule, canon, general rule, principle

kanzu long, usually white, gown worn by men

kao/ma- headquarters, residence

karamu feast, party

karani/ma- clerk, secretary

karatasi paper

karibu come in, welcome; nearly *adv.* **karibu na** near, close to; also *karibu ya*, **-karibia** approach, draw near, **-karibisha** welcome sb, see *hivi karibuni* recently, shortly

karne century

karoti carrot

kasa less, also *kasoro*, **kasarobo** less a quarter, quarter past. See Note 1, Lesson 11

-kasirika be angry, see *hasira* anger

kasisi/ma- pastor, usually Protestant

kaskazi northeast monsoon; summer, also *kiangazi*, **kaskazini** north

kasoro less (in telling time). See Note 1, Lesson 11, also *kasa*

kaswende syphilis, see *sekeneko*

-kata cut, slice, **-kata shauri** decide, **-kata tamaa** despair

-kataa say no, refuse, deny, negate, **-kataza** forbid, refuse sb

kati middle, center, among, between, also *katikati*

katika in, on

-katili cruel *inv. adj.;* **mkatili/wa-** cruel person

-kauka dry up, be dry*,* **-kausha** dry up, **-kavu** dry

kawaida usual thing, custom, normal, see *kwa kawaida* usually, normally, customarily

-kawia delay, loiter, see *-chelewa* be late

kazi work *n.* see *-fanya kazi* work *v.*, *kazini* at work

kelele noise, shouting

kemia chemistry

kengele bell

kesho tomorrow, **kesho asubuhi** tomorrow morning, **kesho kutwa** day after tomorrow

Kiafrika African, African way

kiangazi hot season, summer

Kiarabu Arabic, Arabic way

kiasi amount, some amount, estimated amount; approximately, moderately *adv.*

kiasili traditional way, original way, see *kwa kiasili* traditionally

kiatu/vi- shoe

kiazi/vi- potato, also *kiazi ulaya*, **kiazi kitamu** sweet potato

kibaba/vi- measure (used in measuring)

kibali/vi- permits

kibanda/vi- hut, shack, stall

Kibantu Bantu language family, Bantu way

kibao/vi- small piece of wood, thus shelf, stool, bench, etc., see *bao* plank

kibiriti/vi- matches, also *kiberiti*

kiboko/vi- hippo; whip

kibuyu/vi- gourd

kichaa/vi- insanity, mental illness (us. sg.)

kichaka/vi- bush

kichwa/vi- head

kidini in a religious way *adv.*

kidogo a little bit, somewhat, a little *adv.*

kidole/vi- finger

kidonda/vi- sore

kidonge/vi- pill, small lump

kienyeji native language, way, custom

kifaa/vi- useful thing, implement, ingredient

kifafa epilepsy

Kifaransa French language, way, custom, habit

kifo/vi- death, see *-fa* die

kifua/vi- chest, **kifua kikuu** tuberculosis

kifungo/vi- button, see *-funga* close, tie, fasten

kifuniko/vi- cover, lid, see *-funika* cover

Kihindi Indian language, way, custom

Kiingereza English language, way, custom

Kiislamu Moslem language, way, custom

Kiitaliano Italian language, way, custom

kijana/vi- youth, young person

kijiji/vi- village, see *mji/miji* town, city

kijiko/vi- spoon, see *mwiko* ladle, *jiko* kitchen

kikapu/vi- basket

Kikatoliki Catholic way, manner, mode

kike female way, manner, mode, see *mke* wife

kikohozi/vi- cough *n.*, **-kohoa** cough *v*

kikombe/vi- cup

Kikristo Christian way, custom, habit, religion

kikundi/vi- small group

kila each, every (precedes the noun it modifies)

kilima/vi- hill, see *mlima* mountain

kilimo/vi- agriculture, farming, also *ukulima,* see *-lima* farm

kilomita kilometer

-kimbia run, run away, run from, **-kimbilia** run to/toward

kimya silence, silent, silently

kina/vina rhyme (us. pl.)

kinga defense, protection; see *ukimwi* AIDS

kinu/vi- mortar

kinyozi/vi- barber, see *-nyoa* shave

kinyume opposite, backwards

kinywa/vi- mouth, mouth opening, the inner mouth; see *mdomo* mouth, lip

kinywaji/vi- drink, beverage, see *-nywa* drink

kiongozi/vi- leader, see *-ongoza* lead

kioo/vi- mirror

kipande/vi- piece

kipimo/vi- measurement, see *-pima* measure

kipindi/vi- period, portion of time, term, school term, see *muhula*

kipindupindu/vi- cholera

kipupwe cool season, "winter" (June-August)

Kirumi Latin language; Roman language, way, custom, habit, religion

kisahani/vi- saucer

kisasa modern way *adv.* see *-a kisasa adj., sasa* now

kisha then, after that, afterwards, later, see *halafu*

kishindo/vi- noise

kisima/vi- a well

kisiwa/vi- island

kisonono gonorrhea (us. sg.)

kisu/vi- knife

Kiswahili Swahili language, way, custom, habit

kitabu/vi- book

kitambaa/vi- cloth, material

kitana/vi- hair comb

kitanda/vi- bed

kitendawili/vi- riddle

kitendo/vi- action, activity, see *-tenda* do

kiti/vi- chair

kitu/vi- thing

kitunguu/vi- onion

kituo/vi- station, stopping place, bus stop, see *-tua* land, settle, alight

kiu thirst

kiumbe/vi- created thing, see *-umba* create

kiume male, see *-a kiume adj., mume* husband

kiuno/vi- waist

kivuli/vi- shadow

kiwanda/vi- factory

kiwango/vi- level (of education, salary), standard (of living)

kiwanja/vi- field, plot, playing field, **kiwanja cha mpira** football field, **kiwanja cha ndege** airport, see *uwanja* field

Kiyahudi Jewish way, custom, habit, religion, see *M(u)yahudi/wa-* Jew

Kizungu European language, in the European style, see *Mzungu* white person

kizunguzungu dizziness (pl. not common)

kobe tortoise

kodi tax, rental fee, rent, **-kodi** rent, hire sth, **-kodisha** rent out

kofia hat, cap

-kohoa cough *v.,* see *kikohozi n.*

koloni colony, see *ukoloni* colonialism

-koma come to an end

-komaa mature, be mature, be fully grown

-konda be(come) thin

konde field, cultivated field

kondoo sheep

koo throat

-kopa borrow money, get a loan, **-kopesha** lend money

korongo/ma- crane, stork

korti/ma- court

-kosa make a mistake, miss, sin, err, lack

kosa/ma- mistake, error

koti/ma- coat, jacket

-kua grow up, grow, increase in size, esp. humans and animals; see *-kuu*

kuanzia to begin with; beginning

-kubali agree, accept, concede, **-kubaliwa** be accepted

-kubwa big, large *adj.*

kucha to dawn, to rise (sun); *kumekucha* it has dawned, **kuchwa** to set, to go down (sun), *kumekuchwa* the sun has set. See App., p. 233

kucha to fear God. See App., p. 233

kufa to die. See App., p. 233

kufuata according to

kuhusu concerning, *-husu* concern

kuja to come. See App., p. 233

kujitegemea self-reliance, see *-jitegemea*

kuku chicken

kula to eat. See App., p. 233

kule there (distant general loc.); see *huko* there (at a place referred to), see *-le* that, *h-...-o* that

kuliko more than

kulingana na in comparison with/to, compared to

kumbe! exclamation to show surprise

-kumbuka remember, **kumbukumbu** memorial, remembrance, **-kumbusha** remind sb

kumi ten

-kuna scratch, grate, *-kuna nazi* grate coconuts
kuna there is, there are
kundi/ma- group
kuni firewood (N-, pl; see *ukuni* stick of firewood
kunywa to drink. See App., p. 233
kupa to give (always used with object prefix)
kura vote *n.*, *-piga kura v.*
Kurani Koran
-kusanya collect, gather
kusi cool season, southwest monsoon
kusini south
-kuta find
-kutana meet, see *mkutano/mi-* meeting
kutwa all day
-kuu major, chief, important, see *-kua* grow up,
   -ku(u)kuu worn out, old *adj.*
kuwa to be, become, exist, **kuwa na** to have.
   See App., p. 233
kuzingira to surround, surrounding
kwa with, by, to, for, in respect to; the many
   meanings of *kwa* should be learned in context.
kwa ajali accidentally, by accident
kwa ajili ya on account of, for the sake of
kwa bahati nzuri fortunately, by good luck
kwa ghafula suddenly
kwa hakika certainly, indeed, for sure
kwa haraka in a hurry, quickly
kwa hasira angrily
kwa heri (ya kuonana) goodbye (until we see
   each other again)
kwa hivyo therefore, so, in that way
kwa jumla altogether, in all, in general;
   wholesale, also *kwa ujumla*
kwa kawaida usually, customarily
kwa kiasili traditionally
kwa kidini religiously, according to religion
kwa kifupi briefly, in short
kwa Kiswahili by, in, into Swahili
kwa kuwa because, also *kwa sababu gani*
kwa kweli truly, in truth
kwa maana because
kwa makini attentively, calmly
kwa mfano for example, as an example
kwa miguu on foot, by foot
kwa mkono by hand
kwa moyo by heart
kwa muda for a period of time
kwa mujibu wa according to
kwa namna gani in what way, how
kwa nguvu forcefully, by force
kwa nini? why?
kwa sababu because
kwa sababu gani? why, for what reason?
kwa sauti loudly, aloud

kwa siri secretly
kwa ufupi in short, in brief, briefly
kwa upande mwingine on the other hand
kwa upande wangu for my part, as for me, also
   kwa upande wako/wake, etc. for your/his part
kwa upesi quickly
kwa urahisi easily
kwa vile since
kwa wingi abundantly, in the plural
kwake her/his home, her/his place, see *kwangu,*
   kwake, kwetu, etc.
kwako your (sg.) home, your (sg.) place
kwamba that *conj.*, see *-amba* who, which, that
   rel. pro. See pp. 192-193
kwangu my home, my place, at my home/place
kwani for, because
kwanza first, also *-a kwanza,* see *-anza* begin
kwao their home, their place; at/to/etc. their
   home; although plural this has singular reference
   as well, that is, it can mean at his/her home/place
kweli true
kwenda to go. See App., p 233
kwenu your (pl.) home/place; at/to/etc. your
   home; also has sg. reference thus, at your (sg.)
   home/place
kwenye at, to, on, where there is (*ku-enye* where
   ku- is a loc. prefix and *-enye* having; see *penye*
kwetu our home/place, at/to/etc. our home/place;
   also has sg. reference thus, at my home/place
kwisha to finish, reach an end. See App., p 233

L

la no, see *hapana*
-la eat, also *kula*. See App., p. 233
labe see *labeka*
labeka yes. See Note 2, Lesson 8
ladha taste
laini soft *inv. adj.*
lakini but
-lala sleep, lie down, **-lala usingizi** sleep a sleep,
   -laza put to bed, admit to (hospital)
-lalamika complain, **lalamiko/ma-** complaint *us
   pl.*
lami tar, asphalt
-laumu blame
-laza see *-lala* sleep
lazima necessity, obligation, **-lazimu** be
   obligated, *inanilazimu* I must, lit. it is an
   obligation for me
-le that (*distal dem..*); *yule, wale, ule, ile*, etc. see
   Note 3, Lesson 22
-lea rear, raise, nurture, bring up (esp. children)
lelemama kind of dance

lengo/ma- aim, objective, target, see *-lenga* take aim

leo today, **leo asubuhi** this morning

-leta bring, **lete** bring! *imp.*

-lima cultivate, farm, see *mkulima* farmer

-linda protect, defend, guard

-lingana be similar to, be compared with, match, **-linganisha** compare, equate

lini? when?

-lipa pay, **lipo/ma-** payment

lo! exclamation to show surprise

lori/ma- truck

lugha language

M

maabara laboratory (N-)

maalumu special, specific, notable *inv. adj.*

maamkio greetings, see *-amkia* greet

maana meaning; cause, reason (N-), **maana yake nini?** what does it mean?, **maanake** it's meaning

maandamano demonstration, parade, see *-andamana* go in procession, go together

maandiko writing, also *maandishi*; see *-andika* write

maarifa information, knowledge, see *-arifu* inform, **maarufu** important, famous, reputable, well known, unique *inv. adj.*

mababu ancestors, see *babu* grandfather

mada topic, subject (N-)

madaraka responsibilities, duties, obligations (us. MA-)

madhumuni purpose, intention (MA-)

maelfu thousands

maendeleo development, progress, see *-endelea* go on, make progress

mafanikio success, accomplishment, achievement (MA-), see *-fanikia* succeed

mafua cold, sickness involving the chest, see *kifua* chest

mafuta oil (MA-)

magharibi west, the time the sun sets (N-)

mahaba love, friendship (MA-)

mahakama court (N-)

mahali place (requires loc. agreements, us. PA-)

mahari dowry, bride wealth (N-)

mahindi corn grain, see *muhindi/mi-* corn plant

mahitaji needs, requirements, see *-hitaji* need, require

mahututi critically ill, in critical condition, close to death *inv. adj.*

maili mile (N-)

maisha life, see *-ishi* live

majadiliano discussion(s), debate(s), see *-jadiliana* discuss, debate

maji water (MA-), **maji (ya) baridi** cold water, **maji (ya) moto** hot water, **maji matamu** fresh water, **maji ya matunda** juice

majira season (N-)

majivuno conceit, pride, see *-jivuna* be conceited, brag, show off, see *fahari* pride (positive sense)

makala written article, treatise (N-, rarely MA-)

maktaba library (N-)

malaika angel

malale sleeping sickness, see *-lala* sleep

mali wealth, property, possessions (N-)

malisho pasture; see *-lisha* feed, *-la* eat

-maliza finish sth; see *kwisha* to be finished

mama mother; as a title: madam, mrs. miss, **mamake** his/her mother, **mama wa kambo** stepmother

mamba crocodile

mamlaka rule, authority, dominion (N-)

manufaa benefit, advantage, useful things (MA-)

manukato perfume (MA-) **maoni** opinions, views, see *-ona* see

maovu evil, wickedness (MA-)

mapatano agreement, see *-patana* agree

mapema early *adv.*

mapenzi love, see *-penda* love, like

mapinduzi revolution, radical changes, see *-pindua* overturn, turn over

mapumziko rest, see *-pumzika* rest

mara time, an occasion of time, a single time; immediately (N-), **mara kwa mara** often, time after time, **mara moja** at once, immediately

maradhi disease, illness (MA-)

marahaba response to *shikamoo*. See Note 3, Lesson 4

Marekani America (N-), also *Amerika*

marudio review; see *-rudi* return, *-rudia* return to, go over

masaa hours, number of hours, *masaa fulani* certain hours

mashambani rural areas (LOC agreements; see *shamba* farm, field)

mashariki east (N-)

mashindano competition, see *-shindana* compete

mashini machine (N-)

mashua boat (built of boards rather than hollowed out as in canoes; N-)

mashuhuri famous *inv. adj.*

masikilizano understanding, agreement, see *-sikiliza* listen

maskini poor *adj.*; poor person/s *n.*

masomo ya Kiafrika African studies

matamshi pronunciation, see *-tamka* pronounce

matayarisho preparations (us. pl.), see *tayari* ready, *-tayarisha* get ready, prepare

matembezi walk, stroll, see *-tembea* walk

matibabu medical care, medical treatment

matokeo results, outcome, see *-tokea* happen

matubwitubwi mumps (MA-)

maumbile nature, natural condition, natural state, see *-umba* create

maumivu pain (MA-), see *-uma* bite, sting, hurt

mavi excrement, dung

mawaidha advice, counsel (MA-)

mazingira environment, surroundings (MA-)

maziwa milk (MA-)

mazungumzo conversation, dialogue, see *-zungumza* converse

mbacha/mi- old, worn mat

mbali far, **mbali na** far, far from, also *mbali ya*, **mbalimbali** various, assorted, different ones

mbegu seed

mbele ya in front of, beyond

mbili two (N- class *adj.* or as in counting; see *pili* second, *-wili* two

mbingu sky, heavens

mbio speed, race; fast

mboga vegetable, garden produce, **mboga/mi-** pumpkin plant

mbona? why? (in a reproachful sense)

mbu mosquito

mbunge/wa- legislative representative

mbuni ostrich

mbuzi goat

mbwa dog

mchana/mi- daytime, afternoon (us. no pl.)

mchanga/mi- sand

mchanganyiko/mi- mixture

mchele/mi- rice grain, uncooked rice (us. sg.)

mchezaji/wa- player, dancer, **mchezo/mi-** game, see *-cheza* play

mchi/mi- pestle

mchongaji/wa- carver, see *-chonga* carve

mchungaji/wa- herder, see *-chunga* herd

mchungwa/mi- orange tree, see *chungwa/ma-*

mchuzi/mi- gravy, sauce

mdomo/mi- mouth, lip, see *kinywa* mouth opening

mdudu/wa- insect

-mea grow (as plants)

meli boat, ocean-going vessel of modern type

-menya peel (e.g. fruit, vegetables)

methali proverb, saying, aphorism

meza table

-meza swallow

mfalme/wa- king

mfano/mi- example

mfanyabiashara/wa- business person, merchant, trader, also *mfanyibiashara*

mfanyakazi/wa- worker, see *-fanya kazi* work

mfu/wa- dead person, see *-fa* die

mfugo/mi- livestock, domestic animal, see *fuga* rear animals

mfuko/mi- bag

mfupa/mi- bone

Mganda/wa- Ugandan

mganga/wa- doctor, traditional doctor

mgeni/wa- guest, stranger

mgomba/mi- banana plant, see *ndizi* banana

mgomo/mi- strike, labor strike, see *-goma* go on strike

mgongo/mi- back

mgonjwa/wa- sick person

mguu/mi- foot, leg

mhadhara/mi- lecture

mheshimiwa/wa- respected, honored person (respectful title, thus 'His Honor', 'The Honorable...'), see *-heshimu* respect, honor *v.*

Mhindi/wa- Indian

Mhispania/wa- Spaniard

mia/ma- hundred (N- and MA-)

mila custom, tradition

-miliki rule, exercise authority over

milioni million

mimba fetus, pregnancy

mimi I, me

-mimina pour

miongoni mwa among

mipango ya miji urban planning

Misri Egypt

miti shamba herbal medicine; see *dawa*

miwani eye glasses (MI- pl. only)

mizani measure in a line of poetry; scale for weighing (N-)

mjamzito/wa- pregnant woman

mjanja/wa- clever, cunning, tricky person

Mjerumani/wa- German person

mji/mi- town, city; in some contexts 'homestead', **mji mkuu/mi-** capital city, see *chuo kikuu* university

mjomba/wa- uncle on mother's side, maternal uncle; see *baba mdogo* paternal uncle, father's brother

mjukuu/wa- grandchild

mjumbe/wa- representative

mkahawa/mi- restaurant, cafe, teashop

mkali/wa- strict, hard, tough person, see *-kali*

mkalimani/wa- interpreter

Mkanada/wa- Canadian

mkataba/mi- agreement, contract

mkate/mi- bread, loaf of bread, *mkate wa kusukuma* bread, fried bread like a tortilla or chapati

Mkatoliki/wa- Catholic

mke/wake wife, see *mwanamke/wanawake* woman

mkebe/mi- can, tincan

mkeka/mi- mat

Mkenya/wa- Kenyan

mkoa/mi- region, large political division

mkoba/mi- bag, pocketbook

mkojo/mi- urine, see *-kojoa* urinate

mkono/mi- arm, hand

Mkristo/wa- Christian, also *Mkristu*

mkulima/wa- farmer, see *-lima* cultivate

mkurugenzi/wa- director

mkutano/mi- meeting, see *-kutana* meet

mkuu/wa- head, principal, major person

mkwe/wa- in-law, *baba mkwe* father-in-law, *mama mkwe* mother-in-law

mlango/mi- door

mle there, in there (distant internal loc.); see *pale* and *kule*

mlima/mi- mountain, see *kilima/vi-*

Mmakonde/wa- a person of the Makonde ethnic group or tribe

Mmarekani/wa- American, used in Tanzania

Mmasai/wa- a person of the Masai ethnic group or tribe

mmea/mi- plant, see *-mea* grow (plants)

mmoja one person, see *-moja* one

mnamo by, during (time reference only), in, on (us. with a date or the name of a month)

mnanasi/mi- pineapple plant

mnazi/mi- coconut palm

mno very much, especially so *adv.*

mnunuzi/wa- buyer, customer, see *-nunua* buy

mnyama/wa- animal, see *nyama* meat

moja one, **moja kwa moja** straight ahead, straight on, directly, see *mara moja* immediately, *umoja* unity, *pamoja* together

moshi/mi- smoke (us only sg.)

mosi one, first, see *moja;* Note 3, Lesson 10

moto/mioto fire (us. only sg.)

motokaa car

moyo/mi- heart, soul (*mioyo* or *nyoyo* pl.)

mpaka/mi- up to, until; boundary (M-/MI-)

mpango/mi- plan

mpapayu/mi- papaya tree

mpenzi/wa- lover, loved one, girlfriend, boyfriend

mpigaji/wa- ngoma drummer, see *-piga* hit

mpiganaji/wa- fighter, see *-pigana* fight

mpira/mi- ball

mpishi/wa- cook, see *-pika* cook

mpumbavu/wa- fool

mpunga/mi- rice (unhusked); field or paddy rice

mpwa/wa- nephew, niece

mradi/mi- project

Mreno/wa- Portuguese person

Mrundi/wa- person of the Rundi ethnic group of Burundi

Mrusi/wa- Russian

msaada/mi- help, aid, assistance, see *-saidia* help

msafiri/wa- traveller, see *-safiri* travel

msaidizi/wa- assistant, helper, see *-saidia* help *v.*

msala/mi- prayer mat, see *-sali* pray; also bathroom, lavatory

msalaba/mi- cross

msamiati/mi- vocabulary

msemaji/wa- speaker, see *-sema* speak, say

msemo/mi- saying, aphorism, see *-sema* say

mshahara/mi- salary

mshairi/wa- poet

mshindi/wa- winner, see *-shinda* win, overcome

mshipa/mi- hernia; also vein, nerve, etc. and diseases thereof

mshiriki/wa- participant, see *-shiriki* share

mshonaji/wa- tailor, sewer, see *-shona* sew

msichana/wa- girl, young unmarried female

msikilizaji/wa- listener, see *-sikiliza* listen

msikiti/mi- mosque

msimamizi/wa- supervisor, see *-simimia* supervise

msimu/mi- season

msingi/mi- foundation

msitu/mi- forest, also *mwitu/miitu*

mstari/mi- line

msukaji/wa- weaver, see *-suka* weave

Msumbiji Mozambique

msuwaki/mi- toothbrush

Mswahili/wa- Swahili speaker, person

mtaa/mi- neighborhood, quarter of town; street

mtaalamu/wa- scholar, specialist

mtafiti/wa- researcher

mtakatifu/wa- holy person, saint

Mtaliano Italian, also *Mwitalia/wa-*

mtalii/wa- tourist

mtama/mi- millet

mtambo/mi- machine, mechanical device, **mtambo wa barafu/mi-** refrigerator, also *friji*

Mtanzania/wa- Tanzanian

mti/mi- tree

mtihani/mi- exam

mto/mi- pillow; river

mtoaji/wa- giver, **mtoaji hadithi** storyteller, see *-toa* give

mtoto/wa- child, **mtoto mchanga** baby, **mtoto mwanamke** girl, **mtoto mwanamume** boy, **mtoto wa kike/wa-** girl child, **mtoto wa kiume/wa-** boy child

mtu/wa- person, **mtu mzima/wa-** adult, healthy person; also just *mzima/wa-*

mtukufu/wa- exalted person, honorable person; respectful title, thus 'His Excellency'

mtumbwi/mi- canoe, dugout canoe

mtume/mi- prophet, see *-tuma* send, employ

mtumishi/wa- servant, see *-tuma* send, employ

mtumwa/wa- slave, see *-tuma* send, employ

mtungi/mi- clay water pot, see *sufuria*

muda period, interval of time (M-); no plural; see *wakati* time in general; *mara* an instant of time, **muda wa** during, for the time of

muhimu important *inv. adj.*

muhindi/mi- corn plant, see *hindi/ma-* corn

muhogo/mi- cassava

muhtasari/mi- summary, précis, also *mukhtasari*

muhula/mi- school term, see *kipindi/vi-*

mume/waume husband, see *mwanamume* man

Mungu God, plural is *miungu*

muuguzaiji/wa- nurse, also *muuguzi*, see *-uguza* care for, treat, nurse a sick person

muungano/mi- union, alliance, see *Jamhuri ya Muungano wa Tanzania* United Republic of Tanzania

muwa/mi- sugar cane

muziki music (M-/MI- or N-)

mvinyo/mi- wine

mvua rain (N-), see *inanyesha mvua* it's raining

mvulana/wa- boy, young unmarried male

mvunja/wa- breaker, one who breaks, see *-vunja* break

mvuvi/wa- fisherman, see *-vua* fish *v.*

Mwafrika/w- African

-mwaga pour

mwaka/mi- year, **mwaka ujao** next year, also *mwaka kesho*, **mwaka uliopita** last year, also *mwaka jana*, **mwakani** next year

mwalimu/w- teacher, **mwalimu mkuu** principal

Mwamerika/w- American, also *Mmarekani*

mwana/w- offspring, child, **mwanangu** my child, **mwanachama** member, **mwanadamu** human being; also *binadamu*, **mwanafunzi** student, **mwanamke** woman *wanawake* pl., **mwana-mume** man, also *mwanamme* sg., *wanaume* pl., **mwanamuziki** musician, **mwananchi** citizen, **mwanasheria** lawyer, **mwanasiasa/w-** politician

mwandishi/w- writer, author, see *-andika* write

mwangaza/mi- light

mwanzo/mi- beginning; at first, see *-anza* begin

Mwarabu/w- Arab person

mwembe/mi- mango tree, see *embe/ma-* mango

mwendo/mi- way, manner of going, pace; behavior, way of doing things, see *-enda* go

mwenyeduka/w- shop owner, shop keeper

mwenyeji/w- inhabitant, local person, native of

mwenyekiti/w- chairperson

mwenyewe/w- one self, see *-enyewe*

mwenzi/w- companion, **mwenzao** their companion, *mwenzi + wao*

mwezi/mi- month, moon

mwiko/mi- ladle, see *kijiko* spoon

mwili/mi- body

mwimbaji/w- singer

Mwingereza/wa- English person

mwingine/wengine another person, other person

mwisho/mi- end, **mwishowe** finally

Mwislamu/wa- Moslem, also *Muislamu*

mwitu/mi- forest, also *msitu/mi-*

mwizi/wezi thief, also *mwivi/wevi*

mwoga/wa- coward, see *-ogopa* be afraid

mwongo/waongo liar, see *-sema wongo* lie

mwuguzi/wa- nurse, also *muuguzi, mwuguzaji*

mwuzaji/w- seller, see *-uza* sell

Myahudi/wa- Jew, also *Muyahudi*

mzaliwa/wa- native, native born, one born, offspring, see *-zaliwa* be born

mzazi /wa- parent; see *mzee*

mzee/wa- elder, old person (male or female), parent (also respectful term of address)

mzigo/mi- load, luggage

mzima/wa- healthy person; adult

Mzungu/wa- European, white person, person of European extraction

mzuri/wa- good, beautiful person

N

na and, by, with, **na kadhalika (n. k.)** et cetera, likewise, so forth and so on, **nami** and I, as for me (*na mimi*), **nawe** and you, as for you (*na wewe*), **naye** and she/he, as for her/him (*na yeye*), **nasi** and we, as for us (*na sisi*), **nanyi** and you (pl.), as for you (pl.) (*na ninyi*), **nao** and they, as for them (*na wao*)

namna kind, sort, type; way, manner

naam yes. See Note 2, Lesson 8

nabii prophet, also *mtume* prophet

nadharia theory

nafaka cereal

nafasi chance, opportunity, time, space, room

nafuu good price, cheap price (as in *bei nafuu*); improvement in health

nakala copy

nambari number, also *namba*

namna gani? what way? how? what the heck!

nanasi/ma- pineapple

nani? who?

-nawa wash hands and face

nazi coconut

nchi country, land

ndani inside

ndefu long (N- *adj.*; stem is *-refu*)

ndege bird airplane, also *eropleni*

ndio alternate spelling of *ndiyo*

ndivyo thus, so, thus, so, it is so, it is thus

ndiyo yes (lit. it is so)

ndizi banana

ndoa marriage, see *-oa* marry

ndoo bucket

ndovu elephant; also *tembo*

ndugu sibling (sister or brother), relative, relation, cousin; comrade

ndugu wa kike sister

ndugu wa kiume brother

ndui smallpox

nenda go! *imp.*, see *-enda* go

-nene fat (of people), thick, **-nenepa** become fat

neno/ma- word, something, **-nena** speak

ngalawa dugout canoe

ngano wheat

ngao shield

-ngapi? how many, how much

ngazi stairs, ladder, steps

-ng'oa pull out, extract

-ngoja wait, **-ngojea** wait for

ngoma dance, drum, dancing, and singing,

ng'ombe cow, cattle

ngozi skin, leather

nguo clothing

nguruwe pig

nguvu energy, strength

ni is/are

ni tarehe gani? what's the date? **ni tarehe mosi, pili, tatu** It's the first, second, third

nia intention

niaba behalf of, *kwa niaba ya* on behalf of, instead of

nimeshapoa It's alright, I'm feeling o.k. now; I'm already feeling better. See Note 3, Lesson 20

nini? what?

ninyi you (pl.)

niwe so that I am, so that I become, subjunctive of *-wa* be

njaa hunger

nje outside

njema good (N- *adj.*; see *-ema* good)

njia road, path, street; way of doing something, means, **njia (ya) panda** crossroads, **njiani** along the way

njoo come! *sg. imp.*, *njooni* pl., see *-ja* come

noti note (currency)

nta wax, beeswax

numonia pneumonia

-nunua buy

nusu half

nyama meat (N-, us sg.)

-nyang'anya take by force, rob

nyanya grandmother; tomato

-nyesha rain, *mvua inanyesha* it's raining

-nyoa shave, cut hair, **-nyolewa** be shaved, have a hair cut

nyoka snake

-nyonya suckle, feed at the breast, **-nyonyesha** feed a child at the breast

-nyosha stretch out, straighten

-nyosha mkono put up, raise (one's) hand

nyote all of you; see *wote, sote, -ote*

nyuma behind, **nyuma ya** behind, in back of

nyumba home, house, **nyumbani** at home, also in, at, on the house

nyumbu gnu, wildebeest

-nywa drink, also *kunywa* see App., p. 233

nywele hair, *unywele* strand of hair

nzi fly

nzuri good, fine *adj.*; used in response to *habari* greetings

O

-oa marry (said of a man), **-olewa** be married (said of a woman), **-oana** marry each other, **-ozwa** be married by sb, e.g. a judge, minister

ofisi/ma- office (also N-)

-oga take a bath, bathe, also *-koga*

-ogelea swim

-ogopa be afraid, see *-woga* fear

-okoa save, rescue

-okota pick up, pick up bit by bit, piece by piece

-olewa *see -oa* marry

-omba beg, ask a favor, request; see *-uliza* ask a question; **ombi/ma-** request, petition, application

-ona see, **-ona baridi** feel cold, also *-sikia baridi*, **-ona lo** be surprised, be astonished, lit. see, feel astonishment, **-ona usingizi** feel sleepy, **-onana** see one another, **-onekana** be seen, appear, be visible, **-onyesha** show (make see)

-ondoa clear off/away, remove

-ondoka leave

-onekana appear, seem, *see -ona* see

-ongea converse, chat

-**ongeza** increase, add

-**ongoza** lead, see *kiongozi/vi-* leader

-**onya** warn, **onyo/ma-** warning

-**onyesha** show, *see -ona* see

-**onyesha kidole** point the finger, -onyeshea kidole point the finger at

opareta/ma- operator (MA-animate)

orodha list

-**osha** clean using water, wash

-**ota** dream, see *ndoto* dream *n.*

-**ote** all, see *sote, nyote, wote*. See App., p. 230

-**oza** rot, spoil

-**ozwa** be married by sb, e.g. a judge, minister

P

-**pa** give (used with an object prefix, us. indicating a human), see *-peana* give each other

paa gazelle

paa/ma- roof

padri/ma- priest

pafu/ma- lung

paka cat

-**paka** paint, apply (e.g. paint, mascara, oil)

-**pakia** load, -**pakua** unload; dish out food

pale there (specific location at a distance)

-**palilia** weed, remove weeds

paliondokea there was once; once upon a time (used to begin stories, see *-ondoka* leave)

pamba cotton

-**pamba** decorate, adorn, **pambo/ma-** decoration

pamoja together

-**pana** wide

-**panda** plant *v.*

-**panda** go up, climb, ascend, mount up, get on

-**panga** arrange, plan, see *mpango/mi-* plan *n.*

panga/ma- machete; see *upanga/panga* sword

-**pangusa** wipe, wipe up

panya rat, mouse

papa shark

papai pawpaw fruit, papaya fruit

papo hapo then and there, right then, right there

-**pasua** split, split apart, cut open, operate on the body, -**pasuliwa** be operated on, have surgery, -**pasuka** be split

-**pata** get, obtain, get a chance, -**patana** agree/get along with one another, -**patana bei** agree on a price, bargain for a price, -**patanisha** reconcile, -**patikana** be available, be obtainable

pazia/ma- curtain

-**peana** give to one another, see *-pa* give

peke condition of being alone, self; see *pekee*, **peke yake** by himself/herself, **peke yako** by yourself (sg.), **peke yangu** by myself, **peke yao** by themselves, **peke yenu** by yourselves (pl.), **peke yetu** by ourselves

pekee alone, solitary

-**peleka** send, take

pembe corner, tusk, horn, ivory

-**penda** like, love, -**pendelea** prefer, be in favor of, -**pendeza** be pleasing, please, -**pendana** love one another, **pendo/ma-** act of loving, liking, affection, manner of loving; see *mapenzi* love

penesileni penicillin

pengi many places (PA-)

pengine perhaps (PA-)

peni penny

penseli pencil

penye at, where there is/are, see *kwenye*

pepopunda tetanus, lockjaw

peremende candy

pesa money (us. N- pl.)

pete ring (finger)

petroli gasoline

-**pi?** which? (of alternatives); see *gani?* which?

pia also

picha picture

-**piga** hit, strike, beat, -**piga chapa** print, -**piga gurudumu** roll a hoop, lit. hit the wheel, -**piga kelele** shout, -**piga makofi** clap hands, -**piga mguu** take off on foot, -**piga msuwaki** brush teeth, -**piga pasi** iron, -**piga picha** take a photo, -**piga simu** telephone, make a call, -**pigia simu** telephone someone, make a call to, -**piga sindano** give injection, -**piga taipu** type, -**piga teke** kick, -**pigana** fight

-**pika** cook, see *mpishi* cook

pikipiki motorcycle, motor scooter

pili second, usually *-a pili adj.*

pilipili chili pepper

-**pima** measure, examine

-**pita** pass, pass through/by

plau plow

-**po-** when (see pp. 178-179), -**po** be in a specific place (see pp. 95, 102-103), **po pote** wherever, whenever

-**poa** be well, improve in health, be cured; get cool, cool off

-**pokea** receive

pole slowly, gently, softly, quietly (often reduplicated *polepole*); also used as an expression of empathy, sympathy, or condolence when someone is sick, is bereaved, etc.; use *samahani* to say your are sorry, or to beg pardon); **polepole** slowly

pombe beer, liquor

-**pona** be(come) cured, recover, -**ponyesha** cure sb, make sb. recover

-**pongeza** congratulate
pori/ma- wilderness, bush, uninhabited place
-**posa** engage, become engaged, **posa/ma-** proposal of marriage
posta post office
-**potea** be lost, get lost, -**poteza** lose something
profesa/ma- professor
pua nose
pumu/ma- asthma
pumzi breath
-**pumzika** rest
punda donkey, **punda milia** zebra, *milia* stripes
-**pungua** be(come) less, reduced; -**punguza** make smaller, etc., -**punguzia** reduce for
-**punja** cheat, in price or food, short-change
pwani coast, shore (N-), see -*pwa* ebb the tide
-**pya** new

R

radhi blessing, contentment; pardon, apology
rafiki/(ma-) friend (N- or MA-; with *ma-* a group of friends is indicated.
rafu shelf
rahisi cheap, easy *inv. adj.*
raia/ma- citizen
rais/ma- president
ramani map
rangi color
rasilmali capital, assets
rasmi official *inv. adj.*
ratiba schedule, timetable, work plan
ratili pound (weight)
redio radio
refu long, tall
rekodi record
reli railroad
ripoti report
-**rithi** inherit, see *urithi* inheritance
robo quarter, see *kasarobo* quarter past
roho sprit, soul
roketi rocket
-**rudi** return, come back, -**rudia** return to/for; make a rejoinder, -**rudisha** return sth
-**ruhusu** give permission to, allow, -**ruhusiwa** be permitted, **ruhusa** permission
-**ruka** fly, jump

S

saa hour, time; watch, clock; also *masaa* a number of hours, **saa ngapi?** what time is it?
sababu reason, cause, -**sababisha** cause sth to happen, -*sababisha ugonjwa* cause illness
sabini seventy

sabuni soap
-**sadiki** believe
safari trip, journey, -**safiri** travel, take a trip, -**safirisha** transport
safi clean *inv. adj.*, -**safisha** clean *v.*,
sahani plate
-**sahau** forget
-**sahihisha** correct
-**saidia** help, assist, -**saidiana** help each other
saikolojia psychology
sala prayer, -**sali** pray, -**sali tasbihi** pray/say the rosary
salama safety, security, peace (used in greetings), peaceful, safe, also *salaam(u)*
samahani sorry! excuse me! also *niwie radhi*
samaki fish
-**samehe** forgive
sana very, very much, a lot
sanaa art work, handicraft
sanamu statue, carving, image
sanduku/ma- box, suitcase, trunk
sanifu standard, as in *Kiswahili Sanifu* Standard Swahili
sarafu coins, small change
sarufi grammar
sasa now, **sasa hivi** just now
sauti voice, tune; noise, see *kwa sauti* loudly
sawa equal, same, **sawa na** equal to, same as, **sawasawa** correctly, o.k., alright
sayansi science, **sayansi ya jamii** social science, **sayansi ya mimea** plant science
sebule living room, also *chumba cha kuzungumzia*
sehemu section, part, piece
-**sema** speak, say, -**sema kwa sauti** speak loudly, -**sema na** speak with
semina seminar
sentensi sentence
senti cent
serikali government
shaba copper
shabaha goal, aim
shahada degree, certificate, also *digri*
shairi/ma- poem, verse
shaka doubt, uncertainty
shamba/ma- farm, field
-**shambulia** attack
-**shangaa** be surprised, -**shangilia** rejoice
shati/ma- shirt
shauri/ma- problem, predicament; topic/matter for discussion (also N-); *shauri gani* what's the problem? *shauri lako* it's your problem, -**shauriana** consult with, consult together
shekhe/ma- Moslem elder, ruler, sheikh, teacher

shemeji brother-in-law, sister-in-law, relation by marriage, see *mkwe/wa-* in-law

sherehe celebration, **-sherehekea** celebrate

sheria law, rule

shiba be full from eating

shida trouble, hardship, distress, difficulty

-shika grab, take hold of, seize

shikamoo greeting for elders. See Lesson 4

shilingi shilling

shimo/ma- hole

-shinda overcome, conquer, win, surpass, pass an exam, **-shindana** compete with one another, **shindano/ma-** competition, **-shindwa** fail, be beaten, be overcome

shingo neck

-shiriki participate, take part, **shirika/ma-** cooperative, organization, company, **-shirikiana** cooperate with

-shona sew

shughuli business, activity, engagement

-shughulika be busy, be active

-shuhudia witness to

-shuka go down, get down, come down, climb down, disembark

shuka sheet-like cloth, bed sheet

-shukuru be thankful, be grateful

shule school, **shule ya msingi/chini** elementary school, **shule ya sekondari** secondary school, also *skuli*

shurua measles, also *surua*

si is not, are not (negative of *ni*)

siagi butter

siasa politics

sidiria brassiere

sifa reputation, praise, **-sifu** praise *v.*

sifuri zero, cipher, naught

sigara cigarettes, also *sigareti*

sigiri stove or grill which uses charcoal

-sikia hear, **-sikika** be heard, **sikio/ma-** ear, **-sikiliza** listen, pay attention

-sikitika be sorry, be sad, **-sikitisha** sadden sb, cause sorrow

siku day, **sikukuu** holiday; *siku* day + *-kuu* major, chief, important

silabi syllable

silaha weapon

silibasi syllabus

-simama stop (see *-acha*); stand, stand up, **-simamia** supervise (stand over)

simba lion

simenti cement, also *saruji*

simu telephone, telegraph

-simulia narrate, tell

sindano needle

sinema cinema, movie, also *senema*

sinia tray

siri secret

sisi we, us

-sisitiza emphasize

-sita hesitate

sitini sixty

sivyo? isn't it so? isn't that right? is that not so? (expects a yes-answer)

siyo it is not, neg. of *ndiyo*

skuli school, also *shule*

-sogea move closer or further away

soko/ma- market

-sokota twist

soksi socks

-soma read, study, **somo/ma-** lesson, reading

sote all of us, see *wote, nyote, -ote*

-staajabu be surprised, be amazed

-starehesha entertain, make comfortable

stempu stamp

stesheni station

-subiri be patient, **subira** patience

sufuria pot, pan, see *mtungi/mi-* earthen ware

-suka weave, plait

sukari sugar (N-, us. sg.)

-sukuma push

-sumbua bother, disturb

sumu poison

sungura hare

supa maket super market

supu soup

sura face, appearance, form, feature

surua measles, also *shurua*

suruali trousers, pants, **suruali fupi** shorts

suti suit (clothes)

suweta sweater

swala antelope, gazelle

swala/ma- issue, point for discussion, question

swali/ma- question

T

taa lamp, light

taabu trouble, difficulty, distress

tabia conduct, behavior, character

tafadhali please

-tafsiri translate (also *-fasiri*); translation

-tafuta look for

-tahadhari be careful, be on guard

tai tie

taifa/ma- nation

-taja mention, say the name, name sb's name

tajiri/ma- rich person

-taka want, desire

takataka trash

talaka divorce *n.* **-achana, -toa talaka**

-tambua recognize, **-tambuliwa** be recognized, **-tambulisha** introduce (guests), make known

-tamka pronounce

tamu sweet (us. inv. adj.)

-tanda be overcast; extend over, cover over

-tandika kitanda/meza make the bed, set the table

-tangaza announce, **tangazo/ma-** announcement

tangu from, since

-tangulia go first, precede

-tania tease, joke with, see *utani* joking, teasing

-tapika vomit

-tarajia hope for, expect

taratibu order, orderliness, care, carefulness

tarehe date

tasbihi rosary

-tatiza complicate, confuse, entangle, **tatizo/ma-** entanglement, difficulty, hardship

-tatua solve, untangle

taulo towel, also *taula*

tauni plague, bubonic plague

-tawala rule, govern

tawi/ma- branch

tayari ready *inv. adj.*, **-tayarisha** prepare, get sth ready

-tazama look at

-tega set a trap, trap, set a riddle

-tegemea rely on, depend on

-teguka have a sprain

-teka capture, **-teka maji** draw water

teke kick *n.*

-teketeza destroy by fire

teknolojia technology

teksi taxi

-tembea walk, **-tembelea** visit

tembo elephant

tena again, moreover

-tenda behave, act, do

-tenga separate, set aside

-tengeneza fix, make, repair, put in order

-teremka descend, go down

tetekuwanga chicken pox, also *tetewanga*

-tetemeka tremble

-teua appoint, select

tezi/ma- tumor, goiter, glandular swelling

tezo adze, a type of axe used in carving and woodwork

thamani value

thelathini thirty

theluji snow

themanini eighty

-tia put into, place in, set into, see *-weka*, **-tilia** put in for, **-tilia mkazo** emphasize, **-tiliwa** be put in, also *-tiwa*, **-tia uhai** give life to, instill life

-tibu treat medically, **-tibiwa** be treated medically

-tii obey

-tikisa shake

tikiti ticket; watermelon

timu team

tisini ninety

-tiwa be put in, also *-tiliwa*

-toa give, offer, present; take away, subtract, **-toa hadithi** tell a story, **-toa hotuba** give a speech, see *-hutubu* give a speech, **-tolea hadithi** tell a story to, **-toleana hadithi** tell each other a story, **-tolewa hadithi** be told a story

tofauti different *inv. adj.*, **tofauti kuliko** more different than, **tofauti na** different from, **-tofautisha** distinguish, make a distinction

-toka come from, **-tokana** come/derive from, **-tokea** happen, take place

toke/ma- type of banana (from Luganda)

tope/ma- mud

-toroka escape

-tosha be enough, **-tosheka** be satisfied, **-tosheleza** satisfy, **-a kutosha** *adj.* sufficient

-toza charge (a fee, a price)

trekta tractor

treni train, also *gari la moshi*

-tua land, settle, alight, come to a rest

tu only, just, merely, quite

tui/ma- coconut juice

-tukana insult

-tuma send (a person), send on business, send on an errand, see *mtume* prophet, *mtumwa* slave

-tumaini hope

tumbaku tobacco

tumbo/ma- stomach, **tumbo la kuhara** dysentery, **matumbo** intestines

-tumia use, see *-tuma* send

tunda/ma- fruit

-tundu naughty, mischievous *adj.*

-tunga compose, **-tungiana** compose for one another

-tunza care for, take care of

-tupa throw

-tupu empty, bare

-twanga pound grain (in a mortar)

twiga giraffe

U

u hali gani? a greeting: how are you, what's your condition?

-ua kill, **-uawa** be killed

ua/ma- flower
ua/nyua fence
Uajemi Persia
uaminifu honesty, trustworthiness
uamuzi decision, see *-amua* decide
uanachama membership, see *mwanachama*
ubaguzi discrimination, segregation
ubalozi embassy, see *balozi/ma-* ambassador
ubao/mbao board, plank, blackboard
ubaya/ma- badness, evil, see *-baya* bad *adj.*
uchafu dirt, see *-chafu* dirty
uchaguzi election, see *-chagua* choose
uchanga infancy
uchi naked *adj.;* nakedness *n.*
Uchina China
uchumi economics
uchunguzi research, investigation, inquiry
udogo littleness, smallness; young age
udongo soil, dirt
udugu brotherhood, kinship
ufagio/fagio broom, see *-fagia* sweep
Ufaransa France
ufugaji herding, see *-fuga* rear, keep animals
ufuko beach, shore, sandy area of shore
ufumbuzi discovery
ufundi technology, skill, expertise, know-how, ability to create or make, see *-fundisha* teach
ufunguo/funguo key, see *-fungua* open
ufupi shortness, see *-fupi* short *adj.*
ugali type of food, stiff porridge-like cooked flour of corn, millet
uganga traditional medicine, medical practice
ugomvi/ma- quarrel, see *-gombana* quarrel *v.*
ugonjwa/ma- sickness, illness, **ugonjwa wa kuambukiza** infectious disease, **ugonjwa wa kuhara** diarrhea, **ugonjwa wa mifupa** arthritis
-ugua fall ill, see *-uguza* treat, nurse illness
Uhabeshi Ethiopia
uhai life, principle of life, state of being alive
uhandisi engineering
uharibifu destruction
uhodari courage, skill, smartness
Uholanzi Holland
uhuru freedom, independence
uhusiano relationship, see *-husiana* be related to
uigizaji acting, see *-igiza* act, also *cheza* act, play
Uingereza England
ujamaa familyhood, relationship, socialism
ujana youthfulness
ujanja cunning
Ujapani Japan
ujenzi architecture, construction, see *-jenga* build
Ujerumani Germany
uji porridge

ujinga stupidity
ujira income
ujumla total, sum, see *jumla*
ujuzi knowledge, experience, expertise, see *-jua* know
ukabila racism, tribalism, see *kabila/ma-* tribe
ukaguzi inspection, see *-kagua* inspect
ukanda/kanda belt, strap
ukarabati repairs, remodeling, maintenance
ukarimu hospitality
ukimwi AIDS, the virus that causes AIDS, acronym for *Ukosefu wa Kinga Mwiilini*
ukingo/kingo edge
ukoloni colonialism, see *koloni* colony
ukoma leprosy
ukoo/koo family, extended family, clan, lineage, descent, see *jina la ukoo* family name
ukosefu lack, deficiency, see *-kosa* make mistake
ukubwa size, bigness, see *-kubwa* big
ukulima agriculture, farming, see *-lima* cultivate
ukumbi/kumbi hall, vestibule
ukumbusho reminder, memorial, souvenir, remembrance, see *-kumbuka* remember
ukungu haze, fog, mist; mildew
ukuni/kuni stick of firewood/firewood
ukurasa/kurasa page
ukuta/kuta wall
ukweli truthfulness
Ulaya Europe
ulimi/ndimi tongue
ulimwengu world, universe, also *dunia*
uliza ask a question
-uma bite, sting, hurt, **-umwa** be hurt, be bitten, **-umia** get hurt, get injured, be in pain, **-umiza** cause injury, hurt sb
uma/nyuma fork
umaarufu fame, renown
umbali distance
umbo/ma- shape, form, see *-umba* create
umeme electricity, also *stimu*
umoja unity, **Umoja wa Mataifa** United Nations, see *moja* one
umri age, *una umri gani?* How old are you?
umuhimu importance, see *muhimu adj.*
-unda build, found (a company, organization)
unga flour
-ungana join together with, unite with, **-unganisha** join/ link sth/sb together
-ungua be burnt, be scorched, see *-choma* burn, roast in fire; stab
Unguja traditional name of the Island of Zanzibar
unyayo/nyayo footstep, footprint
unywele/nywele strand of hair *sg.*, hair *pl.*
uongozi leadership; guidance, see *-ongoza* lead

uovu/ma- evil

upana width, -*pana* wide

upande/pande side, section, area

upanga/panga sword

upele/pele pimple, scabies, eczema

upeo wa macho horizon

upepo/pepo wind; *pepo* spirits

upesi quickness, quickly

upishi/ma- cooking, see -*pika* cook

upole slowness

upungufu shortage, scarcity, see -*pungua* be less

upuuzi nonsense

upya newness, anew, -*fanya upya* renew

urafiki friendship

urahisi ease, easiness, easy

uraia citizenship, see *raia/ma-* citizen

urefu length, tallness, see -*refu* tall, long

urembo beauty, adornment, ornamentation

Ureno Portugal

urithi inheritance, see -*rithi* inherit

Urusi Russia

usafi cleanliness. see *safi* clean *adj.*

usalama security

usawa equality, level

ushauri advice

ushindi victory, see -*shinda* win, overcome

ushirika cooperation, **ushirikiano** cooperation, association, see -*shiriki* share

ushonaji sewing, tailoring, see -*shona* sew

usiku night time

usingizi sleep *n.*, often used with -*lala*, thus -*lala usingizi* sleep

uso/nyuso face

ustaarabu civilization

ustadi skill, mastery, expertise

usufi kapok, a natural cotton-like material of the kapok tree

Uswisi Switzerland

utaalamu expertise, scholarship, specialization

utafiti research, see -*tafuta* look for, search

utajiri wealth, see *tajiri/ma-* rich person

utalii tourism, see *mtalii/wa-* tourist

utamaduni culture

utangulizi introduction, see -*tangulia* go ahead

utani teasing, joking, intimate relationship, see -*tania* tease

utaratibu care, order, orderliness, carefulness, plan of action

utawala rule, administration, see -*tawala* rule *v.*

utenzi/tenzi type of lengthy poem, an epic poem

utoaji wa hadithi story telling

utoto childhood, see *mtoto/wa-* child

utu humanity, human nature, see *mtu/wa-* person

uuguzaji nursing, see -*uguza* treat, nurse sb

uvimbe swelling, see -*vimba* be swollen

uwanja wa ndege airport

uwanja/nyanja open space, courtyard, playground, field

uwezo ability, capability, see -*weza* be able

-uza sell

uzazi childbearing, see -*zaa* give birth

uzee old age, see *mzee/wa-* elder

uzima wholeness, see -*zima*

uzoefu experience, see -*zoea* be accustomed

uzuri goodness, beauty, see -*zuri* good, beautiful

V

-vaa dress, wear

-valia wear, put on, have on (clothing)

vazi/ma- clothing (us. pl.)

vema very well, very good, fine *adv.*, see *vizuri*

vigumu difficult, hard *adv.*

vilevile also, see *pia*

-vimba swell, get swollen

vipi? how, in what way, in what manner? what's up?

vita war VI- sometimes N-; no sg.

-vivu lazy

vizuri very well, fine *adv.*; see *vema*

-vua fish *v.*; take off clothes, undress; see *mvuvi/wa-* fisherman

-vuma hum, buzz (any low continuous sound)

-vumilia endure, put up with, tolerate

-vuna harvest, gather harvest, **vuno/ma-** harvest

-vunja break, **-vunjika** be broken

-vuruga stir, stir up

-vuta draw, pull, attract, **-vuta sigara** smoke, **-vuta tasbihi** say, pray, tell the rosary, **-vutia** attract, **-vutwa** be pulled

W

-wa be; see *kuwa* to be; **-wa na** have; also *kuwa na* to have. See App., p. 233

wajibu duty, responsibility (N-)

-waka be lit, be on (e.g. light), be burning, **-washa** light a light, lamp, fire

wakati wa when, time of; used with infinitive; see Note 5, Lesson 8

wakati/nyakati time, in a general sense; see *saa* time, hour, watch, *muda* period of time, *mara* instant of time

wali cooked rice (U-), see *mchele* rice grain, *mpunga/mi-* rice plant, growing rice

wali wa nazi rice cooked with coconut *tui*

wao they, them

wapi where?

-washa *see* -waka

-**wasiliana**   communicate with each other

wasiwasi   worry, anxiety

wavu/nyavu   net

waya   wire

wazi   open, clear, obvious *inv. adj.*

-**waza**   think, ponder, **wazo/ma-** thought, idea

-**weka**   put, put down, place, keep, -**wekea** keep in, see *-tia* put in/into

wema   goodness; see *-ema* good, moral good

wembamba   narrowness, thinness, see *-embamba* thin

werevu   cleverness, shrewdness, see *-erevu* thin

wewe   you

-**weza**   be able, capable, -**wezekana** be possible

wiki   week, **wiki ijayo** next week, *i-ja-yo* it which comes, also *wiki kesho*, **wiki iliyopita** last week (i-li-yo-pita 'it which is past'), also *wiki jana*

-**wili**   two, see *mbili, pili, -a pili*

wimbo/nyimbo   song, see *-imba* sing

-**winda**   hunt

wingi   abundance; plural; see *-ingi* much, many

wingu/ma-   clouds

wino   ink (U-)

Y

yaani   that is, i.e.

yadi   yard (measurement)

yai/ma-   egg

yaliyomo   contents, *ya-li-yo-mo* what is in

yeye   she, he; her, him

Z

-**zaa**   give birth, produce, -**zaliwa** be born

zaidi (ya)   more (than)

zama   time long ago, epoch

zamani   of old, long ago, the past

zamu   turn, as in *taking turns*

zao/ma-   produce (farm), product

zawadi   present, gift

-**zee**   old *adj.*, -**zeeka** be(come) old

ziada   extra, addition

ziara   visit, official visit

-**ziba**   stop up

-**zidi**   be more, exceed, -**zidisha** increase, multiply sth

-**zika**   bury

-**zima**   whole, entire, healthy; adult, full grown

-**zima**   extinguish, put out (fire, light), turn out a light

-**zingatia**   think carefully, give thought to, consider

-**zingira**   surround, go round, see *-zunguka*

-**zito**   heavy

ziwa/ma-   lake; breast

-**zoea**   be accustomed, -**zoeza** make accustomed, exercise, **zoezi/ma-** drill, exercise, **zoezi la kusoma** reading exercise, **zoezi la nyumbani** homework exercise

-**zuia**   prevent, stop

zulia/ma-   carpet, rug

-**zunguka**   go around, go about, surround

-**zungumza**   converse, chat, see *mazungumzo* conversation

-**zuri**   good, nice, beautiful

-**zuru**   visit, also *-tembelea*

Kiingereza - Kiswahili

A

able, be — -weza, *ability* uwezo, *be possible* -wezekana

about, approximately   hivi

about, around, if, as, like   kama

about, concerning, on   juu ya

above, high, up   juu

abundance; plural   wingi, *abundantly* kwa wingi

accept, agree, concede   -kubali, *be accepted* -kubaliwa

accident   ajali, *accidentally,* kwa ajali

accomplishment   mafanikio (MA-)

according to   kufuata, kwa mujibu wa

accustomed, be — -zoea

achievement   mafanikio (MA-)

act   -tenda

acting   uigizaji

action, activity   kitendo/vi-

address   anwani

adjective   sifa, neno la sifa

administration   utawala

admit to (hospital)   -laza (hospitali)

adult, full grown person   (mtu) mzima/wa-

adverb   kielezi/vi-

advice   ushauri, mawaidha

adze   tezo

affair   jambo/mambo

affect   -athiri

affection, manner of loving   pendo/ma-

affirm   -itika

afraid, be — -ogopa, mwoga/wa- *coward*

Africa Afrika, *African* Mwafrika/w-, *African* -a Kiafrika *adj.*

African studies masomo ya Kiafrika

after baada ya + infinitive. See Note 4, Lesson 4

afternoon mchana/mi-, *late —* alasiri

afterwards, later, and then baadaye, halafu, kisha

again tena

age umri, see *Una umri gani?* How old are you?

agree on a price, bargain -patana bei

agree, accept, concede -kubali

agree, get along with one another -patana, -sikilizana, *understanding* masikilizano

agreement mapatano MA-

agreement, contract mkataba/mi-

agriculture, farming kilimo/vi-, ukulima

AIDS ukimwi, Ukosefu wa Kinga Mwiilini

aim, objective, target lengo/ma-

air, atmosphere hewa

airplane eropleni, ndege

airport uwanja wa ndege, kiwanja cha ndege

alive hai

all -ote, wote, yote, sote, etc. See App., p. 230

all day kutwa

all of us sote, *all of you* nyote, *all of them* wote

allow, give permission -ruhusu, *be allowed* -ruhusiwa

allow, let -acha

alone, self peke, peke y-, *alone, solitary* pekee

along the way njiani

aloud, loudly kwa sauti

alright, be — -poa, *I'm feeling better* nimeshapoa, response to *Pole!* See Lesson 20

alright, o.k. haya, sawasawa

also pia, vilevile

although, even though ingawa

altogether, in all kwa jumla, kwa ujumla

always daima

amazing, incredible, wonder ajabu

ambassador, consul balozi/ma-, *embassy* ubalozi

America Marekani, Amerika, *American* Mwamerika/w-, Mmarekani/wa-, -a Kimarekani *adj.*

among baina ya, miongoni mwa

amount, some amount kiasi, *what amount?* kiasi gani?

amuse -chekesha, *laugh* -cheka

ancestors mababu, see *grandfather* babu

ancient, antique -a kale *adj.*

and, by, with na, *and I, as for me* nami, na mimi, *and she/he, as for her/him* naye, na yeye, *and they, as for them* nao, na wao, *and we, as for us* nasi, na sisi, *and you (pl.), as for you (pl.)* nanyi, na ninyi, *and you, as for you* nawe, na wewe

and so on, et cetera, likewise na kadhalika

angel malaika

anger hasira, hamaki, *be angry* -kasirika, *angrily* kwa hasira

animal mnyama, *domestic animal* mfugo/mi-

ankle, wrist kiwiko cha mguu/mkono

announce -tangaza, *announcements* tangazo/ma-

another, some -ingine, mwingine, wengine, etc. See App., p. 231

answer a question -jibu, *answer n.* jibu/ma-

antelope, gazelle swala

anus mkundu, tupu la nyuma

anxiety, worry wasiwasi

apology radhi, niwie radhi *forgive me*

appear, be visible -onekana, *see* -ona

appearance, form sura

application ombi/ma-

apply (e.g. paint, mascara, oil) -paka

appoint, select -teua

approach, draw near -karibia

appropriate, be — -faa

approximately hivi *adv.*

approximately, moderately kiasi

April Aprili, mwezi wa nne

Arab person Mwarabu/w-, *Arabia* Arabuni, *Arabic language* Kiarabu, *Arabic adj.* -a Kiarabu

architecture, construction ujenzi, *see* -jenga *build*

area, range, sphere of influence eneo/ma-

area, section, side upande/pande

argue with -gombana, *argument* ugomvi/ma-

arm, hand mkono/mi-, *armpit* kwapa/ma-

army jeshi/ma-

around (approximately), about, as, if kama

around here, here where I am huku *dem.*

arrange, plan -panga

arrive -fika

art work, handicraft sanaa

arthritis baridi yabisi, yabisi kavu

article (e.g. newspaper) makala (N-)

as, such as, if kama

ash jivu/ma-

aside kandoni *adv.*

ask a favor -omba

ask a question -uliza

asphalt, tar lami

ass, butt tako/ma- us. pl.

assistance, aid, help msaada/mi-, *assistant, helper, aide* msaidizi/wa-

association, party, organization chama/vy-

asthma; lung pumu/ma-

astonished, be — -ona lo, -shangaa, -staajabu, *astonish sb* -staajabisha, -shangaza

at, to, on, where there is kwenye (general loc.), penye (specific loc.), mwenye (interior loc.)

at first mwanzo/mi-

at once, immediately mara moja

attack -shambulia

attend, be in attendance -hudhuria

attentively kwa makini

attract -vutia

August Agosti, mwezi wa nane

aunt mama mdogo (maternal), shangazi (paternal)

author mwandishi/w-

authority mamlaka (N-)

authority, have — over -miliki

available, be — -patikana

avoid -epuka, -epa

B

baby, infant mtoto mchanga, *infancy* uchanga, *immature, very young* -changa

back (of body) mgongo/mi-

back of, behind nyuma ya

bad -baya, *badness* ubaya/ma-, *bad, rotten* -bovu, *evil* uovu

bag mfuko/mi-

bag, pocketbook mkoba/mi-, **sack** gunia/ma-

ball mpira/mi-

banana ndizi, *banana plant* mgomba/mi-, *banana-staple, cooked bananas* toke/ma-

bank benki

Bantu language family, Bantu way Kibantu

barber kinyozi/vi-

bare, naked, empty -tupu

bargain for a price -patana bei

basin beseni/ma-

basket kikapu/vi-

bathe, take a bath -oga, -koga

bathroom msala/mi-, bafu

battery betri

be, become, exist -wa, kuwa. See App., p. 233

beach, shore ufuko

bean haragwe/ma-

beard ndevu, **grow a —** -ota/-fuga ndevu

beaten, be — -shindwa, *win* -shinda

beautiful, good, nice -zuri, *goodness, beauty* uzuri, *beauty* uzuri, urembo

because kwa sababu, kwa maana, kwa kuwa

bed kitanda/vi-

bed sheet shuka

bedroom chumba cha kulalia, chumba cha kulala

beer biya, pombe

before kabla ya + infinitive

beg -omba

begin -anza, *begin with* -anzia, *beginning with* kuanzia

beginning, start mwanzo/mi-, *at first, in the beginning* mwanzoni

behave -tenda, *behavior, character, conduct* tabia, mwendo/mi-, *manners* adabu

behind nyuma (ya)

believe -sadiki, *believe, trust* -amini, *belief, creed, ideology* imani

bell kengele

belt ukanda/kanda, mshipi

beneath chini ya

benefit manufaa

best, better bora, *better than* bora kuliko

better afadhali, *ni afadhali* it would be better

between baina ya, kati (ya), katikati

Bible biblia

bicycle baisikeli

big -kubwa *adj., bigness* ukubwa

bilharzia kichocho

biology bayolojia, baiolojia

bird ndege

bite -uma, *be bitten* -umwa

bitter -chungu *adj.*, -kali *adj.*

black -eusi

blackboard ubao/mbao

blame -laumu

bless -bariki, *blessing* baraka

blessings, good fortune, happiness heri

blind, be(come) — -fa macho, -pofuka, *blind person* kipofu/vi-

blood damu

blue buluu

board ubao/mbao, *small piece of wood* kibao/vi-, *large —* bao/ma-, *— game* bao

boat, built of boards mashua N-, *canoe (dugout)* mtumbwi/mi-, *dhow (Arab type sailing vessel)* jahazi/ma-, dau/ma-, *ocean-going modern type* meli, *outrigger canoe* ngalawa, *vessel* chombo/vi-

body mwili/mi-

boil sth -chemsha, *boil, be boiling* -chemka

bone mfupa/mi-

book kitabu/vi-

born, be — -zaliwa, *give birth* -zaa

borrow -azima (also means *lend*)

botany elimu ya mimea

bother -sumbua

bottle chupa

boundary mpaka/mi-

bowl bakuli/(ma-) (MA- or N-)

box sanduku/ma-

boy mtoto mwanamume, mtoto wa kiume/wa-

boy, young unmarried male mvulana/wa-

boyfriend, girlfriend, mpenzi/wa-

brains, intelligence akili, *brain* ubongo

branch tawi/ma-

brassiere sidiria

brave; **clever, intelligent**; **skillful** hodari, *bravery; skill* uhodari

bread mkate/mi-, *fried bread like a tortilla or chapati* mkate wa kusukuma

break -vunja, *be broken* -vunjika, *breaker, one who breaks* mvunja/wa-

breakfast chakula cha asubuhi, chamshakinywa

breast; **lake** ziwa/ma-

breath pumzi

breed, keep, rear, tame (animals) -fuga, *domestication, breeding* ufugaji

bride bibi arusi/ma-, biarusi

bridegroom bwana arusi/ma-

briefly, in brief, in short kwa ufupi

bring -leta, *bring!* lete *imp.*

bring up (esp. children) -lea

broadcast (**radio**) idhaa

broom ufagio/fagio, *sweep* -fagia

brother kaka, ndugu, ndugu wa kiume

brother-in-law, sister-in-law, relation by marriage shemeji

brush teeth -piga msuwaki

bucket ndoo

buffalo nyati

build -jenga, *building* jengo/ma-, jumba/ma-

build, found, set up -unda

burn; **roast meat, cook on open fire** -choma

burning, be — -waka

bury -zika

bus basi/ma-

bus stop kituo/vi-, see *-tua* land, come to a rest

bush kichaka/vi-

business, affair, matter jambo/mambo

business, commerce, trade biashara, — *person, merchant, trader* mfanya/mfanyi biashara/wa-

busy, be — -shughulika, *things to do, business* shughuli

but lakini, **but rather, but on the contrary** bali

butt, ass tako/ma- us. pl.

butter siagi

button kifungo/vi-, **button, fasten** -funga

buy -nunua, *buyer, customer* mnunuzi/wa-

buzz, hum -vuma

by hand kwa mkono

by heart kwa moyo

by himself, by herself, alone peke yake

by myself, alone peke yangu

by ourselves, alone peke yetu

by themselves, alone peke yao

by yourself, alone (sg.) peke yako

by yourselves, alone (pl.) peke yenu

by, in, into Swahili kwa Kiswahili

by, with, and na

by, with, to, for, in respect to kwa

C

cabbage kabiji, kabichi

cafe, teashop mkahawa/mi-

call -ita, *call hodi to seek entrance* -bisha hodi

can, tincan mkebe/mi-

Canada Kanada, *Canadian* Mkanada/wa-

cancer kansa

candy peremende, pipi

cane, walking stick fimbo

canoe, dugout canoe mtumbwi/mi-

capable person, expert bingwa/ma-

capital city mji mkuu/mi-

capital, assets rasilmali

capture -teka

car motokaa

card kadi

care, have concern -jali, *I don't care* sijali

care for, look after -tunza

care, carefulness taratibu, *care, orderliness, carefulness, plan of action* utaratibu

careful, be — -tahadhari, jitahadhari, -angalia

carpet zulia/ma-

carrot karoti

carry (in the arms or on the head) -beba

carry, convey, take -chukua

carve -chonga, *carver* mchongaji/wa-

carving, image, statue sanamu

cassava muhogo/mi-

cat paka

catch -kamata

Catholic Mkatoliki/wa-, -a Kikatoliki *adj.*

cattle, cow ng'ombe

cause sababu, maana; *cause sth* -sababisha

celebrate -sherehekea, *celebration* sherehe

cement simenti, saruji

cent senti

center kati (ya), katikati, -a kati *adj.*

century karne

cereal nafaka

certain one/person/thing fulani

certainly kwa hakika, *certainty* hakika

certificate, ticket, chit cheti/vy-

chair kiti/vi-

chairperson mwenyekiti/w-

chalk chaki

chance, opportunity, time, space, room nafasi

change *v.* -badili, *be changed* -geuka, -badilika, *change sth* -geuza, -badilisha, *change n.* -badiliko/ma-

character, conduct, behavior tabia

charcoal kaa/ma- us. pl.

charge (a fee, a price) -toza

chase away -fukuza, *chase each other* -fukuzana

cheap, easy rahisi *inv. adj.*

cheat, short-change, swindle -punja

cheerful, full of life, lively -changamfu *adj.*

cheek shavu/ma-

cheetah duma

chemistry kemia

chest kifua/vi-

chicken kuku

chicken pox tetekuwanga, *also* tetewanga

chief jumbe/ma-, chifu/ma-

chief, major -kuu, *grow up* -kua

child mtoto/wa-, mwana/w-, *childhood* utoto

childbearing uzazi, *see* -zaa *give birth*

chili pepper pilipili

chin kidevu/vi-

China Uchina

chit, certificate, ticket cheti/vy-

cholera kipindupindu/vi-

choose -chagua

Christian Mkristo/wa-, Mkristu, *Christian* -a Kikristo *adj.*

church kanisa/ma-

cigarettes sigara, sigareti

cinema, movie sinema, senema, filamu

circle duara

citizen raia/ma-, mwananchi/w-, *citizenship* uraia

city, town mji/mi-

civilization ustaarabu

clan, extended family ukoo/koo

clap hands -piga makofi

class room, class darasa/ma- (also N-)

clean -safisha *v.*, safi *inv. adj.*, *cleanliness* usafi

clean using water, wash -osha, *bathe* -oga

clear off/away, remove -ondoa, *leave* -ondoka

clear, open, obvious wazi *inv. adj.*

clerk, secretary karani/ma-

clever, cunning, tricky person mjanja/wa-, mwerevu/w-, *cleverness* werevu, ujanja

clever, intelligent hodari, *intelligence* uhodari

climb down, disembark -shuka

climb, ride -panda

close to karibu na, karibu ya

close, shut, fasten, tie -funga, *open* -fungua

cloth used as a wrapper by women kanga, *piece of cloth/material* kitambaa/vi-, *black cloth, worn by Moslem women for purdah* buibui

clothing nguo, vazi/ma- *us pl.*

clouds wingu/ma-

coast pwani, *see* -pwa *ebb the tide*

coat, jacket koti/ma-

coconut palm mnazi/mi-, *coconut* nazi, *coconut juice* tui/ma-

coffee kahawa *us. sg.*

coins, small change sarafu

cold baridi *n.*, *cold* -a baridi *adj.*

cold water maji (ya) baridi

cold, sickness in the chest mafua (MA-)

collapse (e.g. wall, building) -bomoka

collect, gather -kusanya

college chuo/vy-, chuo kikuu

collide -gongana

colonialism ukoloni, *colony* koloni

color rangi

comb kitana/vi- *n.*, -chana *v.*

come -ja, kuja *see App. p. 233*, *come! imp.* njoo *sg.* njooni *pl.*

come back, return -rudi

come down, get down, disembark -shuka

come from -toka, *derive from* -tokana

come in! welcome! karibu *imp.*

come to an end -koma

come up, rise (the sun), **dawn** -cha, kucha, *it has dawned* kumekucha. See App., p. 233

comfort *v.* -fariji

commemorate (e.g. anniversary) -adhimisha

commerce, trade, business biashara

committee kamati

commodities bidhaa (N- pl.)

common sense, wisdom hekima

communicate with each other -wasiliana

companion mwenzi/w-, *their —* mwenzao, *his/her —* mwenzake, etc.

company kampuni, shirika/ma-

compared with, be — -lingana, *compare, equate sth* -linganisha, *compared to, in comparison with/to* kulingana na

compete with one another -shindana, *competition* shindano/ma-

complain -lalamika, **complaint** lalamiko/ma- us. pl.

complete, perfect kamili *inv. adj.*

completely, totally, fully kabisa *adv.*

complicate, confuse, entangle -tatiza

compose -tunga, *compose for one another* -tungiana

conceit, pride majivuno (MA-)

concern, be of concern to, regard -husu, *concerning* kuhusu

concern, have —, care -jali, *I don't care* sijali

concerning, on juu ya

condition, situation, state hali, *How are you?* U hali gani?

condolence, expression of — pole

conduct, behavior, character tabia

confuse, entangle, complicate -tatiza

congratulate -pongeza, *congratulations* pongezi, hongera, heko

congress bunge/ma-

consider, think carefully -zingatia

consult with -shauriana, *advise* -shauri

container, dish, utensil chombo/vy-

contents yaliyomo, lit. *what is in*

continent bara/ma-

continue, go on and on, make progress -endelea

contract, agreement mkataba/mi-

converse, chat -ongea, -zungumza, *conversation* mazungumzo

convey, carry, take -chukua

cook -pika *v.* mpishi/wa- *n.*, *cooking* upishi/ma-

cook on open fire, roast meat, burn -choma

cool off, get cool -poa

cool sb/sth -burudisha

cool season, "winter" (June-August) kipupwe, —, *southwest monsoon* kusi

cooperate with -shirikiana, *cooperation* ushirika, *association* ushirikiano, *cooperative* chama cha ushirika, *organization, company* shirika/ma-

copper shaba

copy nakala *n.*, *make a copy* -nakilisha *v.*

corn plant muhindi/mi-, — *grain* hindi/ma-

corner, ivory, tusk, horn pembe

corporation, company shirika/ma-

correct sth -sahihisha

correctly, o.k., alright. sawasawa

cost, expense gharama

cotton pamba

cough -kohoa *v.*, kikohozi/vi- *n.*

count -hesabu, *be counted* -hesabiwa

country, land nchi

courage, skill, smartness uhodari

court (of law) korti/ma-, mahakama (N-)

courtyard uwanja/nyanja

cousin (paternal) binamu

cover -funika, *cover with, for,* -funikia, *cover, lid* kifuniko/vi-

cover (of a book) jalada/ma-

cover over, extend over -tanda

cow, cattle ng'ombe

coward, one who is afraid mwoga/wa-, *be afraid* -ogopa

crab kaa

craftsman fundi/ma-

crane, stork korongo

craving, desire hamu

create -umba, *created thing* kiumbe/vi-

creed, belief, ideology imani, *believe* -amini

crime jinai

critically ill mahututi *inv. adj.*

crocodile mamba

cross msalaba/mi-

crossroads njia (ya) panda

cruel katili *inv. adj.*, *cruel person* mkatili/wa-

cry -lia, *cry tears* -lia machozi, *cry, shout n.* mlio/mi-

cultivate, farm -lima, *farmer* mkulima/wa-

culture utamaduni

cunning ujanja, werevu, *cunning person* mjanja/wa-, mwerevu/w-

cup kikombe/vi-

cupboard kabati

cured, be(come) — -pona, -poa

curtain pazia/ma-

custom desturi, *tradition* mila

customer mnunuzi/wa-, *buy* -nunua

cut hair, shave -nyoa, *have a hair cut* -nyolewa (nywele)

cut into; split, make incision -chanja

cut open -pasua

cut, slice -kata

D

damage -haribu, *be damaged* -haribika

dance -cheza ngoma/dansi; ngoma, dansi *n.*

danger hatari

dark in color -eusi

darkness giza

date, calendar date tarehe, *what's the date?* ni tarehe gani?

daughter binti/ma-, mwana wa kike

dawn, rise (sun) -cha, kucha. See App., p. 233

dawn, early morning alfajiri

day siku

day after tomorrow kesho kutwa

day before yesterday juzi/ma-

daytime, afternoon mchana/mi-

dead person mfu/wa-, *die* -fa, -fariki, *death* kifo/vi-

debate, discuss -jadiliana, *debate(s)* majadiliano

debt deni

December Desemba, mwezi wa kumi na mbili

decide -kata shauri, -amua, *decision* uamuzi

decorate -pamba, *decoration* pambo/ma-

defense, protection kinga

deficiency, lack, ukosefu

degree digri, shahada

delay, loiter -kawia

democracy demokrasi

demonstration, parade maandamano (MA-)
deny -kataa
department idara
depend on -tegemea
descend, go down -teremka
desert jangwa/ma-
desire, want -taka, *desire, craving* hamu
desk deski
despair -kata tamaa, -fa moyo
despise, scorn -dharau
destroy by fire -teketeza
destruction uharibifu
development, progress maendeleo
dhow (Arab type sailing vessel) jahazi/ma-
diabetes ugonjwa wa (ki)sukari
diarrhea, have — -hara, *diarrhea n.* ugonjwa wa
   kuhara, tumbo la kuhara
dictionary kamusi
die -fa, kufa, -fariki (polite). See App., p. 233
different tofauti *inv. adj., different from* tofauti na
difficult, hard vigumu *adv.*
difficulty, distress taabu, shida
difficulty, hardship, entanglement tatizo/ma-
dig, excavate -chimba
dignity heshima
dining room chumba cha kulia, chumba cha kula
dinner, supper chakula cha jioni
dinning hall bwalo
diphtheria dondakoo
direct, guide, show the way -elekeza
director mkurugenzi/wa-
dirt uchafu, *dirty* -chafu *adj.*
dirt, soil udongo
discover, uncover, find out -gundua
discovery ufumbuzi
discrimination, segregation ubaguzi
discussion(s), debate majadiliano
disease, illness maradhi, magonjwa
disembark, get down -shuka
dish out (food) -pakua
dish, utensil, tool, furniture chombo/vy-
distance umbali
distinguish -bainisha, tofautisha
disturb -sumbua
divide -gawa, -gawanya
divorce -achana *v.*, talaka *n.*
dizziness kizunguzungu
do (a deed) -tenda
do, make -fanya, *do for/to* -fanyia
doctor daktari/ma-, *traditional —* mganga/wa-
document, certificate hati
dog mbwa
dollar dola

domesticate, tame, keep, rear (animals) -fuga,
   domestication, breeding ufugaji
donkey punda
door mlango/mi-
dormitory bweni/ma-
doubt, uncertainty shaka
down, below, under chini
dowry, bride wealth mahari (N-)
draw water -teka maji
draw, pull, attract -vuta, *smoke* -vuta sigara
draw, scribble -chora
dream -ota
dress, gown gauni
dress, wear -vaa
drill, exercise zoezi/ma-
drink -nywa, kunywa. See App., p. 233,
   beverage, a drink kinywaji/vi-
drinking glass bilauri, gilasi
drive -endesha (followed by *motokaa, gari*, etc.)
driver dereva/ma-
drop, cause to fall -angusha, *fall* -anguka
drum ngoma, *drummer* mpigaji ngoma
dry -kavu *adj., dry up sth* -kausha, *be dry* -kauka
dugout canoe mtumbwi/mi-, ngalawa
durable imara *n.* and *adj.*
during, for the time muda wa
during, in, on mnamo, *during July* mnamo Julai,
   on Jan. 20 mnamo tarehe 20, Januari
duty, responsibility madaraka (MA-), wajibu (U-)
dysentery, have — -hara damu *v.*, tumbo la
   kuhara *n.*

E

each, every kila (precedes the noun it modifies)
ear sikio/ma-, *see* -sikia *hear*
early mapema *adv., early in the morning* asubuhi
   na mapema
earring hereni
ease, easiness, easy urahisi, *easily* kwa urahisi
east mashariki (N-)
eat -la, kula. See App., p. 233
economics uchumi
edge ukingo/kingo, *edge, margin* kando
education, knowledge elimu, *educate sb*
   -elimisha, *be educated* -elimika
effort, endeavor juhudi
egg yai/ma-
Egypt Misri
eighty themanini
elbow, heel kisingino/vi- (cha mkono/mguu)
elder, old person, parent mzee/wa-
election uchaguzi
electricity umeme

elementary school shule ya msingi, shule ya chini

elephant ndovu, tembo

embassy ubalozi, *ambassador* balozi/ma-

emphasize -sisitiza, tilia mkazo

empty, bare, naked -tupu

end mwisho/mi-

endure, be permanent, last -dumu, *permanent* -a kudumu *adj., make last* -dumisha

endure, put up with, tolerate -vumilia

enemy adui/(ma-) (MA- or N-)

energy, strength nguvu

engage, become engaged -posa

engineer injinia/ma-, m(u)handisi/wa-

engineering uhandisi

England Uingereza, *English language* Kiingereza, *English person* Mwingereza/wa-

enough -a kutosha, *be enough* -tosha

ensure -hakikisha

entangle -tatiza, *entanglement* tatizo/ma-

enter, go in -ingia, *insert, cause to enter* -ingiza

entertain, make comfortable -starehesha, *entertain oneself* -jistarehesha

entire, whole -zima

envelope bahasha

environment, surroundings mazingira (MA-)

epilepsy kifafa

equal, same sawa, *equal to/same as* sawa na, *equality, level* usawa

escape -toroka

especially hasa, haswa

essay insha

estimated, be — -hesabiwa

et cetera, likewise na kadhalika, n. k.

Ethiopia Uhabeshi, *Ethiopian* Muhabeshi

Europe Ulaya

European, white person Mzungu/wa-, *European way, language* kizungu, *European* -a kizungu *adj.*

even though ijapokuwa, ingawa

even, up to hata, mpaka

evening, about 5 p.m. to 7 p.m. jioni

every, each kila (precedes the noun it modifies)

evil, wickedness uovu/ma-, ubaya/ma-

exam mtihani/mi-

examine (as a doctor) -pima

example mfano/mi-, *for example* kwa mfano

exceed, be more, increase -zidi, *increase sth, multiply* -zidisha

except ila, isipokuwa

excrement mavi, kinyesi, choo kikubwa

excuse me! samahani, kunradhi, niwie radhi

exercise -zoeza, -fanya mazoezi

expense, cost gharama

expensive ghali

experience uzoefu, ujuzi

expertise ujuzi, ustadi, uhodari, utaalamu

explain -eleza, *explanation* elezo/ma-

expression of surprise kumbe! lo!

expression of surprise or doubt ati

extend over, cover over -tanda

extinguish (fire, light) -zima

extra, addition ziada

extract, pull out -ng'oa

eye jicho/macho, **eyebrow** ushi/nyushi, **eyelash** kope/ma-

eye glasses miwani *MI- pl. only*

F

face uso/nyuso

face a certain direction -elekea, *direct, point in a certain direction* -elekeza

factory kiwanda/vi-

fail, be beaten, be overcome -shindwa

fall -anguka; *cause to —, drop* -angusha

fall ill -ugua, -pata ugonjwa

fame, renown umaarufu

family familia, jamaa, ukoo/koo

familyhood, relationship, socialism ujamaa

famous mashuhuri *inv. adj.*

far mbali, *far from* mbali na, mbali ya

farm, cultivate -lima, *farmer* mkulima/wa-, *farming* kilimo/vi-, ukulima

farm, field shamba/ma-

fast -epesi *adj.,* mbio *n.,* kwa mbio *adv.,* kwa upesi *adv.,* upesi *n.*

fasten, tie, close, shut -funga, *unfasten* -fungua

fat (of people) -nene, *become fat* -nenepa

father baba, *father-in-law* baba mkwe

Father of the Nation Baba Taifa

favor, be in — of -pendelea

favor, request — ombi/ma-

fear God -cha Mungu, kucha Mungu. See App., p. 233

feast, party karamu

February Februari, mwezi wa pili

fee ada

feed at the breast, suckle, nurse -nyonya, **feed a child at the breast** -nyonyesha, **feed (child, animal)** -lisha

feel -hisi, -ona, -sikia

feel cold -ona baridi, -sikia baridi

feel sleepy -ona usingizi

female -a kike *adj.*

fence ua/nyua

fetus, pregnancy mimba (N-)

fever, malaria homa

few -chache

field uwanja/nyanja, *cultivated field* konde

field, plot, playing field kiwanja/vi-, uwanja

fierce -kali *adj.*

fifty hamsini

fight -pigana, *fight for* -pigania, *fighter* mpiganaji/wa-

figure out a mystery, puzzle -fumbua

filled, be — -jaa, *fill sth* -jaza

finally mwishowe

find -kuta

find out, discover -gundua

fine *n.* faini

finger, toe kidole/vi- (cha mkono/mguu)

finish sth -maliza *trans.*

finish, come to an end, reach the end -isha, kwisha. See App., p. 233, *finish up* -ishia

fire moto/mioto (us. only seen in the sg.)

firewood kuni, *stick of firewood* ukuni

firm imara *n. & adj.*

first -a kwanza, mosi. See *Note 3, Lesson 10*

fish samaki, *fish v.* -vua, *fisherman* mvuvi/wa-; -loa, *fishhook* ndoana

fix, make, repair, put in order -tengeneza

flag bendera

flimsy, low quality, weak hafifu *inv. adj.*

flour unga

flower ua/ma-

fly nzi, *fly, jump v.* -ruka

fog, mist; mildew ukungu

folk akina, kina, *woman folk* akina mama

follow -fuata

food chakula/vy-

fool mpumbavu/wa-

foot, leg mguu/mi-

football field kiwanja cha mpira

footprint, footstep unyayo/nyayo

for, to, in respect to, by, with, kwa

for the sake of kwa ajili ya

for, because kwani

forbid -kataza, *refuse* -kataa

forcefully, by force kwa nguvu

foreign -a kigeni *adj., foreigner* mgeni/wa-

forest msitu/mi-, mwitu/mi-

forget -sahau

forgive -samehe

forehead paji, paji la uso

fork uma/nyuma

form, document fomu

form, shape umbo/ma-, sura

fortunately, luckily kwa bahati nzuri

forty arobaini

foundation msingi/mi-

France Ufaransa, *French* Kifaransa, *French person* Mfaransa/wa-,

free verse guni

free, for free, for nothing; useless bure

freedom uhuru, *free* huru *inv. adj.*

freeze, stick together or to a surface -ganda

Friday ijumaa

friend rafiki/(ma-) (MA- or N-), *friendship* urafiki

from, since tangu

front mbele, *in front of, beyond,* mbele ya

fruit tunda/ma-

fry -kaanga

full from eating, be — -shiba

furniture, vessel, container, dish chombo/vy-

G

gain, profit faida

game mchezo/mi-

garden, park bustani

gas, flatulence riahi, gesi tumboni

gasoline petroli

gather, collect -kusanya

gazelle paa

general, commanding officer jemadari/ma-

gently pole, polepole, kwa upole

geography jiografia

geology jiolojia

germ kijidudu/vi-

German Kijerumani, *German person* Mjerumani/wa-, *Germany* Ujerumani

get along with one another -patana, -sikilizana, *understanding* masikilizano

get something ready -tayarisha

get up -inuka

get, obtain -pata

gift zawadi

giraffe twiga

girl, young unmarried female msichana/wa-, *girl child* mtoto wa kike/wa-, mtoto mwanamke

girlfriend, boyfriend mpenzi/wa-

give -pa, -toa, *give to one another* -peana, *giver* mtoaji/wa-

give birth, produce -zaa, *be born* -zaliwa

give injection -piga sindano

give life to, instill life -tia uhai

give permission to -ruhusu

gnu, wildebeest nyumbu

go -(kw)enda, See App., p. 233; *go!* nenda! *imp.; go one's way* -enda zake; *go on and on, make progress* -endelea; *go shopping* -enda madukani; *go to the bathroom* -enda haja (polite); *have to* *go to the bathroom* kuwa na haja; *go to/for/ toward* -endea

go around, go about, surround -zunguka

go down, climb down -shuka, -teremka

go first -tangulia, *introduction* utangulizi

go in a certain direction -elekea

go in, enter -ingia, *insert, cause to enter* -ingiza

go round, surround -zingira

goal, aim shabaha

goat mbuzi

God Mungu/miungu

gold dhahabu

gonorrhea kisonono

good fortune, blessings, happiness heri

good, moral — -ema, njema *N-adj., goodness* wema

good, beautiful -zuri, *goodness, beauty* uzuri

goodbye kwa heri *sg.* kwa herini *pl.*

goods (for sale) bidhaa (N- pl.)

gourd kibuyu/vi-

government serikali

governor gavana/ma-

gown kanzu (for men), gauni (for women)

grab, take hold of -shika

grammar sarufi, *grammar notes* habari za sarufi

grandchild mjukuu/wa-

grandfather babu/ma-

grandmother; tomato nyanya

grass, vegetation, leaves jani/ma-

grate, e.g. coconuts -kuna

grateful, be — -shukuru

grave kaburi/ma-

gravy, sauce mchuzi/mi-

green kijani kibichi, rangi ya majani

green, unripe -bichi

greet -amkia, -salimu, -salimia, *greeting* amkio/ma-, *greet one another* -amkiana

greeting for elders shikamoo. See *Note 3, Less. 4*

group kundi/ma-

group, small — kikundi/vi-

grow (as plants) -mea

grow up -kua, *see* -kuu *big, major, chief*

guard -linda *v.*, askari/ma- *n.*

guard, protect, preserve -hifadhi *v. and n.*, national park *hifadhi ya taifa*

guess -buni

guest, stranger mgeni/wa-

guide, show the way, direct -elekeza

gun bunduki

H

hair nywele, *strand of hair* unywele

hair cut, have a — -nyolewa

half nusu

hall, vestibule ukumbi/kumbi

hand, arm mkono/mi-

handicraft, art work sanaa

happen, cause sth to — -sababisha

happen, take place -tokea

happy, be — -furahi, *happiness* furaha, heri

harbor, port bandari/(ma-) (/N- or MA-)

hard, difficult vigumu *adv.*, -gumu *adj.*

hard, strict -kali *adj.*

hardship, difficulty, entanglement tatizo/ma-

hare, rabbit sungura

harm -haribu, -dhuru, *be harmed* -haribika

harvest, reap, gather harvest -vuna, *harvest* -vuno/ma-

haste; quickly, fast haraka, *hasten* -harakisha

hat, cap kofia

hate -chukia *v.*, chuki *n.*

have -wa na, kuwa na. See App., p. 233

having, possessing, with -enye, wenye, yenye, chenye, zenye, etc. See App. p. 230

haze, fog, mist; mildew ukungu

he yeye

head kichwa/vi-

head, principal mkuu/wa-, *see* -kuu, -kua

headed towards, be — -elekea

heading (e.g. of paper, book) jina/majina

headman, chief jumbe/ma-

headquarters, residence kao/ma- (us. pl).

health afya, uzima

health, improvement in — nafuu

healthy -zima, *healthy person* mtu mzima/wa-

hear -sikia, *be heard* -sikika

heart, soul moyo, mioyo *or* nyoyo *pl.,heart disease* ugonjwa wa moyo, *heart attack* shtuko la moyo

heat joto/ma-

heavens mbingu

heavy -zito

Hebrew Kiyahudi

heel, elbow kisingino/vi- (cha mguu/mkono)

help, assist -saidia, *help each other* -saidiana, *help n.* msaada, *helper* msaidizi/wa-

hepatitis homa ya manjano

her, hers, his -ake

herd cattle, take care of cattle -chunga, *herder* mchungaji/wa-

here hapa (specific location close to speaker), huku (general direction towards speaker), humu (inside close to speaker)

hernia; vein, nerve mshipa/mi-

hesitate -sita

hide, conceal -ficha

high, up, above, juu, *high, upper* -a juu *adj.*

highway barabara
hill kilima/vi-
hip nyonga
hippo; whip kiboko/vi-
hire, employ -ajiri
his, her, hers -ake, See App., p. 230
history historia
hit, strike, beat -piga, *fight* -pigana
hoe jembe/ma-
hole shimo/ma-
holiday sikukuu
Holland Uholanzi
holy person, saint mtakatifu/wa-
home, at home, in, at, on the house nyumbani,
  at our home kwetu, *at her home* kwake, etc.
honesty, trustworthiness uaminifu
honor -heshimu *v.*, heshima *n.*
honorable/exaulted person mtukufu/wa-
hope -tumaini
hope for, expect -tarajia
horizon upeo wa macho
horn, ivory, tusk pembe
hospital hospitali
hospitality ukarimu
hot season, summer kiangazi
hot, warm -a moto, *hot water* maji (ya) moto
hotel, restaurant hoteli/ma-
hour, time; watch, clock saa, *a number of hours*
  masaa
house, home nyumba
how many, how much -ngapi?
how, in what way (kwa) namna gani?
how, in what way/manner, what's up vipi?
hum, buzz -vuma
human being binadamu, mwanadamu/w-
humanity, human nature utu, *person* mtu/wa-
hundred mia/ma- (N- and MA-)
hunger njaa
hunt -winda
hurry, hurry up -fanya haraka
hurt -uma, *be hurt* -umia, *hurt sb, cause injury*,
  -umiza
husband mume/waume, *see* mwanamume *man*
hut, shack, stall kibanda/vi-
hyena fisi

I

I, me mimi
ice barafu
idea, thought wazo/ma-, *see* -waza *think*
if, as, like, such as, about kama
ill -gonjwa *adj.*, *critically ill* mahututi, *fall ill*
  -ugua, *feel ill* -sikia ugonjwa

illness, disease maradhi, ugonjwa
image, carving, statue sanamu
immediately, at once mara, mara moja
important -kuu, muhimu *inv. adj.*, *importance*
  umuhimu
important, famous maarufu *inv. adj.*
improve in health -pona, -poa
in, on katika, mnamo
in a hurry, quickly kwa haraka
in all, in general, altogether kwa (u)jumla
in front of, beyond mbele ya
in order that, so that ili
in respect to, with, by, to, for kwa
in short, in brief, briefly kwa ufupi
in there (place referred to) humo
in this place, in here, here inside humu
in what way, how (kwa) namna gani?
in-law mkwe/wa-, *mother-in-law* mama mkwe,
  father-in-law baba mkwe, *sister/brother-in-law*
  shemeji
income ujira
increase in size -kua, *big, major, chief* -kuu
increase, add to -ongeza
increase, exceed, be more than -zidi *intrans.*,
  increase, multiply sth -zidisha
incredible, amazing, wonder ajabu *n. and adj.*
indeed, for sure, certainly kwa hakika
independence, freedom uhuru
index, table of contents fahirisi
India Bara Hindi, *Indian* Mhindi/wa-, *Indian*
  language Kihindi
infect (with disease) -ambukiza, *infectious*
  disease ugonjwa wa kuambukiza, *infection*
  ambukizo/ma-
inform -arifu, *information* maarifa (MA-), *inform*
  sb, make known -julisha, -pasha habari
inhabitant, local person mwenyeji/w-
inherit -rithi, *inheritance* urithi
initiate, cause to start/begin -anzisha
injure sb, hurt sb -umiza, *be/get injured* -umia
ink wino (U-)
inland bara
insanity, mental illness kichaa/vi- (us. sg.)
insect mdudu/wa-
insert, cause to enter -ingiza, *see* -ingia *go in*
inside ndani
inspect -kagua, *inspection* ukaguzi
instead of badala ya
instill life -tia uhai
instruct, teach -fundisha
instructions agizo/ma-
insult -tukana
intelligence, brains akili
intelligent hodari *adj.*, *see* uhodari *bravery, skill*

intend, resolve -azimia
intention nia, madhumuni (N-)
interpreter mkalimani/wa-
interval of time, portion of time muda (M-), kipindi/vi-
intestines matumbo, *stomach* tumbo/ma-
introduce (guests, strangers) -tambulisha
introduction (e.g. for a book) utangulizi
invite -alika
iron, metal chuma/vy-
iron, press cloths -piga pasi
is/are ni, *is/are not* si
Islamic -a Kiislamu *adj.*
island kisiwa/vi-
issue, point for discussion swala/ma-
Italy Utaliano, *Italian* -a Kitaliano *adj.*, *Italian* Mtaliano, — *language* Kitaliano
ivory, tusk, horn pembe

J

jail gereza/ma-, jela
January Januari, mwezi mosi, mwezi wa kwanza
Japan Ujapani, *Japanese person* Mjapani/wa-, *Japanese* Kijapani
Jew Myahudi/wa-, Muyahudi/wa-, *Hebrew* Kiyahudi
jina la ukoo family name
join together with -ungana na, *join sth or sb together, link together sth* -unganisha
joint (of body) kiungo/vi-
joke with -tania, *joking, teasing* utani
journey, trip safari
joy, happiness furaha, *be happy* -furahi
judge jaji/ma-, hakimu/ma-
juice maji ya matunda
July Julai, mwezi wa saba
jump, fly -ruka
June Juni, mwezi wa sita
just tu *adv.*
just, fair -a haki *adj.*, *justice, right* haki

K

keep, put, place -weka
keep (animals) -fuga, *domestication* ufugaji
Kenyan Mkenya/wa-
kettle, teapot birika/ma-
key ufunguo/funguo
kick -piga teke, *kick* teke *n.*
kill -ua, *be killed* -uawa
kilometer kilomita
kind, type, sort aina, namna
kindness, sympathy, pity huruma
king mfalme/wa-

kitchen, stove jiko/majiko, *or* meko *hearth stones*
kneel -piga goti, *knee* goti/ma-
knife kisu/vi-
knock, hit, strike hard -gonga
know -jua, *be known*, -julikana, *knowledge* ujuzi
know, understand -fahamu
know-how, expertise, skill ufundi
knowledge, information maarifa (MA-)
Koran Kurani

L

laboratory maabara (N-)
lack -kosa, *lack, deficiency* ukosefu
ladder, stairs ngazi
ladle mwiko/mi-, *spoon* kijiko/vi-
lake; breast ziwa/ma-
lamp, light taa
land ardhi, *land, country* nchi
language lugha
large -kubwa *adj.*
last -a mwisho *adj.*
last week wiki iliyopita, wiki jana
last year mwaka uliopita, mwaka jana
last, endure, be permanent -dumu, *make last* -dumisha, *permanent job* kazi ya kudumu
late, be — -chelewa, *make late* -chelewesha
later, afterwards baadaye, kisha, halafu
laugh -cheka, *amuse* -chekesha
law, rule sheria
lawlessness uhalifu
lawyer mwanasheria/w-, mwakilishi/w-
lazy -vivu
lead -ongoza, *leader* kiongozi/vi-, *leadership* uongozi
leaf jani/ma-
learn -jifunza
leather ngozi
leave -ondoka
leave be, let, allow; leave off, quit, stop -acha
lecture mhadhara/mi-, *lecturer* mhadhiri/wa-
left -a kushoto
leg, foot mguu/mi-
legal, lawful halali *inv. adj.*, -a halali
legislature bunge/ma-
lend, borrow -azima
lend money -kopesha
length, tallness urefu, *tall, long* -refu *adj.*, ndefu *N-Class adj.*
leopard chui
leprosy ukoma
less kasa
less (in telling time) kasoro. See Lesson 11
less a quarter, quarter past kasarobo. See Note 1, Lesson 11

less, be(come) — -pungua, *reduce* -punguza
lesson, reading, study somo/ma-
let, allow -acha
letter barua
letter, letter of alphabet herufi
level (of education, salary) kiwango/vi-
liar mwongo/waongo, *lie* -sema uongo
library maktaba (N-), *library science* elimu ya
   maktaba
lie down -lala
life maisha (MA-), *live* -ishi
life, state of being alive uhai
lift up -inua
light mwangaza/mi-
light (e.g. a light, lamp, fire) -washa, *be lit* -waka
light (in weight) -epesi *adj.*, *lightness* upesi
light in color, white -eupe
light, lamp taa
like, love -penda
likewise hali kadhalika, *likewise, et cetera* na
   kadhalika, n. k.
line mstari/mi-
linguistics isimu ya lugha
link together sth -unganisha
lion simba
lip, mouth mdomo/mi-
list orodha
listen, pay attention -sikiliza, *listener*
   msikilizaji/wa-
lit, be — -waka, *light sth* -washa
literature fasihi
little (in quantity), few haba
little amount, somewhat, a little bit kidogo *adv.*
little, small -dogo *adj.*, *smallness* udogo
live -ishi, *life* maisha
live, reside; stay, remain; sit -kaa
livestock, domestic animal mfugo/mi-
living room sebule, chumba cha kuzungumzia
load mzigo/mi-
load, load on -pakia *v.*
local person, native of, inhabitant mwenyeji/w-,
   local, traditional -a kienyeji *adj.*
log gogo/ma-
long ago zamani
long, tall -refu, ndefu *N- adj.*, *tallness* urefu
look at, watch -tazama, -tizama, -angalia
look for, search -tafuta
lose something -poteza, *be lost* -potea
loss, damage hasara
lost, be — -potea, *lose sth* -poteza
loudly, aloud kwa sauti
love, friendship mahaba (MA-)
love -penda *v.*, mapenzi MA-, *lover* mpenzi/wa-,
   act of loving pendo/ma-

low quality, weak, flimsy, hafifu *inv. adj.*
luck bahati, *luckily, fortunately* kwa bahati nzuri
luggage, load mzigo/mi-
lunch chakula cha mchana
lung pafu/ma-

M

machete panga/ma-
machine mashini N-, mtambo/mi-
mainland bara/(ma-) N- or MA-
major -kuu, *grow up, increase in size* -kua
make (sth) certain -hakikisha, *see* hakika *certain*
make a call to, telephone sb -pigia simu, *make a
   call* -piga simu
make a mistake -kosa
make an effort -jitahidi
make one happy -furahisha, *see* -furahi *be happy*
make progress, continue -endelea, *see* -enda *go*
make the bed -tandika kitanda
make, repair, fix, put in order -tengeneza
malaria homa ya malaria
male -a kiume *adj.*
malnutrition utapiamlo
man mwanamume/wanaume, mwanamme/w-
mango embe/ma-, *mango tree* mwembe/mi-
manner of going, way of doing mwendo/mi-
manners, behavior adabu
many places pengi PA-
many -ingi, wengi, mingi, etc. See App. p. 231
map ramani
March Machi, mwezi wa tatu
market soko/ma-
marry -oa (said of a man), -olewa (said of a
   woman), *be married by* -ozwa, *marry each other*
   -oana; *marry* -funga ndoa, *marriage* ndoa
Masai person Mmasai/wa-
mat jamvi/ma-, mkeka/mi-, *old worn* —
   mbacha/mi-
matches kibiriti/vi-, kiberiti/vi-
mathematics hesabu
matter, thing (abstract), affair jambo/mambo
mature, be mature, be fully grown -komaa
May Mei, mwezi wa tano
me, I mimi
meaning; cause, reason maana (N-), *it's meaning
   is ...* maanake ni ...
means, way of doing something njia
measles surua, shurua, ukambi
measure kibaba/vi-
measure -pima, *measurement* kipimo/vi-
measure in a line of poetry mizani (N-)
meat nyama, *animal* mnyama/wa-
mechanical device, machine mtambo/mi-

medical care, medical treatment matibabu
medical practice uganga
medicine dawa, *herbal* — miti shamba
meet -kutana, *meeting* mkutano/mi-
member mwanachama/w-, *membership* uanachama
memorial, remembrance kumbukumbu
mental illness, insanity kichaa/vi- (us. sg.), ugonjwa wa akili
mention -taja
merchandise bidhaa (N- pl.)
metal, iron chuma/vy-
middle kati (ya), katikati, -a kati *adj.*
mile maili (N-)
milk maziwa (MA-), **milk** *v.* -kamua
millet mtama/mi-
million milioni
minute dakika
mirror kioo/vi-
mischievous -tundu *adj.*
missing, be —, miss -kosa
mistake kosa/ma-
mix -changanya, *mixture* mchanganyiko/mi-
moderately, approximately kiasi
modern -a kisasa *adj.*, *modern way* kisasa *adv.*
Monday jumatatu
money pesa (us. N- pl.), *money, silver* fedha
month, moon mwezi/mi-
more, be — -zidi, *more* zaidi
more than kuliko, zaidi ya
moreover tena
morning asubuhi, *early morning, around dawn* alfajiri, *this morning* leo asubuhi
mortar (for grinding) kinu/vi-
Moslem Mwislamu/wa-, Muislamu/wa-
Moslem elder, ruler, teacher shekhe/ma-
Moslem judge, religious leader kadhi/ma-
Moslem language, way, custom Kiislamu
mosque msikiti/mi-
mosquito mbu, *mosquito net* chandarua/vy-
mother, madam, mrs. miss mama, *his/her mother* mamake, *mother-in-law* mama mkwe
motorcycle pikipiki
mountain mlima/mi-
mouse, rat panya
moustache masharubu
mouth (*also* lip) mdomo/mi-, *mouth opening, the inner mouth* kinywa/vi-
move closer or further away -sogea
move from -hama, *move to* -hamia, *move sb/sth, transfer* -hamisha
movie sinema, senema, filamu
mr., sir; husband bwana/ma-s-
ms., mrs., miss, lady bibi/ma-, mama

much -ingi, wengi, mingi, etc. See App., p. 231
mucous kamasi/ma-
mud tope/ma-
mumps matubwitubwi (MA-)
music muziki (M- or N-), *musician* mwanamuziki/w-
must lazima. See Lesson 20
my, mine -angu, wangu, yangu, zangu, etc. See App., p. 230
mystery fumbo/ma-

N

naked, nakedness uchi *adj.* and *n.*
naked, bare, empty -tupu
name jina/majina, *name v.* -taja
narrate -simulia
narrow, thin -embamba, *narrowness* wembamba
nation taifa/ma-, *national* -a kitaifa *adj.*
native language, way, custom kienyeji
native of, inhabitant mwenyeji/w-, *local, native* -a kienyeji *adj.*
native, native born mzaliwa/wa-, *give birth* -zaa, *be born* -zaliwa
nature maumbile (MA-)
naughty -tundu *adj.*
navel kitovu/vi-
near karibu na, karibu ya, *nearly* karibu *adv.*
necessity lazima, *it's necessary for me to go* ni lazima niende
neck shingo
need -hitaji, *needs* mahitaji (MA-), *need* haja *n.*
needle sindano
neighbor jirani/ma-
neighborhood mtaa/mi-
nephew, niece mpwa/wa-
nerve, vein mshipa/mi-
net wavu/nyavu
new -pya, *newness* upya
news habari, *inform* -pasha habari
newspaper gazeti/ma-
next week wiki ijayo, wiki kesho
next year mwakani, mwaka ujao, mwaka kesho
niece, nephew mpwa/wa-
night, night time usiku
ninety tisini
no hapana, la, *it is not so* sivyo, *it is not* siyo
noise kishindo/vi-
noise, shouting kelele
noise; voice sauti
nonsense upuuzi
north kaskazini
nose pua

not siyo *it is not*, sivyo *it is not so*, sivyo? *isn't it so? isn't that right? is that not so?* (expects a yes-answer)

not at all, not in the least kamwe, hata, hata kidogo

not yet bado (means 'yet, still' in positive context)

notable maalumu *inv. adj.*

note (currency) noti

notebook daftari/ma-

noun jina/ma-

November Novemba, mwezi wa kumi na moja

now sasa

number nambari, namba

nurse muuguzi/wa-, mwuguzi/wa-, *nursing* uuguzaji

nurse a child, suckle a child -nyonyesha, — *as a baby* -nyonya

O

o.k., alright, correctly sawasawa

obey -tii, *obedience* utii

objective, target, aim lengo/ma-

obligated, be — -lazimu, *we are obligated to go* inatulazimu kwenda, *obligation* lazima, *I must go* ni lazima niende

obligations madaraka (MA-)

oblige -bidi, *it is necessary for him/her to go* inambidi aende

obtain, get -pata, *be obtainable* -patikana

obvious wazi *inv. adj.*

ocean bahari

October Oktoba, mwezi wa kumi

of -a, wa, ya, za, cha, pa, etc. See App., p. 230

offer, present, give; take away, subtract -toa

office ofisi/ma- (also N-), afisi

officer, official afisa/ma-

official rasmi *inv. adj.*, -a rasmi *adj.*

offspring, child mwana/w-

often mara kwa mara, mara nyingi

oh! ala!

oil mafuta (MA- pl.)

old -zee *adj.*, -ku(u)kuu *adi.*, *old age* uzee, *old person, elder* mzee/wa-

old, former, ancient *adj.* -a zamani

olden times, former ages, past kale

on juu ya, katika, mnamo (temporal)

on (e.g. a light), be — -waka

on account of kwa ajili ya

on behalf of kwa niaba ya

on foot, by foot kwa miguu

on the other hand kwa upande mwingine

on top of juu ya

once upon a time hapo kale, hapo zamani, paliondokea

one moja, mosi. See Note 3, Lesson 10

one person, certain person mmoja

oneself mwenyewe/w-

onion kitunguu/vi-

only, just tu

open wazi *inv. adj.*

open space uwanja/nyanja

open, unfasten, untie -fungua

operate on the body -pasua, *be operated on* -pasuliwa

operator opareta/ma-

opinions, views maoni (MA-)

opportunity, chance, time, space, room nafasi

opposite kinyume

or au, ama

orange chungwa/ma-, mchungwa/mi- (— tree)

order *v.* -agiza

order, orderliness taratibu

organization, company shirika/ma-

organization, party chama/vy-

origin asili

ostrich mbuni (N-)

other -ingine, mwingine, wengine, lingine, mengine, etc. See App., p. 231

ought (to) lazima. See Lesson 20

our, ours -etu, wetu, yetu, chetu, vyetu, etc. See App., p. 230

outcome matokeo (MA-)

outside nje

overcast, be— -tanda, *it's overcast* kumetanda

overcome -shinda, *be overcome* -shindwa

P

pace, way of going mwendo/mi-, *go* -enda

page ukurasa/kurasa

pain maumivu (MA-), uchungu; *be in pain* -umia, -umwa

paint -paka

pan sufuria

pants, trousers suruali

papaya tree mpapayu/mi-, — *fruit* papai/ma-

paper karatasi

parade, demonstration maandamano (MA-)

pardon, radhi, *pardon me* niwie radhi

parent, elder, old person mzee/wa-, *parent* mzazi /wa-

park, garden bustani

parliament bunge/ma-

part sehemu

participate -shiriki, *participant* mshiriki/wa-

party, association chama/vy-

party, feast karamu
pass an exam -shinda, *fail an exam* -shindwa
pass away, die (polite) -fariki, *see* -fa *die*
pass, pass through/by -pita
passenger abiria/ma-
past zamani
past, olden times, former ages kale
pastor kasisi/ma- (us. Protestant)
pasture malisho (MA-)
path njia
patience subira, *be patient* -subiri
paved -a lami *adj.*
pay -lipa, *payment* lipo/ma-
pay attention, listen -sikiliza
peace amani, salama
peel (e.g. fruit, vegetables) -menya
pen, pencil kalamu, penseli
penicillin penesileni
penis mboo (*obscene*), *see* sex organs
penny peni
percentage asilimia
perfect, complete kamili *inv. adj.*
perfume manukato (N-)
perhaps pengine
period, interval of time muda (M-), kipindi/vi-
permanent, be —, last -dumu, *permanent* -a kudumu *adj., perpetuate, make last* -dumisha
permit, allow -ruhusu, *permission* ruhusa, *be permitted* -ruhusiwa
permit kibali/vi-
Persia Uajemi, *Persian* Mwajemi/w-
person mtu/wa-, *humanity, human nature* utu
pestle mchi/mi-
philosophy falsafa
photograph sth -piga picha
physics fizikia
pick (e.g. fruit, vegetables) -chuma
pick up bit by bit -okota, -dondoa
picture, photo picha, *take a picture* -piga picha
piece kipande/vi-, sehemu
pig nguruwe
pile fungu/ma-
pill, small lump kidonge/vi-
pillow mto/mi-, *pillowcase* foronya
pimple, scabies, exzema upele/pele
pineapple nanasi/ma- (fruit), mnanasi/mi- (plant)
pity on, have — -hurumia, *pity* huruma
place mahali (PA-)
place in, set into -tia
place, put down, set down -weka
plague, bubonic plague tauni
plan, arrange -panga *v.*, mpango/mi- *n.*
plank bao/ma-

plant *n.* mmea/mi-, *plant science* sayansi ya mimea, *plant v.* -panda
plate sahani, *saucer* kisahani/vi-
play -cheza, *player, dancer* mchezaji/wa-
playground uwanja/nyanja
please tafadhali
please sb, pleasing, be — -pendeza, *pleasing* -a kupendeza *adj.*
plot, playing field, field kiwanja/vi-, uwanja
plow plau
plural wingi, *in the plural* kwa uwingi
pneumonia numonia
pocketbook mkoba/mi-
poem, type of epic — utenzi/tenzi
poem, verse shairi/ma-, *poet* mshairi/wa-
point the finger -onyesha kidole, *point the finger at* -onyeshea kidole
poison sumu
policeman, soldier, guard askari/ma-, askari polisi
political party chama cha siasa
politics siasa, *politician* mwanasiasa/w-, *political science* elimu ya siasa
poor, poor person/s maskini *sg.* and *pl. n. & adj.*
popcorn bisi
porridge uji
portion fungu/ma-
Portugal Ureno, *Portuguese person* Mreno/wa-, *Portuguese* Kireno
possessing, having, with -enye, wenye, yenye, chenye, zenye, etc. See App. p. 230
possessions, property, wealth mali (N-)
possible, be — -wezekana, *be able* -weza
post office posta
pot sufuria
pot, clay water — mtungi/mi-
pot, made of clay chungu/vy-
potato kiazi/vi-, kiazi ulaya
pound (weight) ratili
pound grain (in a mortar) -twanga
pour -mimina, -mwaga
praise -sifu *v.* sifa *n.*
praise be to God Alhamdulilahi
pray -sali *v.*, sala (N-), *pray rosary* -sali tasbihi, -vuta tasbihi, *prayer mat* msala/mi-
precede, go first -tangulia, *introduction* utangulizi
prefer -pendelea, *like, love* -penda
preferable, better afadhali, *it would be better* ni afadhali
pregnant woman mjamzito/wa-, *pregnancy, fetus* mimba (N-)
prepare -tayarisha, *preparations* matayarisho
prepare (esp. food) -andaa

present, gift zawadi
present, offer, give; take away, substract -toa
preserve, guard, protect -hifadhi
president rais/ma-
prevent -zuia
price bei, *wholesale price* bei ya jumla, *retail price* bei ya rejareja, *good price* bei nafuu
pride (positive) fahari
priest padri/ma-
principal, head person mkuu/wa-, *head teacher* mwalimu mkuu, see *-kuu* major, *-kua* grow up
principle, rule, canon kanuni
print -chapa, -piga chapa
private -a binafsi *adj.*
problem shauri/ma-, *what's the problem?* shauri gani? *it's your problem* shauri lako
procedure, step hatua
produce (farm), product zao/ma-
professor profesa/ma-
profit faida
progress, development maendeleo
project mradi/mi-
promise *v.* -ahidi *v.*, ahadi *n.*
pronounce -tamka, *pronunciation* matamshi
property, possessions, wealth mali (N-)
prophet mtume/mi-, nabii
proposal (of marriage) posa/ma-, *make a proposal* -posa
protect -linda, -hifadhi
protection, defense kinga
proverb, saying, aphorism methali
province, state jimbo/ma-
psychology elimu ya nafsi, saikolojia
publicly, in public hadharani
pull -vuta, *be pulled* -vutwa
pull out/up, extract -ng'oa
pump bomba *n.*, -piga bomba *v.*
pumpkin plant mboga/mi-, *pumpkin* boga/ma-
punish -adhibu, *punishment* adhabu
purpose ajili, *for the purpose of* kwa ajili ya
purpose, intention madhumuni (MA- pl.)
push -sukuma
put into -tia, *put in for* -tilia, *be put in* -tiwa, -tiliwa
put out (e.g. fire, light) -zima
put to bed -laza
put, put down, place, set -weka
puzzle fumbo/ma-
python chatu

Q

quarrel with -gombana, *quarrel, argument* ugomvi/ma-

quarter robo
quarter past kasarobo. See Note 1, Lesson 11
question swali/ma-
question for discussion, issue swala/ma-
quick -epesi *adj., quickness* upesi *n., quickly* kwa upesi, upesi, haraka, kwa haraka
quiet, be — -nyamaza; kimya! *imp.*
quietly pole, polepole, kwa upole
quit, stop, leave off, -acha

R

race; fast mbio
racism, tribalism ukabila
radio redio
railroad reli
rain mvua *n.*; -nyesha mvua *v., it's raining* inanyesha mvua
raise (e.g. a child) -lea
raise (one's) hand -nyosha mkono
raise up, lift up -inua
rank, status cheo/vy-
rat, mouse panya
raw -bichi
read, study -soma, *reading, study, lesson* somo/ma-, *reading exercise* zoezi la kusoma
ready tayari *inv. adj., prepare sth* -tayarisha
rear -lea
rear (animals) -fuga, *animal husbandry* ufugaji
reason sababu, maana
rebel -asi, *rebellion* maasi (MA-)
receive -pokea
recently hivi karibuni
recognize -tambua, *be recognized* -tambuliwa
reconcile -patanisha
record rekodi *v.* and *n.*
recover (from illness) -pona
red, bright in color -ekundu *adj.*
reduced, be(come) — -pungua, *reduce, make smaller, lessen* -punguza, *reduce for* -punguzia
refresh sb -burudisha, *cold* baridi
refrigerator mtambo wa barafu/mi-, friji
refuse -kataa, *refuse sb* -kataza
region (political) mkoa/mi-
rejoice -shangilia
related to, be — -husiana, *relationship* uhusiano
relative, relation ndugu
religion dini, *religiously* kwa kidini, *religious* -a kidini *adj.*
rely on (oneself) -(ji)tegemea
remember -kumbuka, *remind sb* -kumbusha, *reminder* ukumbusho, kumbukumbu
remove, clear away/off -ondoa, *leave* -ondoka

rent, hire something -kodi, *rent out* -kodisha;
   rent, rental fee, tax kodi
repair, put in order, fix, make -tengeneza
repairs ukarabati
report ripoti, taarifa
representative mjumbe/wa-
representative in government mbunge/wa-
republic jamhuri
reputation sifa
request -omba *v.*, ombi/ma- *n.*
require -hitaji, *requirements* mahitaji (MA-)
rescue -okoa
research, do — -chunguza, -tafiti *v.*, *research*
   utafiti, uchunguzi *n.*, *researcher* mtafiti/wa-,
   mchunguzi/wa-
resemble -fanana
respect -heshimu *v.*, heshima *n.*, *respected person*
   mheshimiwa/wa-
respond -itika, -rudia, *see* -rudi *return*
responsibility, duty madaraka (MA-), wajibu (U-)
rest -pumzika *v.*, mapumziko *n.*
restaurant mkahawa/mi-, hoteli/ma-
results matokeo (MA-)
return -rudi, *return sth* -rudisha, *return to/for*
   -rudia
review marudio
revolution mapinduzi (MA-)
rheumatism baridi yabisi
rhyme kina/vina (us. pl.)
rice (cooked) wali; *rice cooked with coconut juice*
   wali wa tui; *unhusked rice, field/paddy rice*
   mpunga/mi-; *uncooked rice* mchele/mi- (us. sg.)
rich -tajiri *inv. adj.*, *rich person* tajiri/ma-
riddle fumbo/ma-, kitendawili/vi-
ride (e.g. horse, bike) -panda
right *adj.* -a kulia, *right hand* mkono wa kulia
right then, right there papo hapo
right, justice haki
ripe -bivu
rise up -inuka
river mto/mi-
road njia, *main road* barabara
roast meat, cook on open fire, burn -choma
rob, take sth by force -nyang'anya
rock, boulder jabali/ma-, *see* jiwe *stone*
rocket roketi
roll a hoop -piga gurudumu (lit. hit the wheel)
Roman/Latin -a kirumi *adj.*
roof paa/ma-
room chumba/vy-
room, space, opportunity, chance, time nafasi
rope kamba
rosary tasbihi, *say/tell rosary* -vuta tasbihi
rot, spoil -oza

rotten, bad -bovu
rug zulia/ma-
ruin -haribu, *be ruined, damaged* -haribika
rule kanuni
rule, govern -tawala *v.*, utawala *n.* -miliki *v.*
rule, law sheria
run, run away -kimbia, *run toward* -kimbilia
rural areas mashambani
Russia Urusi, *Russian* Mrusi/wa-, *Russian*
   language Kirusi

S

sadness huzuni *n.*, -a huzuni *adj. sadden sb,*
   cause sorrow -huzunisha, -sikitisha
safety salama
sailboat dau/ma-, jahazi/ma-
sake ajili, *for the sake of* kwa ajili ya
salary mshahara/mi-
salt chumvi
same, equal sawa, *equal to/same as* sawa na
sand mchanga/mi-
satisfied (full from eating), be — -shiba
satisfied, be — -tosheka, *satisfy* -tosheleza
Saturday jumamosi
sauce, gravy mchuzi/mi-
saucer kisahani/vi-, *see* sahani *plate*
save -okoa
say, speak -sema, *saying* msemo/mi-
say goodbye -aga, — *to each other* -agana
say no -kataa
say, mention a name -taja
say to, tell -ambia
saying, aphorism methali, msemo/mi-
scale for weighing mizani
scarlet fever homa ya vipele vyekundu
schedule ratiba
schlorship utaalamu, *scholar* mtaalamu/wa-
school shule, skuli, *tradional* —, *college* chuo/vy-
school term muhula/mi-, kipindi/vi-
science sayansi
scorn, scornful word or action bezo/ma-
scratch, grate -kuna, *grate coconuts* -kuna nazi
sea bahari
season msimu/mi-, majira (N-)
second -a pili, pili
secondary school shule ya sekondari
secret siri, *secretely,* kwa siri
secretary, clerk karani/ma-
section, part sehemu
section, side, area upande/pande
security usalama
see -ona, *see one another* -onana, *be seen, be*
   visible -onekana

seed mbegu

segregation, discrimination ubaguzi

seize, grab -shika

select -chagua

self-reliance kujitegemea, *be self reliant* -jitegemea

self, alone peke y-, peke yangu, etc. *by myself*

self, oneself (emphatic) -enyewe, wenyewe, chenyewe, etc. See App., p. 230

sell -uza, *seller* mwuzaji/w-

seminar semina

send sb on errand -tuma

send, take -peleka

sentence sentensi

separate, divorce, leave each other -achana

separate, set aside -tenga

September Septemba, mwezi wa tisa

servant mtumishi/wa-, *see* -tuma *send*

serve (food) -andaa, *be served (food)* -andaliwa

set a trap, set a riddle -tega

set out to dry or air -anika

set the table -tandika meza

set (the sun) -chwa, kuchwa. See App., p. 233, kumekuchwa *the sun has gone down*

set, set down, put down -weka

seventy sabini

sew -shona, *sewer* mshonaji/wa-, *sewing* ushonaji

sex uke na ume, jinsia, *intercourse* ugoni/ngono

sex organ tupu la mbele, sehemu ya siri (*male or female*), see *penis* and *vagina*

shack, stall, hut kibanda/vi-

shadow kivuli/vi-

shake -tikisa

shape umbo/ma-

share with, distribute -gawanya, -gawa

shark papa

sharp -kali *adj.*

shave, cut hair -nyoa, *be shaved* -nyolewa

she yeye

sheep kondoo

sheet shuka

shelf rafu

shield ngao

shilling shilingi

shirt shati/ma-

shoe kiatu/vi-

shop duka/ma-, *shop owner* mwenyeduka/w-

shore, beach ufuko, *see* pwani *coast*

short -fupi *adj.*

shortage, scarcity upungufu

shortly hivi karibuni

shortness ufupi

shorts suruali fupi

should lazima. See Lesson 20

shoulder bega/ma-

shout -piga kelele

show -onyesha

shut, close, fasten, tie -funga

sibling (sister or brother) ndugu

sick -gonjwa *adj.*, *sickness* ugonjwa/ma-

side, section, area upande/pande

sign (signature) -tia sahihi

sign, symbol alama

silence, silently kimya, also *imp.* 'be quiet!'

silver fedha

similar, be — -fanana

sin -kosa *v.*, kosa/ma- *n.*, dhambi *n.*

since (time) tangu, *since, because* kwa vile

sing -imba, *singer* mwimbaji/w-

sister dada, ndugu, ndugu wa kike

sister-in-law, brother-in-law, relation by marriage shemeji

sit, sit down -kaa, -kaa kitako

situation, state hali, *How are you?* U hali gani?

sixty sitini

size ukubwa, *see* -kubwa *large*

skill uhodari, ufundi, *skilled worker* fundi/ma-, *skillfull* hodari

skin ngozi

sky mbingu

slaughter -chinja

slave mtumwa/wa-, *see* -tuma *send*

sleep usingizi *n.*, -lala usingizi *v.*

sleeping sickness malale (MA-)

slowly (pole)pole, kwa upole, *slowness* upole

small -dogo

smallpox ndui

smartness, skill; courage uhodari

smoke moshi/mi- *n.* -vuta sigara *v.*

snake nyoka

snow theluji

so-and-so fulani

so forth, so on kadha wa kadha

so that, in order that ili

so, therefore, in that way kwa hivyo

so, thus, it is so, it is thus ndivyo

soap sabuni

society jamii, *social science* sayansi ya jamii, *sociology* elimu ya jamii

society, organization chama/vy-

socks soksi

soft laini *inv. adj.*

softly, slowly, gently (pole)pole, kwa upole

soil, dirt udongo

soldier, guard askari/ma-, askari jeshi

solitary, unique -a pekee *adj.*

solve, untangle -tatua

some -ingine
some of baadhi ya
son mwana wa kiume, *son of* bin, *see* binadamu
   human being
song wimbo/nyimbo, *see* -imba *sing*
sore kidonda/vi-
sorrow huzuni
sorry! samahani, kunradhi, niwie radhi!
sorry, be -sikitika, *cause sb to be sad* -sikitisha
soul, spirit roho, moyo/mi-
soup supu
source asili
south kusini
space, room, opportunity, chance, time nafasi
Spanish Mhispania/wa-, — *language* Kihispania,
   Spain Uhispania, *also* Kispanish
speak, say -sema, *speak with* -sema na, *speak
   loudly* -sema kwa sauti, *speaker* msemaji/wa-
special, specific maalumu *inv. adj.*
specialist mtaalamu/wa-
speech, give — -toa hotuba, -hutubu; hotuba *n.*
speed, race; fast mbio
split, split open/apart -pasua
spoil, rot -oza, *spoil, damage, ruin* -haribu
spoon kijiko/vi-, *ladle* mwiko/mi-
sprain, have a — -teguka
sprit, soul roho
squeeze -bana
squeeze out liquid -kamua, *be squeezed*
  -kamuliwa
stab, pierce (e.g. with spear, knife) -choma
stable imara *n.* and *adj.*
stairs, ladder ngazi
stall, shack, hut kibanda/vi-
stamp stempu *n.*
stand, stand up -simama
standard sanifu, *Standard Swahili* Kiswahili
  Sanifu
standard (of living) kiwango/vi-
start, begin -anza, *start from, begin with* -anzia,
  start sth, begin sth -anzisha
state, province jimbo/ma-
state, situation hali, *How are you?* U hali gani?
station stesheni, kituo/vi-
statue, carving, image sanamu
status, rank cheo/vy-, *status, prestige* hadhi
stay, remain; sit; live, reside -kaa
steal -iba
step, procedure hatua
stepmother mama wa kambo, *stepfather* baba wa
  kambo
stick together or to a surface, freeze -ganda
still, yet; not yet bado
sting -uma

stir, stir up -vuruga
stomach; intestines (pl.) tumbo/ma-
stone jiwe/mawe
stop -simama, -acha
stop up -ziba
stop, prevent, hinder -zuia
stop, quit, leave off (doing sth) -acha
stopping place, resting place kituo/vi-
store duka/ma-, *store owner* mwenyeduka/w-
story, narration hadithi, *story telling* utoaji wa
  hadithi, *tell a story* -toa hadithi, -hadithia
story (of a building) ghorofa, gorofa, orofa
stove, kitchen jiko/majiko, *hearth stones* meko,
  charcoal stove, grill sigiri
straight ahead, straight on moja kwa moja
straighten, stretch out -nyosha
stranger, guest mgeni/wa-
strap ukanda/kanda
street njia, mtaa/mi-, barabara
strength, energy nguvu
strengthen sb/sth, make strong -imarisha
stretch out, straighten -nyosha
strict -kali *adj.*, *strict person* mkali/wa-
strike -goma, *strike, labor strike* mgomo/mi-
strong imara *n.* and *adj.*
student mwanafunzi/w-
study -soma, *study, lesson, reading* somo/ma-
stupidity ujinga
substract, take away; offer, present, give -toa
succeed -faulu, -fanikia, *success* mafanikio
  (MA-), fanaka
such as the following, as following kama hivi
suckle, feed at the breast, nurse -nyonya
suddenly kwa ghafula, ghafula
sufficient, be — -tosha, *sufficient* -a kutosha
sugar sukari (N- sg.) *sugar cane* muwa/mi-
suit (of clothes) suti
suitable, be — -faa
suitcase sanduku/ma-, mzigo/mi-
sum, total jumla
summary, précis muhtasari/mi-, mukhtasari/mi-
summer, hot season kaskazi, kiangazi
sun jua/ma- *pl. rare*
sun set *v,* -chwa, kuchwa. See App., p. 233
Sunday jumapili
supermarket supa maket
supervise -simamia, *supervisor* msimamizi/wa-
suppose, think -dhani
sure, for —, indeed, certainly kwa hakika
surgery, have — -pasuliwa
surpass, beat, win -shinda
surprise sb -shangaza, -staajabisha, *be surprised*
  -shangaa, -staajabu, -ona lo
surround, go around -zunguka, -zingira

Swahili Kiswahili, *Swahili person* Mswahili/wa-, *Swahili country* Uswahilini

swallow -meza

sweat jasho/ma-, *sweat, perspire* -toka jasho

sweater suweta

sweeep -fagia, *broom* ufagio/fagio

sweet tamu *us. inv. adj.*

sweet potato kiazi kitamu/vi-

swell, get swollen -vimba, *swelling* uvimbe

swim -ogelea, *see* -oga *take a bath*

sword upanga/panga

syllable silabi

syllabus silibasi, muhtasari wa masomo

symbol alama

sympathy, condolence, expression of — pole

sympathy, pity huruma, *have pity on* -hurumia

syphilis kaswende, sekeneko

T

table meza

tailor, sewer mshonaji/wa-, *sew* -shona

take a bath, bathe -oga, -koga

take a photo -piga picha

take a trip -safiri, *trip* safari, *traveller* msafiri/wa-

take away, substract; offer, present, give -toa

take care of -tunza

take hold of, seize -shika

take part -shiriki

take place, happen -tokea

take sth by force, rob -nyang'anya

take, carry, convey -chukua

tallness, length urefu, -refu *adj.,* ndefu *N-adj.*

Tanzanian Mtanzania/wa-, *Tanzania* Tanzania

tape (recording, video) ukanda/kanda

tar, asphalt lami

target, objective, aim lengo/ma-

taste ladha

tax, rental fee, rent kodi

taxi teksi

tea chai (N-) *us. sg.*

teach, instruct -fundisha

teacher mwalimu/w-

team timu

teapot, kettle birika/ma-

tease, joke with -tania, *teasing* utani

teat, breast titi/ma-, *see* ziwa/ma- *breast*

technology teknolojia, ufundi

telephone someone -pigia simu, *make a call* -piga simu

telephone, telegraph simu

tell -ambia

tell a story -toa hadithi, -hadithia, — *to* -tolea hadithi, — *to each other* -toleana hadithi

temple hekalu

ten kumi

term muhula/mi-, kipindi/vi-

tetanus, lockjaw pepopunda

thankful, be — -shukuru, *thanks, thank you* asante *sg.* asanteni *pl.*

that kwamba *conj.*

that (*close to hearer, aforementioned*) h-...-o *dem.*, huyo, hao, huo, hiyo, etc. See Note 3, Lesson 24

that (*distal*) -le *dem.*, yule, wale, ule, ile, etc. See Note 3, Lesson 24

that is, i.e., id est yaani

that, which, what, who amba- *rel. pro.*, ambaye, ambao, ambacho, ambavyo, etc. See Lesson 27

their, theirs -ao

them, they wao

then halafu

then (*time referred to*) hapo; *then and there; right then, right there* papo hapo; *then long ago, once upon a time* hapo kale, hapo zamani; *then/there in the beginning* hapo mwanzoni

then, afterwards, later kisha, halafu, baadaye

theory nadharia

there (*distant loc*) kule (*general*), pale (*specific*), mle (*interior*)

there (*loc. referred to/previously mentioned*) huko (*general*), hapo (*specific*), humo (*interior*)

there is, there are kuna

there was once; once upon a time paliondokea

therefore, so, in that way kwa hivyo

they, them wao

thief mwizi/wezi, mwivi/wevi

thigh paja/ma-

thin, be(come) — -konda *v.*

thin, narrow -embamba *n.*

thing kitu/vi-

thing (abstract), affair jambo/mambo

think -fikiri, *think, suppose* -dhani

think carefully, give thought to -zingatia

thinness wembamba

thirst kiu

thirty thelathini

this h-... *dem.* huyu, hawa, huu, hii, etc. See Note 3, Lesson 24

this morning leo asubuhi

thought fikira, fikara, wazo/ma-

thousand elfu/ma-

throat koo

throw -tupa

thumb gumba

Thursday alhamisi

thus, so, in that way hivyo *adv.*
thus, so, it is so, it is thus ndivyo
ticket, chit, certificate, cheti/vy-
ticket; watermelon tikiti
tie tai *n.*
tie, close, shut, fasten -funga
time wakati/nyakati (*in a general sense*), nafasi (*opportunity*), mara N- (*single, instant, occasion of* —), mara kwa mara (*time after time, often, from time to time*), mara nyingi (*often*), muda M- (*period/interval of time*), saa (*hour, watch*), zama, zamani (*time past, long ago*), kwa muda (*for a time, for a period of time*)
tin container debe/ma- (large 4 gal. size)
tincan mkebe/mi-
tired, be(come)— -choka
to, for, in respect to, by, with kwa
to, up to, until hadi
tobacco tumbaku
today leo
toe, finger kidole/vi- (cha mguu/mkono)
together pamoja
toilet choo/vyoo
tolerate, endure, put up with -vumilia
tomorrow kesho, — *morning* kesho asubuhi
tongue ulimi/ndimi
tool, furniture, vessel, container chombo/vy-
tooth jino/meno
toothbrush msuwaki/mi-
topic, subject mada (N-)
tortoise kobe
total, sum, total amount ujumla, jumla
totally, fully, completely kabisa *adv.*
touch -gusa
tough, hard -gumu, *difficult* vigumu *adv.*
tourism utalii, *tourist* mtalii/wa-
towel taulo, taula
town quarter, neighborhood mtaa/mi-
town, city mji/mi-
tractor trekta
trade, commerce, business biashara
traditional -a kijadi, -a kiasili, -a kienyeji *adj.*, *traditionally* kwa kiasili *adv.*
traditional medicine, medical practice uganga
train treni, gari la moshi
transfer, move sb/sth -hamisha
transform, change sth, turn over -geuza
translate -tafsiri, -fasiri *v. and n.*
transport -safirisha
trap -tega
trash takataka
travel, -safiri, *trip* safari, *traveller* msafiri/wa-
tray sinia
treasure hazina

treat medically -tibu, *be — ed* -tibiwa
tree mti/mi-
tremble -tetemeka
tribe kabila/ma-, *tribalism* ukabila
trick hila
tricky, cunning, clever person mjanja/wa-
trip, journey safari, *travel* -safiri
trouble, difficulty, distress taabu, shida
truck lori/ma-
true kweli, *truly, in truth* kwa kweli, *truthfulness* ukweli
trust -amini
try -jaribu, *try hard, make an effort* -jitahidi
tuberculosis kifua kikuu
Tuesday jumanne
tumor, goitre, glandular swelling tezi/ma-
turn out a light -zima
turn over -geuza
turn (*as in taking turns*) zamu
twenty ishirini
twist -sokota
two -wili, mbili, pili
type -piga taipu *v.*
typhoid homa ya mtumbo

U

Ugandan Mganda/wa-
ulcer donda/ma-, *tropical ulcer* donda ndugu
uncertainty, doubt shaka
uncle mjomba/wa- (*maternal*), baba mdogo (*paternal*)
under chini ya
undershirt fulana, *underpants* chupi (N-)
understand -elewa, *understand, know* -fahamu, *be understood* -fahamika
understanding, agreement masikilizano
underwear nguo za ndani, chupi (N-)
undoubtedly, without doubt bila shaka
undress, take off clothes -vua, *dress* -vaa
union muungano/mi-, see *Jamhuri ya Muungano wa Tanzania* United Republic of Tanzania
unique, solitary -a pekee *adj.*
unite -uganisha, *unite with* -ungana
United Nations Umoja wa Mataifa
unity umoja
university chuo kikuu/vyuo vikuu
unload; dish out (food) -pakua, *load* -pakia
unripe, uncooked -bichi
untangle, solve -tatua
untie, unfasten, open -fungua, *close, tie* -funga
until, up to mpaka, hadi
up-country bara
up to, until mpaka, hadi

up, above, high,   juu; *upper, high* -a juu *adj.; on top of* juu ya

urban planning   mipango ya miji

urine   choo kidogo, mkojo/mi-

us, we   sisi

use, be of — to   -faa, *useful thing* kifaa/vi-, manufaa *pl.*

use, make use of   -tumia

useless   bure

usual thing   kawaida, *us.* kwa kawaida

utensil, tool, furniture, vessel   chombo/vy-

V

vaccinate, make incision, cut into; split   -chanja

vagina   kuma *(obscene)*, uke, see *sex organ*

valley   bonde/ma-

value   thamani

various, assorted, different ones   mbalimbali

various, several   kadhaa

vegetable, garden produce   mboga

vegetation, grass, leaves   jani/ma-

vehicle   gari/ma-

vein, nerve   mshipa/mi-

venereal disease   ugonjwa wa zinaa

verb   kitenzi/vi-

very well, very good, fine   vema, vizuri *adv.*

very, very much, a lot   sana, mno *adv.*

vessel, container, dish, utensil, tool   chombo/vy-

victory   ushindi

views   maoni (MA-)

village   kijiji/vi-

virus   virusi

visible, be —   -onekana, cf -ona *see*

visit   -tembelea, -zuru

visit, official visit   ziara

vocabulary   msamiati/mi-

voice; noise   sauti

vomit   -tapika *v.*, matapishi *n.*

vote   -piga kura *v.* kura *n.*

W

waist   kiuno/vi-

wait   -ngoja, *wait for* -ngojea, *wait patiently* -subiri

wake up, get up   -amka, *wake sb up* -amsha

walk, take a stroll   -tembea, matembezi *n.*

walking stick, staff, cane   fimbo

wall   ukuta/kuta

want, desire   -taka

war   vita (VI-, sometimes N-, no sg.)

warm, hot   -a moto *adj.*

warn   -onya, *warning* onyo/ma-

wash clothing, do laundry   -fua nguo

wash hands and face   -nawa

wash, clean with water   -osha, -kosha

watch out for, be careful, take care   -angalia

watch, clock   saa

water   maji (MA-), *hot water* maji (ya) moto, *cold water* maji baridi, *fresh water* maji matamu

watermelon; ticket   tikiti

wax, beeswax   nta

way, manner   namna

way, manner of going   mwendo/mi-

way, way of doing something   njia

we, us   sisi

weak   dhaifu *inv. adj.*

weak, flimsy, low quality,   hafifu *inv. adj.*

wealth, property, possessions   utajiri, mali (N-)

weapon   silaha

wear, put on, have on (clothing)   -valia

weather   hali ya hewa

weave, plait   -suka, *weaver* msukaji/wa- *n.*

wedding   arusi, harusi, ndoa

Wednesday   jumatano

weed, remove weeds   -palilia *v.*, gugu/ma- *n.*

week   wiki, juma/ma-

welcome!   karibu, *welcome sb* -karibisha

well then, an expression to draw attention   hebu

well, be —, feel better   -poa

well, healthy   -zima, *health, well-being* uzima

well, then, well then   basi

well, water well   kisima/vi-

west, the time the sun sets   magharibi

what does it mean?   maana yake nini?

what kind? what sort?   gani?

what time is it?   saa ngapi?

what way? how? what the heck!   namna gani?

What's the date?   ni tarehe gani?

what, that, which, who   amba- *rel. pro.* See Lesson 27

what?   nini?

wheat   ngano

wheel   gurudumu/ma-

when, time of   wakati wa + infinitive. See Note 5, Lesson 8

when?   lini? *whenever* po pote

where?   wapi? *wherever* po pote, ko kote

which, what, that, who   amba- *rel. pro.* See Lesson 27

which?   gani; -pi (of alternatives)

while   huku *adv.*

whip; hippo   kiboko/vi-

white, light in color   -eupe

who, which, what, that   amba- *rel. pro.* See Lesson 27

who?   nani?

whole, entire   -zima *adj.*, *wholeness* uzima

whooping cough kifaduru
whose? -a nani?
why, for what reason? kwa sababu gani?
why? kwa nini?
why? (in a reproachful sense) mbona?
wickedness, evil uovu/maovu, -ovu *adj.*
wide -pana *adj., width* upana
wife mke/wake
wild -a mwitu *adj.*
wilderness, bush, uninhabited place pori/ma-
win -shinda, *be beaten* -shindwa
wind upepo/pepo
window dirisha/ma-
wine mvinyo/mi-
winner mshindi/wa-
winter kipupwe (June - August)
wipe, wipe up -pangusa
wire waya (N-)
wisdom, common sense hekima
with, by, and na
with, by, to, for, in respect to kwa
with, having, possessing -enye, wenye, yenye,
    chenye, zenye, etc. See App. p. 233
without bila, *without doubt* bila shaka
witness to -shuhudia
woman mwanamke/wanawake
wonder, something amazing, incredible ajabu
word, something neno/ma-

work kazi *n.*, -fanya kazi *v., worker*
    mfanyakazi/wa-
world, universe, earth ulimwengu, dunia
worn out, old -(kuu)kuu
worry, anxiety wasiwasi
worship -abudu *v.,* ibada n.
wrist, ankle kiwiko cha mkono/mguu
write -andika, *writing* maandiko, maandishi,
    writer, author mwandishi/w-
written composition, essay insha

Y

yard (measurement) yadi
year mwaka/mi-
yellow manjano, yelu
yes eeh!, ndiyo (lit. *it is so*), labeka *fem.,* naam
    masc. See Note 2, Lesson 8
yesterday jana
yet, still bado, also *not yet* in neg. context
you wewe *sg.* ninyi *pl.*
your, yours -ako *sg.* -enu *pl.*
young person kijana/vi-, *youthfulness* ujana

Z

Zanzibar Island Unguja
zebra punda milia
zero sifuri

Fahirisi

CPSIA information can be obtained
at www.ICGtesting.com
Printed in the USA
BVHW022353171222
654452BV00007B/89